கிறிஸ்தவம் காட்டும் பாதை

(நூறு கதைகள் பேசும் இறைமொழி)

(யாருக்கு)

(யாரால்)

(எதற்காக)

(நாள்)

(கையெழுத்து)

கிறிஸ்தவம் காட்டும் பாதை

(நூறு கதைகள் பேசும் இறைமொழி)

போதகர். பெ. பெலிஸ்டன்

M.A., M.S.W., D.TJ., PGDCG., D.D.,

CHRISTHAVAM KAATUM PAATHAI

1st Edition: 1000 Copies.

Publisher:
KINGDOM NETWORK
Faith Tower, Gangaipuram 5th West Street,
Karuppayurani, Madurai - 625020, Tamil Nadu, India
Website: www.kingdomnetwork.news
Email: info@kingdomnetwork.news

Distributor: Notion Press

கிறிஸ்தவம் காட்டும் பாதை

(நூறு கதைகள் பேசும் இறைமொழி)

பொருளடக்கம்

இதயவுரை

இலக்கியப் படைப்பு என்பது ஒரு மனிதரின் திறமை மட்டும் அல்ல; அது தேவன் அருளும் ஓர் உன்னத அழைப்பு என்று நம்புகிறேன். அந்த நம்பிக்கையின் வழியேதான் “கிறிஸ்தவம் காட்டும் பாதை” என்ற இந்தப் படைப்பிலக்கிய பயணம் ஆரம்பமானது.

தினகரன் நாளேட்டில் வாரமொரு முறை வெளியாகும் ஆன்மீக மலரில் எழுதும் வாய்ப்பு எனக்கு கிடைத்தது ஒரு சாதாரண நிகழ்வு அல்ல, அது தேவன் திறந்த கதவு. ஆரம்பத்தில் சில சிந்தனைகள் மட்டும் எழுதத் தொடங்கிய நான், பின்னர் வாசகர்களின் உள்ளங்களைத் தொட்ட அந்தப் பதில்கள், கருத்துக்கள், சாட்சிகள் ஆகியவற்றின் மூலம் இந்த எழுத்துப் பணி ஒரு ஊழியச் சேவையாகவே மாறியது.

ஒவ்வொரு வாரமும் ஒரு தலைப்பைத் தேர்ந்தெடுத்து, அதற்கு ஏற்ற வாழ்க்கை சம்பவங்களையும், இறை உண்மை களையும் இணைத்து எழுதும்போது, இது என் சிந்தனை அல்ல தேவனின் உள்ளுணர்வு என்று நான் உணர்ந்த தருணங்கள் எண்ணற்றவை. தேவன் அருளிய அருளும் கிருபை யும் இந்த புத்தகத்தின் உறுதியான அஸ்திபாரங்களாகும்.

இந்த கட்டுரைகள் ஒரே நாளில் உருவானவை அல்ல. பல அமைதியான இரவுகளில் தனி தியானங்கள், ஜெப நேரங்கள், வாழ்க்கையில் சந்தித்த பல அனுபவங்கள், மாறுபட்ட மனிதர்களின் கண்ணீர்களும் மகிழ்ச்சிகளும் என் உள்ளத்தில் தாக்கத்தை ஏற்படுத்திய தருணங்கள் தான் இச்சிந்தனைகள் பிறக்க உந்துசக்தியாக மாறின.

ஒரு சிறிய கதையாக ஆரம்பித்து, இறுதியில் ஒரு ஆழமான இறைக் கருத்தை வெளிப்படுத்தும் இந்த எழுத்து

முறை, வாசகர்களுக்கு எளிமையாகவும் ஆழமாகவும் சென்று சேர வேண்டும் என்ற எண்ணத்தில் உருவானது. கடந்த இரண்டு ஆண்டுகளில் வெளியான நூறு கட்டுரைகளை ஒரே நூலாக தொகுப்பது ஒரு தேவையான ஒன்றாக உணரப் பட்டது. காரணம் நாளேட்டில் ஒரு நாளில் வாசிக்கப்பட்ட சிந்தனைகள், இந்த நூலின் மூலம் பல ஆண்டுகள் பலரின் வாழ்வில் பயனளிக்க வேண்டும் என்ற ஒற்றை நோக்கமே இந்த வெளியீட்டின் ஒரே காரணம்.

இந்தப் பயணத்தில் எனக்கு துணையாக இருந்த அனைவருக்கும் இதயபூர்வ நன்றிகளை தெரிவித்துக்கொள் கிறேன். தினகரன் நாளேட்டில் இந்த ஆன்மீக சிந்தனைகளை எழுத வாய்ப்பளித்த நிர்வாக இயக்குனர்களுக்கும், ஆசிரியர் குழுவினருக்கும் என் மனமார்ந்த நன்றி. அவர்களின் நம்பிக் கையும் ஆதரவும்தான் இந்த எழுத்து தொடர்ந்து வாசகர் களை சென்றடைய காரணமாக அமைந்தது.

இந்த நூலை உருவாக்குவதில் உழைத்த தட்டச்சு பணியாளர்கள், பிழைத்திருத்தம் செய்தவர்கள், அட்டைப்படத் தை அழகாக வடிவமைத்த கலைஞர்கள், அச்சு மற்றும் அலுவலகப் பணியாளர்கள் என ஒவ்வொருவரின் உழைப்பும் இந்த நூலில் பதிந்துள்ளது.

இந்நூலை வாசிக்கும் ஒவ்வொருவரும், இதில் உள்ள சிந்தனைகளை ஒரு கட்டுரையாக மட்டும் பார்க்காமல், தங்களது வாழ்க்கைக்கான ஒரு வழிகாட்டுதலாக ஏற்றுக் கொள்ள வேண்டுகிறேன். ஒரு சிறிய மாற்றம் கூட, ஒரு பெரிய வாழ்க்கை மாற்றத்திற்கான தொடக்கமாக இருக்கும். இந்த நூல் உங்கள் கைகளில் ஒரு புத்தகமாக இருக்கலாம்; ஆனால் அது உங்கள் வாழ்க்கையில் ஒரு புதிய பாதையாக மாறட்டும்.

போதகர். பெ. பெவிஸ்டன்
நூலாசிரியர்

விழிப்புரை

ஒரு எழுத்தின் உண்மையான மதிப்பு, அது வாசகனின் மனதை எவ்வளவு ஆழமாகத் தொடுகிறது என்பதில் இருக்கிறது. அந்த அளவில், **"கிறிஸ்தவம் காட்டும் பாதை"** என்ற இந்த நூல் ஒரு சாதாரண கட்டுரைத் தொகுப்பு அல்ல; அது வாழ்வின் சிக்கலான தருணங்களில் வழிகாட்டும் ஒரு ஆன்மீக ஒளிவிளக்கு.

தினகரன் நாளேட்டில் வாரமொரு முறை இணைப்பு மலராக வெளிவந்த ஆன்மீக மலரில் பல ஆண்டுகளாக தொடர்ந்து எழுதப்பட்ட இந்த சிந்தனைகள், காலத்தையும் சூழலையும் கடந்து இலட்சக்கணக்கான வாசகர்களின் உள்ளங்களை தொட்டவை. குறிப்பாக கடந்த இரண்டு ஆண்டுகளில் வெளிவந்த நூறு கட்டுரைகள் இந்நூலில் தொகுக்கப்பட்டுள்ளன. ஒவ்வொரு கட்டுரையும் தனித்த தலைப்பின் கீழ் அமைந்து, ஒரு சிறிய உதாரணக் கதையின் வழியாக ஆழமான இறை உண்மைகளை எளிமையாக வெளிப்படுத்துகிறது.

இந்த நூலின் மிகப் பெரிய சிறப்பு அதன் எளிமை. ஆழமான தத்துவங்களை கூட, எளிய வாழ்வியல் சம்பவங்களின் மூலம் புரியவைக்கும் திறமை இந்த எழுத்தின் தனிச் சிறப்பு. வாசகன் தன் வாழ்க்கையையே அந்தக் கதைகளில் காண முடிகிறது. ஒவ்வொரு சிந்தனையும் "இது என் கதையே!" என்று மனதைக் கவரும் வகையில் அமைந்துள்ளது. இதுவே இந்த நூலை ஒரு பொதுவான ஆன்மீக நூலிலிருந்து, வாழ்வின் துணையாக உயர்த்துகிறது.

மேலும், இந்த நூல் எந்த ஒரு மத எல்லைகளுக்குள்ளும் சுருங்கிக் கொள்ளாமல், மனித வாழ்வின் பொதுவான உண்மைகளை எடுத்துரைக்கிறது. அன்பு, மன்னிப்பு, நம்பிக்கை, தாழ்மை, கருணை, நன்றி போன்ற உலகமெங்கும் பொருந்தும் மதிப்புகள் இதில் வலியுறுத்தப்படுகின்றன. அதனால் தான் இந்த சிந்தனைகள் மதங்களுக்கு அப்பாற்பட்டு உலகம்

முழுவதும் உள்ள தமிழ் வாசகர்களால் வாசிக்கப்பட்டும், பாராட்டப்பட்டும் இருக்கின்றன.

எழுத்துநடையின் மற்றொரு அழகு அதன் இயல்பான ஓட்டம். கட்டாயப்படுத்தப்பட்ட மொழி அல்ல; இதயம் பேசும் மொழி. வாசிக்கத் தொடங்கினால் நிறுத்த முடியாத அளவுக்கு இலகுவான, அதே சமயம் ஆழமான தாக்கத்தை ஏற்படுத்தும் நடை. சுருக்கமாக சொல்ல வேண்டுமென்றால், இது வாசிக்கப் பட வேண்டிய நூல் அல்ல, அனுபவிக்கப்பட வேண்டிய நூல்.

வாழ்க்கையில் குழப்பமடைந்தவர்களுக்கு இந்த நூல் வழிகாட்டும் வரைபடம். மன அழுத்தத்தில் இருப்பவர்களுக்கு இது ஆறுதல் தரும் தோழன். ஆன்மீக வளர்ச்சியை விரும்பு வோருக்கு இது ஒரு பயிற்சி புத்தகம். தினசரி வாழ்வில் இறைநம்பிக்கையை நடைமுறைப்படுத்த விரும்புவோருக்கு இது ஒரு வழிகாட்டி.

ஒவ்வொரு சிந்தனையும் ஒரு சிறிய விதைபோல் வாசகரின் மனதில் விதைக்கப்படுகிறது. அந்த விதைகள் நாளடைவில் நம்பிக்கையாகவும், மாற்றமாகவும், புதிய வாழ்க்கை நோக்காகவும் முளைக்கின்றன. இதுவே இந்த நூல் உருவாக்கப்போகும் மிகப்பெரிய நேர்மறை தாக்கம்.

இந்நூல் வாசகரை வெறும் சிந்திக்க மட்டுமல்ல, மாற்றம் அடையவும் அழைக்கிறது. ஒவ்வொரு பக்கமும் ஒரு புதிய வெளிச்சம்; ஒவ்வொரு கதையும் ஒரு புதிய உணர்வு; ஒவ்வொரு கருத்தும் ஒரு புதிய திசை.

இன்றைய வேகமான உலகில், மனிதன் வெளியில் பலவற்றை அடைந்தாலும், உள்ளத்தில் அமைதியை இழந்து தவிக்கிறான். அந்த அமைதியை மீண்டும் கண்டடைய உதவும் ஒரு ஆன்மீக பயணமாக இந்த நூல் அமைகிறது.

வாசகன் இந்தப் புத்தகத்தை மூடும்போது, அவர் முன்பு இருந்த அதே மனிதராக இருக்க மாட்டார். அவரின்

சிந்தனையில், பார்வையில், வாழ்க்கை அணுகுமுறையில் ஒரு நிதானமான மாற்றம் நிச்சயம் தோன்றும்.

இவ்வாறு, **"கிறிஸ்தவம் காட்டும் பாதை"** என்ற இந்த நூல், ஒரு கட்டுரைத் தொகுப்பு அல்ல, இது வாழ்க்கைப் பயணம். ஒரு உள்ளம் தொடும் உரையாடல். ஒரு நம்பிக்கையின் ஒளி. இந்நூல் வாசகர்களின் உள்ளங்களில் நீண்ட காலம் ஒளிரட்டும். அதில் விதைக்கப்படும் சிந்தனைகள் பல தலைமுறைகளுக்கு ஆசீர்வாதமாக வளரட்டும்.

கிங்டம் நெட்வொர்க்
பதிப்பகத்தார்

01

விதைப்பதையே அறுப்போம்

ஒரு கிராமத்தில் வசித்து வந்த ஒரு எளிய விவசாயி, தினமும் தன் வீட்டில் தயாரிக்கும் 500 கிராம் வெண்ணையை அருகிலிருந்த ஒரு பேக்கரி கடைக்குக் கொண்டு சென்று கொடுத்து வந்தான். அந்த பேக்கரி கடைக்காரரும் அவ்வப் போது அதற்கான பணத்தை வழங்கி வந்தார். இவ்வாறு அவர்களுக்குள் நம்பிக்கையுடனான பரிமாற்றம் பல நாட்களாக நடைபெற்றுக் கொண்டிருந்தது.

ஒரு நாள், பேக்கரி கடைக்காரருக்கு ஒரு சந்தேகம் தோன்றியது. “விவசாயி கொடுத்து வரும் வெண்ணை உண்மையிலேயே 500 கிராமா?” என்ற எண்ணம் அவரை ஆட்கொண்டது. உடனே அவர் அந்த வெண்ணையை எடை பார்த்தார். அதில், குறிப்பிடப்பட்ட அளவான 500 கிராமை விட குறைவாக இருப்பது அவருக்குத் தெரிய வந்தது. இதனால் கடும் கோபமடைந்த கடைக்காரர், “நான் இவ்வளவு நாட்களாக ஏமாற்றப்பட்டு வந்தேனே!” என்று எண்ணி, அந்த விவசாயியை உள்ளூர் நீதிபதியிடம் புகார் செய்தார்.

வழக்கு நீதிபதியின் முன் வந்தது. நீதிபதி அமைதியாக விவசாயியிடம் கேட்டார்: “நீ வெண்ணையை அளப்பதற்கு எடை கருவிகளைப் பயன்படுத்துகிறாயா?” அதற்கு விவசாயி மிகவும் எளிமையாக பதிலளித்தார்: “ஐயா, என்னிடம் எடைக் கருவிகள் எதுவும் இல்லை. ஆனால் நான் ஒரு முறையைப் பயன்படுத்துகிறேன்.”

அது என்ன முறை? என்று நீதிபதி ஆர்வமாகக் கேட்டார். விவசாயி விளக்கினார்: “ஐயா, நான் இந்த பேக்கரி கடைக்குக் வெண்ணை கொடுக்க ஆரம்பித்த நாளிலிருந்தே, அவர்களுடைய கடையில் இருந்து தினமும் ஒரு பிரட்

வாங்குவது எனக்கு வழக்கமாகிவிட்டது. அந்த பிரட்டின் மேல் 500 கிராம் என்று எழுதப்பட்டிருக்கும். அதனை அளவா கக் கொண்டு, அதற்கு சமமான எடையில் வெண்ணையை அளந்து கொடுத்து வந்தேன். எனவே, நான் எவரையும் ஏமாற்ற வேண்டும் என்று நினைக்கவில்லை."

இந்த விளக்கத்தை கேட்ட நீதிபதி, விவசாயியிடம் எந்தத் தவறும் இல்லை என்பதை உணர்ந்தார். உண்மை யில் தவறு செய்தது பேக்கரி கடைக்காரரே என்பதும் தெளி வாயிற்று. அவர் அளவில் குறைவான பிரட்டை விற்றதால், அதையே அடிப்படையாகக் கொண்டு விவசாயியும் வெண்ணை யை அளந்திருந்தார்.

இதனால் நீதிபதி, பேக்கரி கடைக்காரரை எச்சரித்து அனுப்பினார். "நீ மற்றவர்களை ஏமாற்ற நினைத்தால், இறுதி யில் நீயே ஏமாறுவாய்" என்ற பாடத்தை அவர் தெளிவாக உணர்ந்தார்.

இறைமக்களே, இந்தச் சம்பவம் நமக்கு ஒரு முக்கிய மான சத்தியத்தை எடுத்துரைக்கிறது. நாம் எந்த அளவினால் அளக்கிறோமோ, அதே அளவினால்தான் நமக்கும் அளக்கப் படும். பிறரை ஏமாற்ற வேண்டும் என்று ஒருவர் நினைக்கும்

போது, உண்மையில் அவர் தன்னையே ஏமாற்றிக் கொள்கி றார். வாழ்க்கை என்பது ஒரு விதைப்பும் அறுவடையும் கொண்ட பயிர்செய்கையைப் போன்றது.

திருமறை இதைப்பற்றி தெளிவாகக் கூறுகிறது:

"மனுஷன் எதை விதைக்கிறானோ,
அதையே அறுப்பான்" (கலா.6:7).

"சிறுக விதைக்கிறவன் சிறுக அறுப்பான்;
பெருக விதைக்கிறவன் பெருக அறுப்பான்" (2 கொரி. 9:6).

உப்பு சாப்பிட்டவன் தண்ணீர் குடிக்க வேண்டியது போல, மனிதன் செய்த செயல்களின் விளைவுகளை அவன் தவிர்க்க முடியாது. குறுகிய லாபத்திற்காக தவறான வழியில் ஓடிக்கொண்டிருக்கும் வாழ்க்கை, இறுதியில் வருத்தத்தையும் வீணான போராட்டத்தையும் மட்டுமே தரும்.

"சொற்ப பணம் தேடி, அற்ப மனம் ஓடி,
ஆயுள் வரை வாடி, அடங்குகிறது நாடி"
என்பதுபோன்ற வாழ்க்கை வாழ்வதில் என்ன பயன்?

ஆகையால், நாம் நல்லதை விதைப்போம். நியாயத் தையும் நேர்மையையும் கடைப்பிடிப்போம். அன்பையும் நீதியையும் வாழ்க்கையில் வளர்ப்போம். அப்போதுதான் நாம் நன்மையை அறுவடையாகப் பெறுவோம்.

02

அவமானங்களை உதறிடுங்கள்

ஒரு கிராமத்தில் வசித்த ஒரு விவசாயியின் கழுதை, ஒருநாள் தவறுதலாக பாழடைந்த ஒரு பழைய கிணற்றில் விழுந்துவிட்டது. அந்தக் கிணறு பல ஆண்டுகளாக பயன் படுத்தப்படாமல் இருந்ததால், அது யாருக்கும் எந்தப் பயனும் அளிக்காததாகிவிட்டது. மேலும், வயதாகி பலவீன மடைந்த அந்தக் கழுதையும் விவசாயிக்கு பெரிதாக உதவியாக இல்லை.

இந்நிலையை எண்ணிய விவசாயி, "இந்தக் கிணற்றை யும் மூட வேண்டும்; கழுதையையும் மீட்க முடியாத நிலை யில் இருக்கிறது" என்று முடிவு செய்தான். ஆகையால், ஊரிலிருந்த மக்களை அழைத்து, அந்தக் கிணற்றை கழுதை யுடன் சேர்த்து மூடிவிடத் திட்டமிட்டான்.

ஊர் மக்கள் அனைவரும் கற்கள், மண், குப்பைகள் போன்றவற்றை எடுத்துக்கொண்டு வந்து கிணற்றுக்குள் எறியத் தொடங்கினர். தன் மீது விழும் மண், கற்கள் மற்றும்

குப்பைகளால் துயரமடைந்த கழுதை, வேதனையுடன் பலமுறை கத்திக்கொண்டே இருந்தது. அந்தக் குரல் மனதை உருக்கியதாயிருந்தாலும், மக்கள் தங்கள் செயலை நிறுத்த - வில்லை.

ஒரு கட்டத்தில், அந்தக் கழுதை உண்மையை உணர்ந்தது. "இவர்கள் எதையும் நிறுத்தப்போவதில்லை; என்ன நடக்கிறதோ அதை ஏற்றுக்கொள்வதே ஒரே வழி" என்று அது முடிவு செய்தது.

அந்த நேரத்திலிருந்து அதன் நடத்தை மாறியது. தன் மீது விழும் மண் மற்றும் குப்பைகளை அது ஒவ்வொன்றாக உதறி விடத் தொடங்கியது. பின்னர், அவற்றைத் தன் காலடியில் மிதித்து, மெதுவாக மேலே ஏறத் தொடங்கியது. தன் மீது விழுந்த ஒவ்வொரு குப்பையையும் அது ஒரு தடையாக அல்ல, ஒரு படிக்கட்டாக மாற்றிக் கொண்டது.

இப்போது அது கத்தவில்லை. மேலே பார்த்தும் இல்லை. அமைதியாக, விழும் ஒவ்வொரு மண்ணையும் உதறி, அதை மிதித்து, இன்னொரு படி மேலேறிக் கொண்டே இருந்தது. சில நேரம் கழித்து, அங்கு இருந்தவர்கள் ஒரு அதிசயத்தைப் பார்த்தனர். கிணற்றுக்குள் எறியப்பட்ட மண், குப்பைகள் அனைத்தும் உயர்ந்து கொண்டிருக்க, அந்தக் கழுதையும் அதனுடன் மேலேறி வந்தது. இறுதியில், அது கிணற்றின் விளிம்பை அடைந்து, ஒரு துள்ளலுடன் வெளியேறி ஓடிவிட்டது.

இறைமக்களே, இந்தச் சம்பவம் நமக்கு ஆழமான ஒரு வாழ்க்கைப் பாடத்தை கற்றுத் தருகிறது. நாம் வாழ்வில் சந்திக்கும் இடர்பாடுகள், அவமானங்கள், தோல்விகள் மற்றும் பிறர் பேசும் எதிர்மறையான வார்த்தைகள் இவைகளையே மனதில் சுமந்து கொண்டிருப்பதால்தான் பலரால் முன்னேற முடியாமல் போகிறது. சிலர் இத்தகைய சூழ்நிலைகளை "விதி" என்று ஏற்றுக்கொண்டு, தாழ்வு மனநிலையிலும் கூடத் தற்கொலை எண்ணங்களிலும் சிக்கிக்கொள்கிறார்கள். இது

மிகவும் வேதனையான நிலை. ஆனால் நாம் சிந்தித்துப் பார்க்க வேண்டியது இதுதான்:

பிரச்சினைகளுக்கு தீர்வு இல்லையா? அல்லது தீர்வை நோக்கி நாம் நகரத் தயங்குகிறோமா? உண்மையில், வாழ்க்கையில் வரும் ஒவ்வொரு பிரச்சினைக்கும் ஒரு தீர்வு இருக்கிறது. அந்தத் தீர்வைத் தேடி முன்னேறும் மனப்பாங்கு தான் வெற்றிக்கு வழி காட்டுகிறது. தோல்விகளையும் அவமானங்களையும் படிக்கட்டுகளாக மாற்றிக்கொண்டவர்களே உலகில் சாதனையாளர்களாக உயர்ந்துள்ளனர். அவர்கள் சந்தித்த சிரமங்களை காரணமாகக் கொண்டு வீழவில்லை; மாறாக, அதையே தங்கள் முன்னேற்றத்தின் அடிப்படையாக மாற்றினர்.

இறைவேதத்தில், யோசேப்பு என்ற இளைஞனின் வாழ்க்கை இதற்குச் சிறந்த எடுத்துக்காட்டாகும். அவன் சொந்த சகோதரர்களால் பொறாமையின் காரணமாக குழியில் தள்ளப்பட்டான். ஆனால் அந்தத் துன்பமான அனுபவமே பின்னர் அவனை எகிப்து நாட்டில் உயர்ந்த பதவிக்குக் கொண்டு சென்றது. அவன் தன் குடும்பத்தையே காப்பாற்றும் நிலைக்கு உயர்த்தப்பட்டான்.

இதைப் பற்றித் திருமறை கூறுகிறது:

“கர்த்தர் உயர்ந்தவராயிருந்தும் தாழ்மையுள்ளவனை நோக்கி பார்க்கிறார்; மேட்டிமையானவனையோ தூரத்திலிருந்து அறிகிறார்” (சங்கீதம் 138:6).

“அவர் சிறியவனைப் புழுதியிலிருந்து தூக்கிவிடுகிறார்; எளியவனைக் குப்பையிலிருந்து உயர்த்துகிறார்; அவனைப் பிரபுக்களோடும், தமது ஜனத்தின் அதிபதிகளோடும் உட்காரப் பண்ணுகிறார்” (சங்கீதம் 113:7-8).

ஆகையால், நம் வாழ்க்கையில் ஏற்படும் தீமைகள் எல்லாம் வீணானவை அல்ல. அவற்றிற்குள் ஒரு தெய்வீக

நோக்கம் மறைந்திருக்கலாம். நம் தேவன், தீமையை நன்மை யாக மாற்றும் வல்லமையுடையவர்.

எனவே, தோல்விகளை நினைத்து துவள வேண்டாம்.
அவமானங்களை மனதில் சுமந்து நடக்க வேண்டாம்.
எதிர்மறை வார்த்தைகளால் உடைந்து போக வேண்டாம்.

அவற்றையெல்லாம் உதறி விடுங்கள்!
அவற்றை படிக்கட்டுகளாக மாற்றுங்கள்!

துணிவுடன் எழுந்து நில்லுங்கள்.
நம்பிக்கையுடன் முன்னேறுங்கள்.
நிச்சயம் வெற்றி உங்களுக்கே சொந்தமாகும்.

அவமானங்களை உதறிடுங்கள் - உயர்வை அடையுங்கள்!

03

ஏழைகளின் தாய்

இந்திய மண்ணில் ஏழை, எளிய மக்களுக்கு அர்ப்பணிப்புடன் சேவை செய்து, உலகமெங்கும் அன்பும் மரியாதையும் பெற்றவர் அன்னை தெரசா. அவருடைய வாழ்க்கை முழுவதும் தன்னலமற்ற சேவைக்கே அர்ப்பணிக்கப்பட்டது. தன்னுடைய தேவைகளுக்காக அவர் ஒருபோதும் யாரிடமும் கை நீட்டியதில்லை; ஆனால் ஏழைகளின் நலனுக்காக அவர் உலகமெங்கும் நிதி உதவிகளைப் பெற்றுத் தந்தார்.

அன்னை தெரசா இந்தியாவில் தன் சேவையை ஆரம்பித்த காலங்களில், மிகவும் எளிய முறையில் பணியாற்றினார். அவர் தெருக்களிலும் சந்தைகளிலும் சென்று, தன் சேவை மையங்களுக்கான உதவிகளை கேட்டுக்கொண்டிருந்தார். அது அவருடைய தினசரி பணிகளில் ஒன்றாகவே இருந்தது.

ஒரு நாள், அவர் ஒரு கடைக்காரரிடம் நிதி உதவி கேட்டு நின்றார். அந்தக் கடைக்காரர் வெற்றிலைப் பாக்கு சாப்பிட்டு கொண்டிருந்தார். அன்னை தெரசா அவரிடம் பணிவுடன் உதவி கேட்டபோதும், அவர் கவனிக்காதது போல் நடந்துகொண்டார். அன்னை தெரசா தளராமல், மீண்டும் ஒருமுறை அவரிடம் உதவி கேட்டார்.

இதனால் சினந்த கடைக்காரர், அவரை அவமதிக்கும் விதமாக, அன்னை தெரசா நீட்டிய கையில் எச்சிலைத் துப்பினார். இத்தகைய அவமானத்திற்கும் அன்னை தெரசா மனம் தளரவில்லை. மாறாக, அவர் மிக அமைதியாகவும் அன்புடனும் கூறினார்: "நீங்கள் கொடுத்ததை நான் எனக்காக வைத்துக் கொள்கிறேன்; ஆனால் என் விடுதியில் உள்ள அனாதை குழந்தைகளுக்காக ஏதாவது கொடுக்க முடியுமா?"

அவருடைய இந்த வார்த்தைகள் அந்தக் கடைக்காரரின் மனதை ஆழமாகத் தொட்டன. உடனே அவர் வெட்கமடைந்து, "இவ்வளவு சகிப்புத்தன்மை கொண்டவரை நான் இதுவரை பார்த்ததில்லை" என்று கூறி, தன்னிடம் இருந்த பணத்தை முழுவதுமாக அந்த அனாதை குழந்தைகளின் நலனுக்காக வழங்கினார்.

இறைமக்களே, தன்னலமற்ற சேவையின் உச்சமாக அன்னை தெரசாவின் வாழ்க்கை விளங்குகிறது. பிறரின் துயரத் தை தன் துயரமாக எண்ணி, அவர்களுக்கு உதவ வேண்டும் என்ற மனப்பாங்கு தான் உண்மையான மனிதநேயத்தின் அடையாளமாகும். இன்றைய உலகில், பலர் நன்மை செய்வதற்கும் கூட பிரதிபலன் எதிர்பார்க்கிறார்கள்.

திருமணம் போன்ற நிகழ்ச்சிகளில் வழங்கப்படும் பரிசுகள் கூட, ஒரு வகையான எதிர்பார்ப்பை உருவாக்குகின்றன. "நாம் கொடுத்தோம்; அவர்கள் திருப்பிக் கொடுக்க வேண்டும்" என்ற எண்ணம் பலரிடமும் நிலவுகிறது. ஆனால் திருமறை நமக்கு வேறொரு உயர்ந்த சிந்தனையை கற்றுத் தருகிறது:

"உங்களுக்கு நன்மை செய்கிறவர்களுக்கே நீங்கள் நன்மை செய்தால், உங்களுக்குப் பலன் என்ன?" (லூக்கா 6:33)

நன்மை செய்வது என்பது ஒரு பரிமாற்றம் அல்ல; அது ஒரு அர்ப்பணிப்பு. எந்த எதிர்பார்ப்பும் இன்றி செய்யப்படும் உதவி தான் உண்மையான நற்செயல். இன்றைய நவீன உலகில், பிரதி பலன் எதிர்பார்க்காமல் உதவும் நல்ல இதயங்களே சமுதாயத்தின் காயங்களுக்கு மருந்தாக இருக்கின்றன. அவர்கள் தான் மனித நேயத்தின் விளக்குகளாக விளங்குகிறார்கள்.

நாம் நற்செயல் செய்ய முனைந்தால், பல தடைகளும், அவமானங்களும், ஏமாற்றங்களும் நம்மை சந்திக்கலாம். சில நேரங்களில் நாம் செய்த நன்மைக்கே எதிராகவே பதில்கள் வரலாம். இருப்பினும், அதனால் நாம் சோர்ந்து போகக் கூடாது.

திருமறை நமக்கு ஊக்கமளிக்கிறது:

“நன்மை செய்வதில் சோர்ந்துபோகாமல் இருப்போமாக; நாம் தளர்ந்து போகாதிருந்தால், ஏற்ற காலத்தில் நன்மைகளை அறுப்போம்” (கலாத்தியர் 6:9)

அன்னை தெரசாவின் வாழ்க்கை இதையே கற்றுத் தருகிறது.

அவமானத்தை அன்பால் வெல்லலாம்,
கோபத்தை அமைதியால் மாற்றலாம்,
சுயநலத்தை தியாகத்தால் ஜெயிக்கலாம்.

ஆகையால்,
நாம் உதவும் கையை நீட்டுவோம்,
நாம் அன்பை விதைப்போம்,
நாம் மனிதநேயத்தை வளர்ப்போம்.

அப்பொழுது, இந்த உலகம் மேலும் அழகானதாக மாறும்.

04

"நான்" என்னும் அகங்காரம்

ஒரு நாள், மனிதனின் கையில் உள்ள ஐந்து விரல்களுக்குள் ஒரு வினோதமான விவாதம் ஏற்பட்டது. "எங்களில் யார் முக்கியமானவர்?" என்ற கேள்வி ஒவ்வொரு விரலின் மனதிலும் எழுந்தது. அந்தச் சின்னச் சச்சரவு, விரைவில் பெரும் வாதமாக மாறியது.

முதலில் கட்டைவிரல் பெருமிதத்துடன் பேசத் தொடங்கியது: "நான் இல்லாமல் நீங்கள் எதையும் செய்ய முடியாது. பிடிப்பதற்கும், பிடித்து வைத்திருக்கவும் என்னு டைய உதவி அவசியம். ஆகவே, நான்தான் உங்களில் மிக முக்கியமானவன்."

அடுத்ததாக ஆள்காட்டி விரல் தன் பெருமையை வெளிப்படுத்தியது: "என்னைப் பயன்படுத்தியே மனிதர்கள் திசைகளைச் சுட்டிக் காட்டுகிறார்கள். வழிகாட்டுவதிலும், அறிவுறுத்துவதிலும் எனக்கு தனித்தன்மை உண்டு. அதனால், எனக்கே முக்கியத்துவம் அதிகம்."

இதை கேட்ட நடுவிரல் சற்று கோபத்துடன் கூறியது: "நீங்கள் எல்லோரும் பேசிக் கொண்டிருக்கலாம். ஆனால் உயரத்தில் பார்க்கும்போது நான்தான் உங்களில் உயரமானவன். உயரம் பெருமையின் அடையாளம். ஆகவே, நான்தான் முதன்மையானவன்."

நான்காவது விரலான மோதிர விரல் அமைதியாக தன் கருத்தை பகிர்ந்தது: "உங்களில் யாருக்கும் இல்லாத ஒரு சிறப்பு எனக்குண்டு. மனிதர்கள் தங்க மோதிரங்களையும் வைர மோதிரங்களையும் அணிவது என்னைத் தான். அதனால்

எனக்கு ஒரு தனி மரியாதை உண்டு. எனவே, முக்கியத் துவம் எனக்கே அதிகம்.”

இறுதியாக சுண்டுவிரல் சிரித்தபடி கூறியது: “நீங்கள் அனைவரும் உங்களைப் பற்றி பெருமை பேசிக் கொண்டிருக் கிறீர்கள். ஆனால் ஒருவர் மற்றவரை வணங்கும்போதோ, இறைவனை வணங்கும்போதோ, நான் தான் முன்பாக நிற்கிறேன். நீங்கள் எல்லோரும் எனக்குப் பின்னால்தான் நிற்கிறீர்கள். அதனால், நான்தான் முதன்மையானவன்.”

இவ்வாறு ஒவ்வொரு விரலும் தங்களது சிறப்புகளை எடுத்துக் கூறி, தங்களை உயர்ந்தவர்களாக நிரூபிக்க முயன்றுகொண்டிருந்தன. ஆனால் அந்த விவாதத்திற்கு முடிவு எதுவும் வரவில்லை. அவ்வேளையில், சாலையில் ஒரு வியாபாரி “லட்டு! லட்டு!” என்று கூவி கொண்டு வந்தான். அதை கேட்டவுடன், எந்த விரலும் தனித்து செயல்படவில் லை. மறுவினாடி, ஐந்து விரல்களும் ஒன்றுபட்டு செயல்பட்டு, அந்த வியாபாரியிடமிருந்து லட்டை வாங்கிக்கொண்டன.

அப்போது தான் அவை உணர்ந்தன. “தனித்தனியாக இருந்தால் பெருமை பேசலாம்; ஆனால் ஒன்றிணைந்தால் மட்டுமே செயல்பட முடியும்”

இறைமக்களே, இச்சிறிய உவமை நமக்கு மிகப் பெரிய வாழ்க்கைப் பாடத்தை கற்றுத் தருகிறது. நம் வாழ்க்கையில் ஏற்படும் பல பிரச்சினைகளுக்கும், உறவுகள் சிதைவதற்கும், மனக்கசப்புகள் உருவாகுவதற்கும் அடிப்படை காரணம் “நான்” என்னும் அகங்காரம்தான். “நான் சிறந்தவன்”, “நான் உயர்ந்தவன்”, “எனக்கே முக்கியம்” என்ற எண்ணம் மனிதனை தனிமைப்படுத்துகிறது.

தன்னை முன்னேற்றிக் காட்டிக் கொள்ளும் எண்ணம் தவறல்ல. அது ஒருவரின் முன்னேற்றத்திற்குத் தேவையானது. ஆனால் “நான் மட்டுமே சிறந்தவன்” என்ற மனப்பான்மை ஆபத்தானது. அது உறவுகளை உடைக்கிறது, மனிதநேயத்தை சிதைக்கிறது, சமுதாயத்தைப் பிரிக்கிறது.

“நான்! நான்! நான்!” என்ற சுயநலம், பெருமை, கர்வம் ஆகியவை நாளடைவில் மனிதனை மனிதத்தன்மையிலிருந்து விலக்கி விடும். அது அவனை கடினமான மனநிலையுடன் வாழ வைக்கிறது.

அதனால் தான் இயேசு கிறிஸ்துவின் சீடரான பேதுரு இப்படிக் கூறுகிறார். *“இளைஞரே, மூப்பருக்குக் கீழ்ப்படியுங்கள். நீங்கள் எல்லாரும் ஒருவருக்கொருவர் கீழ்ப்படிந்து, மனத்தாழ்மையை அணிந்துகொள்ளுங்கள்; பெருமையுள்ளவர்களுக்கு தேவன் எதிர்த்து நிற்கிறார்; தாழ்மையுள்ளவர்களுக்கோ கிருபை அளிக்கிறார்” (1 பேதுரு 5:5).*

மனிதனுக்கும் மனிதனுக்கும் இடையில் தெரியாமல் நிற்கும் மிகப்பெரிய தடையாக இருப்பது இந்த “நான்” என்னும் அகங்காரம் தான்.

எங்கெல்லாம் உறவுகள் முறிகிறதோ, அங்கெல்லாம் மறைந்து செயல்படுவது “நானும் எனதுமே” என்ற எண்ணமே. நாம் வாழும் இந்த உலகம் நிலையற்றது. இன்றிருப்போர் நாளை இல்லாமலாகலாம். அப்படியிருக்க, இந்த அளவுக்கு தலைக்கனம் எதற்காக?

நாம் உண்மையான மகிழ்ச்சியையும், பூரணத்தையும் அடைய விரும்பினால்,

அகந்தையை விட வேண்டும்.
தாழ்மையை அணிய வேண்டும்.
ஒற்றுமையை வளர்க்க வேண்டும்.

விரல்கள் தனித்தனியாக இருந்தால் அவை பலவீனமானவை; ஆனால் ஒன்றிணைந்தால் ஒரு வலிமையான கையாக மாறுகின்றன. அதேபோல், மனிதர்கள் தாழ்மையுடன் ஒன்றிணைந்தால், அவர்கள் வாழ்க்கை வலிமையுடனும் அர்த்தமுடனும் விளங்கும். "நான்" என்பதை விடுவோம், "நாம்" என்பதில் இணைவோம்.

05

தியாகத்தின் உயர்வு

ஒரு பட்டதாரி வாலிபன், தன் வாழ்க்கைக்கு ஏற்ற நல்ல வேலை ஒன்றைப் பெறும் நோக்கில் தினமும் செய்தித்தாள்களை ஆராய்ந்து பார்த்துக் கொண்டிருந்தான். அவன் எதிர்காலத்தை அமைப்பதற்காக தீவிரமாக முயற்சி செய்து கொண்டிருந்த காலம் அது.

ஒருநாள், செய்தித்தாளில் வெளிவந்த ஒரு சிறிய விளம்பரம் அவனது கவனத்தை ஆழமாகக் கவர்ந்தது. “உடனடி தேவை” என்ற தலைப்பில் வெளியிடப்பட்டிருந்த அந்த அறிவிப்பில், டெல்லியில் உள்ள ஒரு தனியார் மருத்துவமனையில் நான்கு குழந்தைகளுக்குத் தாயான ஒரு பெண் உயிர் போராட்டத்தில் இருப்பதாக குறிப்பிடப்பட்டிருந் தது. அவளது சிறுநீரகங்கள் செயலிழந்ததால் அவசரமாக சிறுநீரக தானம் தேவைப்படுவதாகவும், மனமுள்ளவர்கள் உடனடியாக தொடர்பு கொள்ளுமாறும் அதில் கேட்டுக்கொள் ளப்பட்டிருந்தது.

இந்த அறிவிப்பை வாசித்தவுடன், அந்த வாலிபனின் மனம் அமைதியிழந்தது. “நான் ஏதேனும் செய்ய முடியுமா?” என்ற எண்ணம் அவனை விட்டு நீங்கவில்லை. தன்னுடைய வாழ்க்கை, எதிர்காலம் ஆகியவற்றைப் பற்றிய சிந்தனை களை எல்லாம் ஓரங்கட்டி வைத்து, பிறரின் உயிரைக் காப்பாற்ற வேண்டும் என்ற உயர்ந்த எண்ணம் அவனுள் மேலோங்கியது.

தாமதிக்காமல் அவன் ரெயில் டிக்கெட் எடுத்துக் கொண்டு மறுநாளே டெல்லிக்குப் புறப்பட்டான். அங்கு மருத்துவமனையைச் தொடர்பு கொண்டு, தன் சிறுநீரகத்தை தானமாக வழங்கத் தயார் என்று தெரிவித்தான்.

அந்த வாலிபனின் தியாக மனப்பாங்கைக் கண்டு மருத்துவர்கள் வியந்தனர். அதே நேரத்தில், அவரிடம் இந்த முடிவின் தீவிரத்தையும் விளக்கினர். "ஒரு சிறுநீரகத்தை இழப்பதால் உன் உடல்நிலையில் ஏற்படக்கூடிய மாற்றங்கள் என்ன? அறுவை சிகிச்சையின் போது ஏற்படும் வலி, பின்னர் எதிர்கொள்ள வேண்டிய சவால்கள் என்ன?" என்பதனை அவர்கள் தெளிவாக கூறினர்.

அனைத்தையும் கவனமாகக் கேட்ட பிறகும், அந்த வாலிபன் தன் முடிவில் அசைக்கப்படவில்லை. "இதற்காகவே நான் வந்தேன்," என்று உறுதியுடன் கூறி, தேவையான ஒப்புதல்களை அளித்தான்.

இறுதியில், அவனுடைய ஒரு சிறுநீரகம், அவன் ஒருபோதும் முன்பு சந்திக்காத, சுமார் நாற்பது வயதுடைய ஒரு ஏழைப்பெண்ணின் உடலில் வெற்றிகரமாக பொருத்தப்பட்டது. அந்த அறுவை சிகிச்சை வெற்றியடைந்து, அந்தத் தாய் உயிர் பிழைத்தாள்.

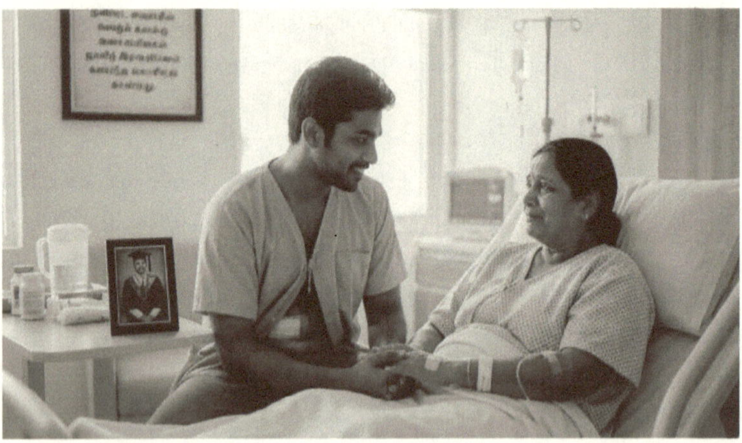

அந்த ஏழைத்தாயின் கணவர், தன் மனைவியின் உயிரைக் காப்பாற்றிய வாலிபனிடம் அளவற்ற நன்றியுணர்வு டன் அணுகி, தன்னால் இயன்ற அளவில் பணமோ பரிசோ வழங்க முயன்றார். ஆனால் அந்த வாலிபன் புன்னகையுடன்

அதை மறுத்துவிட்டு, எந்த எதிர்பார்ப்பும் இன்றி தன் ஊருக்குத் திரும்பிப் போனான்.

இறைமக்களே, இந்த நிகழ்வு தியாகத்தின் உண்மை யான அர்த்தத்தை நமக்கு எடுத்துக் காட்டுகிறது. அந்த வாலிபன், தன் சொந்த உடலின் ஒரு பகுதியை தியாகம் செய்ததன் மூலம், ஒரு குடும்பத்தையே காப்பாற்றினான். அவன் இந்தச் செயலைச் செய்யவில்லை என்றால், அந்த ஏழைத் தாய் பரிதாபமாக உயிரிழந்திருப்பாள்.

இவ்வாறே, மனிதகுலத்தின் மீட்பிற்காக மிகப்பெரிய தியாகத்தைச் செய்தவர் இயேசு கிறிஸ்து. நாம் எவ்வித நற்கிரியைகளும் இல்லாதபோதிலும், நாம் அனுபவிக்க வேண்டிய தண்டனையை அவர் தன் மீது ஏற்றுக்கொண்டார். சிலுவையில் அவர் அர்ப்பணித்த தியாகம், மனிதனின் பாவக் கடனைத் தீர்த்தது. *"நாம் பாவிகளாயிருக்கையில் கிறிஸ்து நமக்காக மரித்ததினாலே, தேவன் நம்மேல் வைத்த தமது அன்பை வெளிப்படுத்துகிறார்" (ரோமர் 5:8).*

நாம் நீதிமான்களாக, அவர் பாவங்களைச் சுமந்தார்.
நாம் ஆரோக்கியம் பெற, அவர் காயங்களை ஏற்றார்.
நாம் வளமுடன் வாழ, அவர் தரித்திரத்தைத் தாங்கினார்.
நாம் சுதந்திரம் அடைய, அவர் சாபத்தைச் சுமந்தார்.

ஆகையால், *நாம் தியாகத்தின் மதிப்பை உணர்வோம். பிறருக்காக வாழும் மனப்பாங்கை வளர்ப்போம். எதிர்பார்ப்பில் -லாத அன்பை செயலால் காட்டுவோம்*

06

இயலாமையை வென்ற வீரன்

ஆஸ்திரேலியாவில் வசித்து வந்த ஒரு தம்பதியருக்கு, 1982-ஆம் ஆண்டு ஒரு ஆண் குழந்தை பிறந்தது. ஆனால் அந்தப் பிறப்பு மகிழ்ச்சியை விட வேதனையையே அதிகமாகக் கொண்டு வந்தது. காரணம், அந்தக் குழந்தை இரண்டு கைகளும், இரண்டு கால்களும் இல்லாமல் பிறந்திருந்தது. இவ்வாறான நிலையைப் பார்த்த பெற்றோர் மனமுடைந்து கண்ணீர்விட்டு கதறி அழுதனர்.

ஆனால் காலப்போக்கில் அவர்கள் தங்கள் மனதைத் தைரியப்படுத்திக் கொண்டு, இறைநம்பிக்கையுடன் அந்தக் குழந்தையை ஏற்றுக்கொண்டனர். "இவனது வாழ்க்கைக்கும் ஒரு நோக்கம் இருக்கிறது" என்ற நம்பிக்கையுடன், அந்தக் குழந்தைக்கு "நிக் உஜிசிக்" என்று பெயர் வைத்தனர். நிக் உஜிசிக்கிற்கு கைகளோ கால்களோ இல்லாத நிலையில், இடுப்புப் பகுதியில் சிறிய இரு விரல்கள் போன்ற அமைப்பு மட்டுமே இருந்தது. மருத்துவர்கள் அறுவை சிகிச்சை மூலம் அந்த இரண்டு விரல்களையும் பிரித்து, அவனுக்குச் சிறிதளவு இயங்கும் திறனை வழங்கினர்.

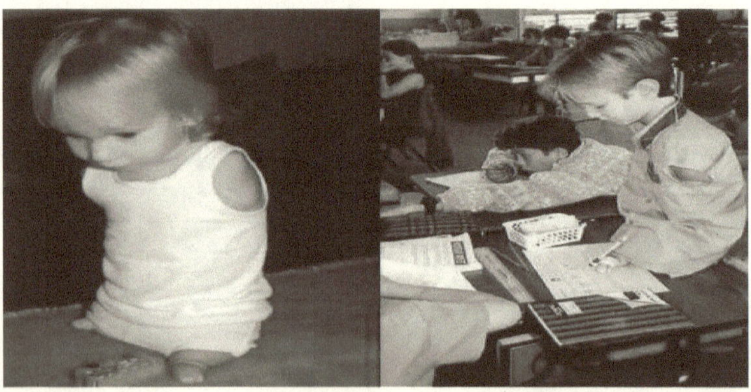

பிற குழந்தைகள் ஓடி விளையாடும் வயதில், நிக் வீட்டின் ஒரு மூலையில் அசைவற்ற நிலையில் இருந்தான். வளர வளர, “ஏன் நான் இப்படி பிறந்தேன்?” என்ற கேள்வி அவனது மனதை அடிக்கடி வாட்டியது. உடல் வலியைவிட மன வேதனையே அதிகமாக இருந்தது.

அவனை பள்ளியில் சேர்க்க பெற்றோர் முயன்றபோது, பல பள்ளிகள் அவனை ஏற்க மறுத்தன. இறுதியில் நீதிமன்றத் தின் உதவியால் தான் அவனுக்கு கல்வி கிடைத்தது. ஆனால் பள்ளி வாழ்க்கையும் எளிதானதாக இருக்கவில்லை. நண்பர்கள் அவனுடன் பழகத்தயங்கினர். சில மாணவர்கள் அவனது தோற்றத்தை கேலி செய்தனர். இகழ்ச்சியும் அவமானமும் அவனை ஆழமாக காயப்படுத்தின.

ஒரு கட்டத்தில், அவன் வாழ்க்கையை முடித்துக் கொள்ள நினைத்தான். குளிக்கும் தண்ணீர் தொட்டியில் தற்கொலை செய்ய முயன்றான். ஆனால் அவன் பெற்றோர் அவனை காப்பாற்றினர். அப்போது அவர்கள் கூறிய வார்த்தைகள் அவனது வாழ்க்கையை மாற்றின.

“மகனே, நீ பிறந்ததற்கு ஒரு நோக்கம் இருக்கிறது. அந்த நோக்கத்தை நிறைவேற்ற இறைவனை நம்பி ஜெபிக்க வேண்டும்.” இந்த வார்த்தைகள் நிக் உஜிசிக்கின் மனதில் நம்பிக்கையின் விதையை விதைத்தன.

நிக் உஜிசிக், இயேசு கிறிஸ்துவின் மேல் ஆழமான விசுவாசத்தை வைத்திருந்தார். அந்த விசுவாசமும், உறுதியான மனவலிமையும் அவருடைய வாழ்க்கையை மாற்றியமைத்தன. அவர் தன்னை இரக்கத்துக்குரியவராக அல்ல, திறமையுள்ள வராகக் காணத் தொடங்கினார்.

அவரது நடையில் நம்பிக்கை தோன்றியது. பேச்சில் தைரியம் வந்தது. ஒருகாலத்தில் அவமானம் சந்தித்த அதே பள்ளியில் அவர் மாணவர் தலைவராக உயர்ந்தார். பின்னர் கல்லூரியில் சேர்ந்தபோது அங்கும் திறமையுடன் விளங்கி,

கணக்கியல் துறையில் பட்டம் பெற்றார். உடலில் கைகள், கால்கள் இல்லாவிட்டாலும், அவர் வாழ்க்கையை நிறுத்திக் கொள்ளவில்லை. மாறாக, பல சாதனைகளை நிகழ்த்தினார்:

- *நீச்சல் போட்டிகளில் பங்கேற்றார்*
- *ஸ்கேட்டிங் கற்றார்*
- *செயற்கை கை உதவியுடன் வாகனம் ஓட்டினார்.*
- *தனது சிறிய விரல்களுக்கிடையில் பேனா வைத்து எழுதவும் ஓவியம் வரையவும் கற்றார்.*
- *கணினியில் நிமிடத்திற்கு 45 வார்த்தைகள் தட்டச்சு செய்தார்.*
- *இசைக்கருவிகளை வாசித்தார்.*
- *உலகம் முழுவதும் பயணம் செய்து, உரைகள் வழங்கினார்.*

ஒருகாலத்தில் “இவரால் என்ன செய்ய முடியும்?” என்று கேலி செய்த உலகமே, பின்னர் “இவரைப் போல எப்படி வாழலாம்?” என்று கற்றுக்கொள்ளத் தொடங்கியது.

திருமணம் செய்யத் தகுதியே இல்லை என்று பலர் நினைத்த நிக் உஜிசிக், பின்னர் கானே மியாகரா என்ற பெண்ணைத் திருமணம் செய்து கொண்டார். இன்று அவர் நான்கு குழந்தைகளின் தந்தையாக மகிழ்ச்சியுடன் வாழ்ந்து வருகிறார்.

ஒருகாலத்தில் விரக்தியின் எல்லையில் நின்றவர், இன்று உலகம் முழுவதும் கோடிக்கணக்கான மக்களுக்கு நம்பிக்கையை விதைக்கும் மனிதராக உயர்ந்துள்ளார். பல நாடுகளுக்கு பயணம் செய்து, லட்சக்கணக்கான மக்களுக்கு தன்னம்பிக்கைப் பயிற்சிகளை வழங்கியுள்ளார்.

அவர் எங்குச் சென்றாலும் ஒரு சவாலை முன்வைக் கிறார்: "என்னால் முடிந்தால், உங்களால் ஏன் முடியாது?"

இறைமக்களே, நீங்கள் உங்கள் தோற்றத்தைப் பற்றியோ, உங்கள் இயலாமைகளைப் பற்றியோ, உங்கள் குடும்ப சூழ்நிலையைப் பற்றியோ கவலைப்படுகிறீர்களா? "கவலைப்படுகிறதினாலே உங்களில் எவன் தன் சரீர அளவோடு ஒரு முழத்தைக் கூட்டுவான்?" (மத்தேயு 6:27)

கவலைப்படுவது எந்த மாற்றத்தையும் உருவாக்காது. ஆனால் நம்பிக்கையும் முயற்சியும் வாழ்க்கையை மாற்றும். உங்களிடம் இல்லாதவற்றை எண்ணி துவள வேண்டாம். உங்களிடம் உள்ளவற்றை அறிந்து வளர்த்துக்கொள்ளுங்கள். உங்கள் பலவீனங்களை பலமாக மாற்றும் வழிகளைத் தேடுங்கள்.

"அவர் சிறியவனைப் புழுதியிலிருந்து எடுத்துக் கொண்டு, எளியவனைக் குப்பையிலிருந்து உயர்த்துகிறார்; அவர்களைப் பிரபுக்களோடே உட்காரவும், மகிமையுள்ள சிங்காசனத்தைச் சுதந்தரிக்கவும் செய்கிறார்" (1 சாமுவேல் 2:8)

ஆகையால், தேவனை நம்புங்கள், சோர்ந்து போகாமல் தொடர்ந்து செயல்படுங்கள். நிச்சயம், நீங்கள் சாதிப்பீர்கள். இயலாமை ஒரு முடிவு அல்ல, அது ஒரு தொடக்கம்.

07

பெற்றோரின் மதிப்பு

ஒரு மனிதர் தனது 45-ஆவது வயதில் மனைவியை இழந்தார். வாழ்க்கையின் மிகப் பெரிய இழப்பைச் சந்தித்த அந்த நேரத்தில், உறவினர்களும் நண்பர்களும் அவரை மறுமணம் செய்து கொள்ளுமாறு பலமுறை வற்புறுத்தினர். “இன்னும் வயது இருக்கிறது; வாழ்க்கை முன்னால் உள்ளது” என்று அவர்கள் கூறினார்கள்.

ஆனால் அவர் திடமாக மறுத்தார்: “என் மனைவி எனக்கு ஒரு மகனை விட்டுச் சென்றிருக்கிறாள். அவனே என் வாழ்க்கையின் அர்த்தம். அவனை வளர்த்து நல்ல மனிதனாக் குவது தான் இனி என் கடமை. அவன் மகிழ்ச்சியில் நான் மகிழ்வேன்; அவன் வெற்றியில் நான் நிறைவை அடைவேன். எனக்கு இன்னொரு துணை தேவையில்லை” என்று உறுதியா கச் சொன்னார்.

அந்த நாளிலிருந்து அவர் தன் முழு வாழ்க்கையை யும் தனது மகனுக்காக அர்ப்பணித்தார். தாய் இல்லாத குறையை உணராமல் வளர்க்க, தந்தை இரட்டிப்பு அன்புடன் அவனைப் பராமரித்தார். கல்வி, ஒழுக்கம், வாழ்க்கை நெறி - அனைத்திலும் அவனை உயர்த்தினார்.

காலம் விரைந்து ஓடியது. மகன் வளர்ந்து பெரிய வனானான். தந்தை தன் உழைப்பால் சேர்த்த வீடும், வியாபாரமும் அனைத்தையும் மகனின் பெயரில் எழுதி கொடுத்து, தானோ ஓய்வு பெற்றார். பின்னர் மகனுக்கு திருமணம் செய்து வைத்து, அவர்களுடனேயே அமைதியாக வாழத் தொடங்கினார். ஒரு வருடம் இவ்வாறு சென்றது.

ஒரு நாள், வழக்கத்தை விட சற்றுச் சீக்கிரமாக காலை உணவு உண்ண வந்தார். மருமகளிடம், "ரொட்டிக்கு சிறிது வெண்ணெய் தர முடியுமா?" என்று மெதுவாகக் கேட்டார். அதற்கு மருமகள், "வெண்ணெய் இல்லை" என்று அலட்சியமாகச் சொல்லிவிட்டாள்.

அந்த நேரத்தில் மகனும் அங்கு இருந்தான். எதையும் பேசாமல் தந்தை வெறும் ரொட்டித் துண்டை உண்டு விட்டு எழுந்து சென்றார்.

சிறிது நேரத்தில் மகன் உணவருந்த அமர்ந்தபோது, அதே மேசையில் மருமகள் வெண்ணெயைக் கொண்டு வந்து வைத்தாள். இதைக் கண்ட மகன் ஒன்றும் பேசவில்லை. ஆனால் அந்தச் சம்பவம் அவன் மனதில் ஆழமாகப் பதிந்தது. அந்த நாள் முழுவதும் அதைப் பற்றிய சிந்தனையே அவனை விட்டு நீங்கவில்லை.

மறுநாள் காலையில், மகன் தன் தந்தையை அழைத்து, "அப்பா, வாருங்கள், நாம் வக்கீலைப் பார்த்து வரலாம்" என்றான். தந்தை ஆச்சரியத்துடன், "எதற்காக?" என்று கேட்டார். மகன் அமைதியாக பதிலளித்தான்: "நானும் என் மனைவியும் ஒரு வாடகை வீட்டிற்கு குடிபோகிறோம். நீங்கள் என் பெயரில் எழுதி வைத்துள்ள வீடும், வியாபாரமும் அனைத்தையும் மீண்டும்

உங்கள் பெயருக்கே மாற்றிக் கொள்ளுங்கள். இனிமேல் நான் இந்த சொத்துகளில் எந்த உரிமையும் கோரமாட்டேன். மாதம் சம்பளம் வாங்கும் சாதாரண தொழிலாளியாக வாழ்கிறேன்."

இதைக் கேட்ட தந்தை அதிர்ச்சியடைந்து, "என்ன இது? ஏன் இப்படி திடீர் முடிவு?" என்று கேட்டார். மகன் கண்களில் ஈரத்துடன் கூறினான்: "அப்பா, உங்கள் மதிப்பு என்ன என்பதை என் மனைவிக்கு உணர்த்த வேண்டிய கட்டாயம் வந்துவிட்டது. ஒரு சாதாரண வெண்ணெய்க்காக நீங்கள் யாரிடமும் கையேந்த வேண்டிய நிலை வரக்கூடாது. நீங்கள் எனக்கு கொடுத்த வாழ்க்கையின் மதிப்பை அவள் புரிந்து கொள்ள வேண்டும். தயவு செய்து எனக்கு மறுப்பு சொல்லாதீர்கள்."

தந்தை, மகனின் மனநிலையைப் புரிந்து கொண்டு அமைதியாக நின்றார். அந்த நேரத்தில், ஒரு உண்மை தெளிவானது. அன்பால் வளர்க்கப்பட்ட மகன், அன்பின் மதிப்பை உணர்ந்திருந்தான்.

இறைமக்களே, இந்தக் கதை நமக்கு ஒரு ஆழமான உண்மையை எடுத்துரைக்கிறது. பெற்றோர் பிள்ளைகளுக்கு பல நேரங்களில் தேவைகளை நிறைவேற்றித் தரும் "ஏ.டி.எம். கார்டு" போல இருக்கலாம். ஆனால் பிள்ளைகள் தங்கள் பெற்றோருக்குப் "ஆதார் அட்டை" போன்றவர்கள் போல மாற வேண்டும். கரணம் பெற்றோர்கள் தான் வாழ்வின் அடையாளம், பெருமை, ஆதாரம்.

இன்றைய தலைமுறையில், "உங்களுக்கு என்ன தெரியும்? நீங்கள் பழைய காலத்தவர்கள்! இது 21-ஆம் நூற்றாண்டு!" என்று சொல்லி பெற்றோரின் அனுபவத்தை மதிக்காமல் விடும் நிலை அதிகரித்து வருகிறது. ஆனால் ஒரு உண்மையை நாம் மறக்கக் கூடாது: பெற்றோர் இல்லாமல், நமக்கு அடையாளமே இல்லை.

திருமறை இவ்வாறு கூறுகிறது:

"உன்னைப் பெற்ற தகப்பனுக்குச் செவி கொடு; உன் தாய் வயது சென்றவளாகும்போது அவளை அசட்டை பண்ணாதே" (நீதிமொழிகள் 23:22). மேலும், பத்துக் கட்டளைகளில் வாக்குத்தத்தத்துடன் கூடிய கட்டளை இதுவே:

"உன் தேவனாகிய கர்த்தர் உனக்குக் கொடுக்கிற தேசத்தில் உன் நாட்கள் நீடித்திருக்கும்படி, உன் தகப்பனையும் உன் தாயையும் கனம் பண்ணுவாயாக" (யாத்திராகமம் 20:12).

ஆகையால்,
பெற்றோரை புறக்கணிப்பது என்பது,
கடவுளின் வார்த்தையையே புறக்கணிப்பதற்கு சமம்.

அவர்கள் வயதாகும் போது,
அவர்களை மதிப்போம்.
அவர்களை கவனிப்போம்.
அவர்களின் தியாகங்களை நினைவில் கொள்ளுவோம்.

நாம் இன்று இருப்பதற்குக் காரணம் அவர்கள். நாம் உயர வேண்டும் என்றால், அவர்களை உயர்த்த வேண்டும்.

08

தாக்குவதற்கு அல்ல, தாங்குவதற்கே

ஸ்டான்லி என்பவர் ஒரு தனியார் நிறுவனத்தில் மேற்பார்வையாளராகப் பணியாற்றி வந்தார். திறமையானவராக இருந்தாலும், மற்றவர்களை கேலி செய்து பேசுவது அவரது பழக்கமாக இருந்தது. அவருடைய வார்த்தைகள் பலரையும் சிரிக்க வைத்தாலும், சிலரின் மனங்களை அமைதியாக காயப்படுத்திக் கொண்டே இருந்தன.

ஒருநாள், வழக்கம்போல் சக பணியாளர்களுடன் மதிய உணவருந்திக் கொண்டிருந்தார். அப்போது அவர் தன் மேலாளரைப் பற்றிக் கேலியாகவும் இழிவாகவும் பேசத் தொடங்கினார். அவரது வார்த்தைகள் எல்லையைத் தாண்டியதால், அங்கு இருந்த சிலர் அதிருப்தியடைந்தனர். அந்தச் சம்பவம் விரைவில் மேலாளரின் காதிற்கும் எட்டியது.

உடனே மேலாளர், ஸ்டான்லியை தனது அலுவலக அறைக்கு வரவழைத்தார். அமைதியாக அவர் கேட்டார்: "நீங்கள் என்னைப் பற்றி இழிவாகப் பேசியது உண்மையா?" ஸ்டான்லி தயக்கத்துடன், "ஆமாம் ஐயா, என்னை மன்னித்துவிடுங்கள்" என்று கூறினார்.

அதற்கு மேலாளர் கடுமையாக எச்சரித்தார்: "நீங்கள் எதைப் பேச வேண்டுமானாலும் என் முன்னிலையில் நேராகப் பேசுங்கள். ஆனால் பின்னால் இருந்து இழிவாகப் பேசுவது ஏற்றுக்கொள்ள முடியாது. இதுபோன்ற செயல் மீண்டும் தொடர்ந்தால், ஆபத்தான பின் விளைவுகளை சந்திக்க வேண்டியது இருக்கும்."

இந்த வார்த்தைகள் ஸ்டான்லியின் மனதை ஆழமாகப் புண்படுத்தின. அவமானத்துடன் அவர் அறையை விட்டுவெளியே வந்தார். அன்று முழுவதும் அவர் மன அமைதியின்றி இருந்தார். தன் தவறை உணர்ந்தாலும், மனத்தில் ஒரு கனமான சுமை தங்கியிருந்தது.

வேலை முடிந்து வீட்டிற்கு வந்த ஸ்டான்லி, தனது அறையில் அமைதியாக அமர்ந்து நடந்ததை நினைத்து வருந்திக் கொண்டிருந்தார். அதை கவனித்த அவரது மனைவி, என்ன நிகழ்ந்தது என்று கேட்டார்.

அவர் நடந்ததை முழுமையாகச் சொன்னார். கவனமாகக் கேட்ட மனைவி மெதுவாகக் கூறினாள்: “நீங்கள் செய்தது தவறு. ஆனால் அதை நீங்கள் ஒப்புக்கொண்டு மன்னிப்பு கேட்டுள்ளீர்கள். இருந்தும் மனம் அமைதியில்லை என்றால், உங்கள் அறையை ஜெப அறையாக்குங்கள். தேவனிடம் மனம் திறந்து பேசுங்கள். மன்னிப்பின் உறுதியை அவர் தருவார்.”

இந்த ஆலோசனை ஸ்டான்லிக்கு புதிய ஒளியைத் தந்தது. உடனே அவர் முழங்காலில் மண்டியிட்டு ஜெபித்தார்: “கர்த்தாவே, நான் தவறு செய்தேன். என் வார்த்தைகளால் பலரின் மனதைப் புண்படுத்தியுள்ளேன். என்னை மன்னியுங்

கள். இனிமேல் யாரையும் கேலி செய்யாமல், அவர்களின் மனதை மதிக்கும் வாழ்க்கையை நடத்துவேன். நான் காயப்படுத்திய அனைவரிடமும் சமாதானமாக இருப்பதற்கு எனக்கு உதவுங்கள்."

இந்த உண்மையான மனமாற்றத்தின் ஜெபத்துக்குப் பின், அவரது உள்ளத்தில் ஒரு ஆழ்ந்த சமாதானம் நிலவத் தொடங்கியது. மனம் இலகுவானது. அடுத்த நாள் ஸ்டான்லி அலுவலகத்திற்கு புதிய உற்சாகத்துடன் சென்றார். முன்னாள் ஸ்டான்லியிலிருந்து மாறுபட்டவர் போல இருந்தார். அவர் முன்பு தன் வார்த்தைகளால் யாரை யாரை காயப்படுத்தியிருந்தாரோ, அவர்கள் ஒவ்வொருவரிடமும் சென்று மன்னிப்பு கேட்டார். சிலர் ஆச்சரியப்பட்டனர்; மகிழ்ந்தனர்; ஆனால் அனைவரும் அவரது மாற்றத்தை உணர்ந்தனர். அவரது வாழ்க்கை அந்த நாளிலிருந்து புதிய திசையை எடுத்தது.

இறைமக்களே, ஒருவரை "கேலி" என்ற பெயரில் இழிவுபடுத்துவது சரியா? ஒருவரின் உடல் அமைப்பையோ, குறைகளையோ, இயலாமைகளையோ சிரிப்பிற்கான பொருளாக மாற்றுவது மனிதநேயமா? நம் மகிழ்ச்சிக்காக மற்றொருவரின் மனதை காயப்படுத்துவது, சகோதர அன்பிற்கு முற்றிலும் எதிரானது. ஒருவர் முன்னிலையில் ஒரு பேச்சு, அவரில்லாதபோது வேறு பேச்சு. இது உண்மையான மனிதநேயமல்ல.

இறைவேதம் இவ்வாறு அறிவுறுத்துகிறது:

"மனுஷனுக்குத் தன் வாய்மொழியினால் மகிழ்ச்சி உண்டாகும்; ஏற்ற காலத்தில் சொன்ன வார்த்தை எவ்வளவு நல்லது!" (நீதிமொழிகள் 15:23)

"மனுஷனுடைய இருதயத்திலுள்ள கவலை அதை ஒடுக்கும்; நல்வார்த்தையோ அதை மகிழ்ச்சியாக்கும்" (நீதி.12:25)

நாம் அனைவரும் ஒரே மனிதக்குடும்பத்தைச் சேர்ந்த சேர்ந்த ஒருதாய் பிள்ளைகள்தான். சாதி, மதம், இனம், மொழி, கலாச்சாரம் போன்ற வேறுபாடுகளைத் தாண்டி, ஒருவரை ஒருவர் மதிக்கும் மனப்பாங்கு நமக்குள் வளர வேண்டும்.

நம் வார்த்தைகள் ஒரு ஆயுதமாக இருக்கலாம்; அதே நேரத்தில், அது ஒரு மருந்தாகவும் இருக்கலாம். எதைத் தேர்ந்தெடுப்பது என்பது நம்மிடமே இருக்கிறது. நம் வார்த்தைகள் தாக்குவதற்கு அல்ல - தாங்குவதற்கே.

09

இதயம் காணும் இறைவன்

ஒரு இளைஞன் உயர்கல்வி முடித்திருந்தான். பி.ஏ. பட்டம் பெற்றிருந்தாலும், தனது படிப்பிற்கு ஏற்ற வேலை கிடைக்காமல் அவன் மிகவும் கஷ்டப்பட்டான். பல இடங்களில் முயன்றும் அவனுக்கு வேலை கிடைக்கவில்லை. இறுதியில், "வேலை இல்லாமல் இருப்பதற்குப் பதிலாக கிடைத்த வேலையை ஏற்றுக் கொள்வதே மேல்" என்று முடிவு செய்தான்.

அவ்வாறு அவனுக்கு ஒரு சர்க்கஸ் கம்பெனியில் வேலை கிடைத்தது. அவன் எதிர்பார்த்த வேலை அல்ல அது. இருந்தாலும் வாழ்க்கையின் அவசியம் அவனை அந்த வேலையை ஏற்க வைத்தது. அந்த சர்க்கஸில் இருந்த கரடி ஒன்று இறந்துவிட்டதால், அந்த கரடியின் வேஷத்தை அணிந்து மக்களை மகிழ்விப்பது தான் அவனுக்குக் கொடுக்கப்பட்ட வேலை.

முதல் நாள் அவன் தயக்கத்துடன் அந்த வேலையை தொடங்கினான். கரடியின் தோலை அணிந்து அரங்கில் களமிறங்கினான். சைக்கிள் ஓட்டியும், சாகசங்கள் செய்தும் மக்களை மகிழ்வித்தான். பார்வையாளர்கள் கைத்தட்டினர். நாட்கள் இவ்வாறு நகர்ந்தன.

ஒருநாள் அவன் தனது நிகழ்ச்சியை முடித்துவிட்டு, கரடி வேஷத்திலேயே கூண்டுக்குள் ஓய்வெடுத்து கொண்டிருந்தான். அப்போது திடீரென்று ஒரு கருங்குரங்கு அந்தக் கூண்டுக்குள் குதித்தது. அதை பார்த்தவுடன் அவன் பயந்து போனான். தப்பிக்க முயன்று கூச்சலிட்டான்.

அப்போது அந்தக் குரங்கு அவனை பிடித்து, "பயப்படாதே!" என்று சொன்னது. குரங்கு பேசுவதைக் கேட்டதும்

அவன் அதிர்ச்சியடைந்தான். என்ன நடக்கிறது என்று அவனுக்கு புரியவில்லை.

அந்தக் குரங்கு மெதுவாகச் சொன்னது: "நீ பி.ஏ. படிச்சிட்டு கரடி வேஷம் போட்டிருக்கே, நான் எம்.ஏ. படிச்சிட்டு குரங்கு வேஷம் போட்டிருக்கேன்!" அந்த ஒரு வாக்கியம் அவனை சிரிக்க வைத்ததோடு சிந்திக்கவும் வைத்தது.

இந்த சம்பவம் நமக்கு ஒரு முக்கியமான உண்மை யை கற்றுக்கொடுக்கிறது. இன்றைய உலகில் பலர் தங்கள் உண்மையான நிலையை மறைத்து, வேஷம் போட்டுக் கொண்டு வாழ்கிறார்கள். நாம் அவர்களின் வெளிப்புற தோற்ற த்தைப் பார்த்து மதிப்பிடுகிறோம். ஆனால் அவர்களின் உள்ளத்தின் உண்மையை அறிய முயற்சிப்பதில்லை.

இறைவேதம் கூறுகிறது: "மனுஷன் முகத்தைப் பார்ப்பான்; கர்த்தரோ இருதயத்தைப் பார்க்கிறார்" (1 சாமுவேல் 16:7).

மனிதர்கள் வெளிப்புறத்தை மட்டுமே பார்க்கிறார்கள். ஆனால் தேவன் உள்ளத்தைப் பார்க்கிறார். உலகத்தில் நாம் காணும் அழகு, பேச்சு, வெளிப்புற நடத்தை இவை அனைத் தும் ஒருவரின் உண்மையான குணத்தை வெளிப்படுத்தாது.

சிரிப்பின் பின்னால் வலி இருக்கலாம். இனிய வார்த்தைகளின் பின்னால் போலித்தனம் இருக்கலாம். சாதாரண தோற்றத்தின் பின்னால் உயர்ந்த உள்ளம் இருக்கலாம்.

ஆகையால் நாம் வெளிப்புறத்தை வைத்து தீர்ப்பு வழங்காமல், உள்ளத்தை புரிந்துகொள்ள முயற்சிக்க வேண்டும். மற்றவர்களைப் பற்றிக் கவலைப்படுவதற்கு முன், நாம் உண்மையானவர்களாக வாழ வேண்டும். போலியான உறவுகள் நீடிக்காது. உண்மையான உறவுகள் மட்டுமே நிலைத்திருக்கும்.

தேவன் நம்மை வெளிப்புறமாக அல்ல, உள்ளத்தின் உண்மையை வைத்து நேசிக்கிறார். அதுபோல நாமும் மனதை காண கற்றுக்கொள்ள வேண்டும். வேஷத்தை விட உண்மை மேலானது. மனதை அறிந்தால் மனிதனை உண்மை யாக அறிய முடியும்.

10

மனதில் தீபமேற்றுவோம்!

சுமார் நூற்றாண்டுக்கு முன்பு, ஒரு அருட்பணியாளர் தென் தமிழ்நாட்டிற்கு நற்செய்தி பணிக்காக வந்தார். அவர் அங்குள்ள மக்களின் வாழ்க்கை நிலையை நெருக்கமாகக் கண்டபோது, குறிப்பாக பெண்களின் நிலைமை அவரை மிகவும் வருத்தமடையச் செய்தது. அந்த காலத்தில் பெண்களுக்கு கல்வி என்பது அரிதான ஒன்று. பெண் குழந்தைகள் பள்ளிக்கூடம் செல்ல முடியாத சூழ்நிலை நிலவியது. சமூக கட்டுப்பாடுகள் மற்றும் பழக்கவழக்கங்கள் காரணமாக, பெண்கள் கல்வி பெறுவது பல இடங்களில் மறுக்கப்பட்டது.

இந்த நிலையைப் பார்த்த அவர், தன் நாட்டில் இருந்த தனது இளம் சகோதரிக்கு ஒரு கடிதம் எழுதினார். அந்தக் கடிதத்தில், “இங்குள்ள பெண்கள் கல்வி கற்க முடியாமல் இருக்கிறார்கள். அவர்கள் வாழ்க்கை மிகவும் பரிதாபமானது” என்று மனவேதனையுடன் விவரித்தார்.

அந்தக் கடிதத்தை வாசித்த சிறுமி சாராள் டக்கர். அவள் வயது வெறும் பதினான்கு தான். மேலும் உடல்நலக் குறைவால் பாதிக்கப்பட்டவளாக இருந்தாள். ஆனாலும் அவளுடைய இதயம் கருணையால் நிரம்பியிருந்தது. அந்தக் கடிதத்தைப் படித்தவுடன் அவள் மிகவும் வருந்தினாள். “என்னால் நேரில் சென்று உதவ முடியவில்லை” என்ற துயரம் அவளுள் பெருகியது.

ஆனால் அந்த வருத்தம் அவளை சும்மா இருக்க விடவில்லை. “நான் ஏதாவது செய்ய வேண்டும்” என்ற எண்ணம் அவளுள் உருவானது. உடனே தனது பெற்றோர் எதிர்காலத்திற்காக வைத்திருந்த நகைகளை தியாகமாக வழங்க முடிவு செய்தாள். அதோடு மட்டுமல்லாமல், தனது நண்பிகளிடமும் உதவி கேட்டு தொகை சேகரித்தாள். இவ்வாறு ஒரு பெரிய தொகையை திரட்டி, இந்தியாவில் இருந்த தனது சகோதரருக்கு அனுப்பி வைத்தாள்.

அந்த பணத்தைப் பயன்படுத்தி, “பெண் குழந்தைகள் கல்வி கற்கும் பள்ளியும், ஆசிரியர் பயிற்சி அளிக்கும் நிலையமும் தொடங்கப்பட வேண்டும்” என்று அவள் விரும்பினாள்.

அந்தச் சிறுமியின் இந்தச் சிறிய முயற்சி ஒரு விதையாக மாறியது. அந்த விதை காலப்போக்கில் ஒரு பெரிய மரமாக வளர்ந்தது. அந்த உதவியால் தொடங்கப் பட்ட கல்வி நிறுவனங்கள், ஆயிரக்கணக்கான பெண்களின் வாழ்க்கையை மாற்றின. கல்வி இல்லாமல் இருளில் வாழ்ந்த பெண்கள், அறிவின் ஒளியால் உயர்ந்த நிலையை அடைந்தனர்.

அதில் மிகவும் ஆச்சரியமான உண்மை என்னவென்றால், இந்தப் பெரும் மாற்றத்திற்கு காரணமான சாராள் டக்கர் தனது வாழ்நாளில் ஒருபோதும் தமிழ்நாட்டிற்கு வரவில்லை. ஆயினும், தூரத்தில் இருந்தபடியே தனது அன்பும் தியாகமும் மூலம் எண்ணற்ற வாழ்க்கைகளில் ஒளி ஏற்றினார்.

இந்த நிகழ்வு நமக்கு ஒரு முக்கியமான உண்மை யை கற்றுக்கொடுக்கிறது. ஒருவரின் உடல் அருகில் இருக்க வேண்டிய அவசியமில்லை; அவருடைய இதயம் அருகில் இருந்தாலே போதும். சாராள் டக்கர் வயதில் சிறியவளாக இருந்தாலும், சிந்தனையில் பெரியவளாக இருந்தாள். செல்வம் அதிகமாக இல்லாவிட்டாலும், அன்பில் செல்வந்தையாக இருந்தாள்.

அவள் செய்தது ஒரு சிறிய செயல் போல தோன்றினாலும், அதன் விளைவு தலைமுறைகளைத் தொட்டது. அன்பானவர்களே, உலகில் இன்னும் பலர் இருளில் வாழ்கிறார்கள். வறுமை, கல்வியின்மை, நம்பிக்கையின்மை ஆகியவற்றால் பாதிக்கப்பட்டிருக்கிறார்கள். இத்தகைய சூழ்நிலைகளில் ஒளி ஏற்றுவது நம்முடைய பொறுப்பு. அந்த ஒளி பெரியதாக இருக்க வேண்டிய அவசியமில்லை. ஒரு சிறிய தீபம் கூட இருளை அகற்றும்.

இறைவேதம் கூறுகிறது:

“நீங்கள் உலகத்துக்கு வெளிச்சமாயிருக்கிறீர்கள்” (மத்தேயு 5:14).

எனவே, வயது, சூழ்நிலை, உடல்நிலை போன்றவற்றை காரணமாக காட்டாமல், நம்மால் முடிந்த அளவு நன்மை செய்ய வேண்டும். ஒரே ஒரு நல்ல செயலும் ஒரு வாழ்க்கையை மாற்றக்கூடும்.

நாம் அனைவரும் நம் உள்ளத்தில் கருணையின் தீபத்தை ஏற்றி, அன்பின் ஒளியை உலகத்தில் பரப்புவோம். நாமும் ஒரு தீபமாக இருப்போம், உலகம் ஒளிரட்டும்.

11

குற்றமனசாட்சியை விட்டு வெளியே வாருங்கள்

சிறுவன் ஜானியும், அவனது சகோதரி மேரியும் கோடை விடுமுறையை கழிப்பதற்காக தங்கள் பாட்டியின் வீட்டிற்கு சென்றிருந்தனர். அந்த வீடு இயற்கை சூழலில் அமைந்திருந்ததால், அவர்கள் இருவருக்கும் அது மிகவும் மகிழ்ச்சியான இடமாக இருந்தது. மரங்கள், பறவைகள், சிறிய விலங்குகள் அவற்றை ரசித்து அவர்கள் நாட்களை சந்தோஷமாக கழித்தனர்.

ஒருநாள், ஜானிக்கு விளையாட ஒரு சுண்டுவில்லை பாட்டி கொடுத்தார். அதை பார்த்த ஜானி மிகுந்த உற்சாக மடைந்தான். மறுநாள் காலையில், அதை எடுத்துக்கொண்டு வெளியே சென்றான். அங்கே பறவைகள் மற்றும் சிறிய உயிரினங்களை குறி வைத்து அடிக்க முயன்றான். ஆனால் அவனால் சரியாக குறி வைத்து அடிக்க முடியவில்லை. பலமுறை முயன்றும் தோல்வியடைந்ததால் சோர்வுடன் வீட்டிற்கு திரும்பினான்.

வீட்டிற்கு வந்தபோது, பாட்டி வளர்த்துக்கொண்டிருந்த ஒரு வாத்து அவன் கண்களில் பட்டது. "இதையாவது அடித்து பார்க்கலாம்" என்ற தவறான எண்ணம் அவனுள் தோன்றியது. சுண்டுவில்லை எடுத்துக்கொண்டு அதை குறிவைத்தான். இம்முறை அவன் அடித்த கல் நேராக வாத்தின் தலையில் பட்டது. உடனே அது கீழே விழுந்து இறந்தது.

அதை பார்த்த ஜானி மிகவும் பயந்தான். "பெரிய தவறு செய்துவிட்டேனே!" என்ற பயம் அவனை ஆட்கொண் டது. யாருக்கும் தெரியாமல் அந்த வாத்தை ஒரு இடத்தில்

புதைத்து மறைத்துவிட்டான். ஆனால் அவனுக்குத் தெரியாமல், அவன் சகோதரி மேரி இந்த நிகழ்வை முழுவதும் பார்த்துக்கொண்டிருந்தாள்.

அதன்பின் மேரி அவனை மிரட்டத் தொடங்கினாள். "நீ செய்ததை நான் பார்த்தேன். நான் சொல்வதை கேட்கவில்லை என்றால் பாட்டியிடம் சொல்லிவிடுவேன்" என்றாள். அந்த ஒரு வார்த்தை ஜானியை கட்டுப்படுத்திவிட்டது.

அடுத்த நாள் முதல், பாட்டி கொடுத்த வேலைகளை மேரி செய்யாமல், "ஜானி இதை செய்து விடுவான்" என்று சொல்லத் தொடங்கினாள். ஜானி மறுத்தாலோ, "வாத்து ஞாபகம் இருக்கிறதா?" என்ற ஒரே வார்த்தையால் அவனை மௌனமாக்கிவிடுவாள். இவ்வாறு ஒவ்வொரு நாளும் மேரி அவனை கட்டுப்படுத்தினாள்.

ஜானியின் விடுமுறை இனிமையாக இல்லாமல், ஒரு தண்டனை போல மாறியது. அவன் மனம் குற்ற உணர்வாலும் பயத்தாலும் சுமையடைந்தது. அவனுக்குள் அமைதி இல்லை. அவன் சுதந்திரம் பறிக்கப்பட்டது.

சில நாட்கள் இவ்வாறு சென்றபின், ஜானியால் இதை தாங்க முடியவில்லை. ஒரு நாள் தைரியம் செய்து பாட்டி

யிடம் சென்றான். அழுதபடி நடந்ததையெல்லாம் ஒப்புக் கொண்டான். “பாட்டி, நான் தவறு செய்துவிட்டேன்” என்று மனந்திரும்பி கூறினான். அதை கேட்ட பாட்டி அவனைத் தழுவிக்கொண்டு மெதுவாகச் சொன்னார்: “ஜானி, நீ செய்ததை நான் அன்றே பார்த்தேன். அன்றே உன்னை மன்னித்து விட்டேன். அதனால் தான் உன்னிடம் எதுவும் சொல்லவில்லை. இனிமேல் நீ பயப்பட வேண்டாம்.” இந்த வார்த்தைகள் ஜானியின் மனத்தில் இருந்த கனமான சுமையை உடைத்து விட்டது. குற்ற உணர்வு மறைந்தது. அவன் மீண்டும் சுதந்திரமாகவும் மகிழ்ச்சியாகவும் வாழத்தொடங்கினான்.

இந்தக் கதை நமக்கு ஒரு முக்கியமான உண்மையை கற்றுக்கொடுக்கிறது. மனிதனின் வாழ்க்கையில் மிகப்பெரிய போராட்டம் வெளியில் அல்ல, உள்ளத்தில் நடக்கிறது. குற்ற உணர்வு என்பது ஒரு மறைமுக சங்கிலி. அது மன அமைதியை கெடுக்கிறது, நம்மை அடிமையாக்கு கிறது. நாம் செய்த தவறுகளை மறைக்க முயன்றால், அது நம்மை மேலும் கட்டிப்போடும். ஆனால் அதை ஒப்புக் கொண்டால், அது நம்மை விடுவிக்கும். ஒப்புதல் தான் சுதந்திரத்திற்கு வழி. ஆவிக்குரிய வாழ்க்கையிலும் இதே உண்மை பொருந்துகிறது. மனிதன் செய்த பாவங்கள் அவனை கட்டிப்போடும். ஆனால் மனந்திரும்பி தேவனிடம் வரும்போது, அவர் மன்னித்து விடுவிக்கிறார்.

இறைவேதம் கூறுகிறது: “நாம் நம்முடைய பாவங்களை ஒப்புக்கொண்டால், அவர் விசுவாசியும் நீதிமானுமாயிருந்து நம்முடைய பாவங்களை மன்னித்து, எல்லா அநியாயத்திலிருந்தும் நம்மை சுத்திகரிப்பார்.” ஆகையால், குற்ற உணர்வில் சிக்கி வாழ வேண்டாம். உண்மையை ஒப்புக்கொள்வோம். மன்னிப்பை ஏற்றுக்கொள்வோம். புதிய வாழ்க்கையை தொடங்குவோம்.

12

மௌனமும் போதனையாகும்

ஒரு வாலிபன், ஒவ்வொரு ஞாயிற்றுக்கிழமையும் தவறா மல் ஆலயத்திற்கு சென்று தேவனை ஆராதிப்பவன். அவன் ஆராதனையில் மிகுந்த ஈடுபாடு கொண்டவன். சபையின் போதகருக்கும் அவன் மீது நல்ல எண்ணம் இருந்தது. ஒழுக்க மும், பக்தியும் கொண்ட இளைஞனாக அவன் அனைவராலும் மதிக்கப்பட்டான்.

ஆனால் ஒரு கட்டத்தில், அவன் திடீரென ஆலயத் திற்கு வராமல் போனான். சில வாரங்கள் கடந்தும் அவன் முகம் காணப்படவில்லை. அவன் வழக்கமாக அமரும் இருக்கை வெறுமையாக இருப்பது போதகரின் கவனத்திற்குப்பட்டது. “என்ன காரணம்? ஏன் அவன் வரவில்லை?” என்ற கவலை அவரை அவன் வீட்டிற்கு செல்லத் தூண்டியது.

ஒரு குளிர்கால நாளில், போதகர் அந்த வாலிபனின் வீட்டிற்கு சென்றார். வீட்டின் முன்பாக விறகுகளை வைத்து நெருப்பு மூட்டி, குளிரைத் தணித்துக் கொண்டிருந்தான் அந்த வாலிபன். போதகரை பார்த்ததும் மரியாதையுடன் வரவேற்று, நெருப்பின் அருகில் அமருமாறு கேட்டுக் கொண்டான்.

இருவரும் அமைதியாக அமர்ந்தனர். எந்த வார்த்தை யும் பேசப்படவில்லை. அந்த மௌனம் ஒரு ஆழமான தருண மாக மாறியது. சில நேரம் கழித்து, போதகர் எரிந்து கொண்டிருந்த நெருப்பிலிருந்து ஒரு விறகு குச்சியை எடுத் தார். அதை தனியே வைக்க, அது மெல்ல மெல்ல அணை ந்து போகத் தொடங்கியது. அதன் சூடும் ஒளியும் குறைந்து, இறுதியில் அது முழுவதும் குளிர்ந்தது. அதை கவனமாக பார்த்துக் கொண்டிருந்த வாலிபன் எதுவும் பேசவில்லை.

பின்னர், போதகர் அதே விறகு குச்சியை மீண்டும் நெருப்பிற்குள் வைத்தார். உடனே அது மீண்டும் எரியத் தொடங்கியது. அதன் ஒளியும் சூடும் மீண்டும் உயிர்ப்பெற்றது.

இதற்குப் பிறகு, போதகர் அமைதியாக எழுந்து, “நான் வருகிறேன்” என்று மட்டும் சொல்லி செல்லத் தொடங்கினார். அப்போது அந்த வாலிபன் உணர்ச்சியுடன் அவரை நிறுத்தி, “ஐயா, நீங்கள் எதுவும் பேசாமல் இன்று ஒரு பெரிய உண்மையை எனக்கு கற்றுக் கொடுத்துவிட்டீர்கள். இனி நான் ஆலயத்திற்கு தவறாமல் வருவேன்” என்று கூறினான். போதகர் புன்னகையுடன் அவனை நோக்கி அமைதியாக அங்கிருந்து சென்றார்.

இந்த நிகழ்வு நமக்கு ஆழமான ஆன்மீக உண்மையை எடுத்துக்காட்டுகிறது. தனியாக இருக்கும் ஒரு விறகு எளிதில் அணைந்துவிடும். ஆனால் சுற்றிலும் விறகுகளுடன் சேர்ந்து இருந்தால் அது நீண்ட நேரம் எரியும். அதுபோல மனிதனின் விசுவாசமும் தனிமையில் மங்கிவிடும்; ஆனால் சபை ஐக்கியத்தில் அது பலப்படும்.

மேலும், ஒருவரை திருத்தும்போது கடுமையான வார்த்தைகள் தேவையில்லை. அன்பும் ஞானமும் இருந்தால், ஒரு சிறிய செயலும் பெரிய மாற்றத்தை உண்டாக்கும். அந்த

போதகர் கண்டிக்கவில்லை, குற்றம் சாட்டவில்லை; ஆனால் அமைதியான செயலால் உண்மையை உணர்த்தினார்.

இன்றைய வாழ்க்கையிலும் இது மிக முக்கியமான பாடமாகும். பலர் தனிமையில் வாழ விரும்பி, கூட்டுத்தொழுகையை புறக்கணிக்கிறார்கள். ஆனால் இறைவேதம், "சபை கூடிவருதலை விட்டுவிடாமல் ஒருவருக்கொருவர் புத்திசொல்லுங்கள்" என்று எச்சரிக்கிறது.

ஆகையால், நாம் ஒருவருடன் ஒருவர் இணைந்து வாழ வேண்டும். நம் விசுவாசத்தை வளர்க்கும் சூழலில் இருக்க வேண்டும். நம் வாழ்க்கை மற்றவர்களுக்கு ஒரு போதனையாக இருக்க வேண்டும்.

சில நேரங்களில்
வார்த்தைகள் தேவையில்லை;
நம் செயல்களே பேசட்டும்...
சேர்ந்து இருப்போம்! எரிந்து கொண்டிருப்போம்.!!

13

ஆபத்தைத் தவிர்ப்பதே ஞானம்

ஒரு பணக்கார முதலாளியிடம் கார் ஓட்டுநர் வேலைக்காக மூவர் விண்ணப்பித்தனர். அவர்கள் திறமையை அறிய முதலாளி ஒரு கேள்வி கேட்டார். “ஒரு ஆபத்தான பள்ளம் இருக்கும் போது, அதன் அருகில் எவ்வளவு தூரம் வரை நீங்கள் வண்டியை ஓட்டிச் செல்வீர்கள்?” என்றார்.

முதல் ஓட்டுநர் தன்னம்பிக்கையுடன், “நான் திறமையானவன். பள்ளத்தின் விளிம்பிற்கு ஒரு அடி தூரம் வரை பயமின்றி ஓட்டுவேன்” என்றான். இரண்டாவது ஓட்டுநர் அதை விட பெருமையுடன், “நான் இன்னும் நெருக்கமாக, ஒரு அங்குலம் தூரம் மட்டும் விட்டு ஓட்ட முடியும்” என்றான்.

ஆனால் மூன்றாவது ஓட்டுநர் அமைதியாக, “ஐயா, நான் அந்தப் பக்கமே செல்லமாட்டேன். ஆபத்து இருப்பதை அறிந்தவுடன் அதிலிருந்து விலகியே ஓட்டுவேன்” என்றான்.

முதலாளி சிந்தித்தார். பிறகு மூன்றாவது ஓட்டுநரையே வேலைக்கு தேர்ந்தெடுத்தார்.

இந்தச்சம்பவம் நமக்கு ஒரு முக்கியமான வாழ்க்கைப் பாடத்தை கற்றுக்கொடுக்கிறது. ஆபத்தை அறிந்தும் அதற்க ருகில் சென்று, "எவ்வளவு தூரம் வரை சமாளிக்கலாம்?" என்று சோதிப்பது ஞானமல்ல. உண்மையான ஞானம் என்பது ஆபத்தைத் தவிர்ப்பதே.

இன்றைய வாழ்க்கையில் பல்வேறு ஆபத்துகள் நம்மைச் சூழ்ந்துள்ளன. தவறான நட்புகள், தீய பழக்கங்கள், சோதனை தரும் சூழ்நிலைகள், கட்டுப்பாடற்ற ஆசைகள் இவை எல்லாம் வெளியில் சாதாரணமாகத் தோன்றினாலும், உள்ளே ஆபத்தை மறைத்து வைத்திருக்கின்றன. சிலர் அவற்றை "சிறிது முயற்சி செய்து பார்க்கலாம்" என்று அணுகு கிறார்கள். ஆனால் அந்தச் சிறிய முயற்சிதான் பெரிய வீழ்ச்சிக்குக் காரணமாகிறது. ஆகையால், நம் வாழ்க்கையில் ஆபத்தை உண்டாக்கக்கூடிய நபர்கள், இடங்கள், பழக்கங்கள் மற்றும் சூழ்நிலைகளிலிருந்து நம்மை விலக்கிக் கொள்ள வேண்டும். எச்சரிக்கும் வார்த்தைகளையும், அறிவுறுத்தும் மனிதர்களையும், ஒழுங்கு விதிகளையும் நாம் மதிக்கக் கற்றுக்கொள்ள வேண்டும்.

ஒரு தவறை தேவன் நமக்கு உணர்த்தும் போது அதை உடனே விட்டு விடுவதுதான் உண்மையான புத்திசாலித்தனம். "எனக்கு எதுவும் ஆகாது", "நான் இதை சமாளிக்க முடியும்" என்ற அகந்தை நம்மை ஆபத்திற்கு தள்ளும். அகந்தை அழிவுக்கு முன் வருகிறது; தாழ்மை பாதுகாப்பைத் தருகிறது. வாழ்க்கையில் வெற்றி பெறுவது எல்லா சவால்களையும் நேருக்கு நேர் சந்திப்பதிலேயே இல்லை. சில நேரங்களில், சரியான முடிவு என்பது அந்தச் சவாலிலிருந்து விலகிச் செல்வதுதான். ஆபத்தை வெல்ல சிறந்த வழி, அதற்குள் செல்வதல்ல, அதைத் தவிர்ப்பதே.

ஆபத்தை அணுகாதவன் அறிவாளி;
ஆபத்தைத் தவிர்ப்பவன் பாதுகாப்பானவன்.

14

நிதானத்தில் கிடைக்கும் வழிகாட்டுதல்

ஒரு விவசாயி தனது மாட்டுக் கொட்டகையில் வேலை செய்து கொண்டிருந்தபோது, தன் கைக்கடிகாரத்தை தவற விட்டார். அது சாதாரண கடிகாரம் அல்ல; அவருடைய நெருங்கிய நண்பர் அன்புடன் கொடுத்த நினைவுச் சின்னம். அதனால் அதை இழந்தது அவருக்கு மிகுந்த கவலையை ஏற்படுத்தியது.

அவர் கொட்டகையின் ஒவ்வொரு மூலையும் பலமுறை தேடினார். வைக்கோல் கட்டுகளையும், தரையையும், மறைந் திருக்கும் இடங்களையும் ஆராய்ந்தார். ஆனால் எங்கும் அந்தக் கடிகாரம் கிடைக்கவில்லை. மனம் உடைந்து, என்ன செய்வது என்று தெரியாமல் நின்றார்.

அப்போது அருகில் விளையாடிக் கொண்டிருந்த சிறுவர் களை அழைத்து, “கைக்கடிகாரத்தை யார் கண்டுபிடித்துத் தருகிறார்களோ அவர்களுக்கு நான் பரிசு தருவேன்” என்று கூறினார்.

அதை கேட்ட சிறுவர்கள் அனைவரும் உற்சாகமாக கொட்டகைக்குள் ஓடிச் சென்றனர். ஒவ்வொருவரும் தங்கள் திறமையின்படி தேட ஆரம்பித்தனர். சிலர் வைக்கோல்களை அசைத்தனர், சிலர் மூலைகளில் குனிந்து பார்த்தனர், சிலர் தரையைத் தேடினர். ஆனால் அவர்களுடைய சத்தமும் அவசரமும் அதிகமாக இருந்ததால், கடிகாரம் எங்கிருக்கிறது என்று யாருக்கும் புரியவில்லை. நேரம் கடந்து மாலை ஆனது. அனைவரும் சோர்ந்து, “இது கிடைக்காது” என்று எண்ணி வீடு

திரும்பினர். விவசாயியும் நம்பிக்கை இழந்து அமைதியாக அமர்ந்தார்.

அப்போது ஒரு சிறுவன் மட்டும் திரும்பி வந்து, "ஐயா, இன்னும் ஒரு முறை நான் முயற்சி செய்து பார்க்கட்டுமா? கண்டுபிடிக்க முடியும் என்று நினைக்கிறேன்" என்று கேட்டான். விவசாயி சம்மதித்தார்.

அந்தச் சிறுவன் கொட்டகைக்குள் சென்று கதவை மெதுவாக மூடி, அமைதியாக நின்றான். கண்களை மூடி, சுற்றியுள்ள ஒலிகளை கவனமாகக் கேட்டான். சில நிமிடங் களில், அவன் வெளியே வந்து கைக்கடிகாரத்தை எடுத்துக் கொடுத்தான்.

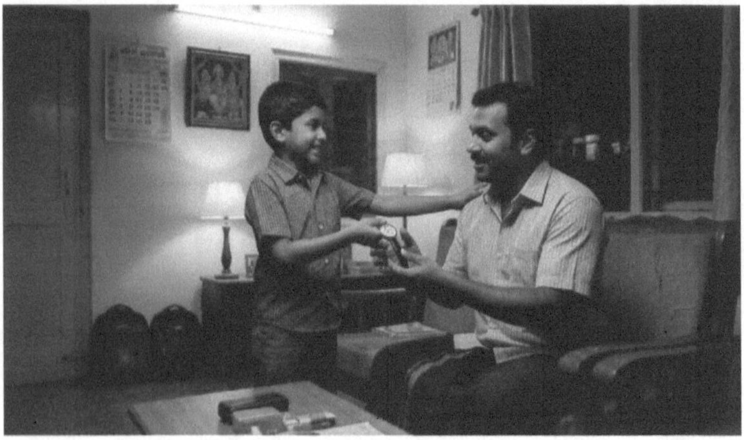

விவசாயி ஆச்சரியத்துடன், "எப்படி இதை கண்டுபிடித் தாய்?" என்று கேட்டார்.

அதற்கு சிறுவன் சிரித்தபடி, "அனைவரும் சேர்ந்து தேடியபோது அதிக சத்தம் இருந்தது. அதனால் கடிகாரத்தின் ஒலி கேட்கவில்லை. ஆனால் இப்போது அமைதியாக நின்ற போது அதன் 'டிக்-டிக்' ஓசை தெளிவாகக் கேட்கப்பட்டது. அந்த ஒலியைப் பின்தொடர்ந்து அதை கண்டுபிடித்தேன்" என்றான்.

இந்தச் சம்பவம் நமக்கு ஒரு ஆழமான உண்மையை உணர்த்துகிறது. வாழ்க்கையில் நாம் பல நேரங்களில் பதற்றத்திலும் அவசரத்திலும் தீர்வு தேடுகிறோம். ஆனால் அந்த சத்தம் நிறைந்த சூழலில் உண்மையான வழிகாட்டுதல் கேட்கப்படாது.

அமைதி உள்ள இடத்தில் தான்
தெளிவு உண்டாகிறது..!
நிதானமான மனதில் தான்
சரியான முடிவுகள் பிறக்கின்றன..!!

தேவன் நம்முடன் பேசுகிறார். ஆனால் நாம் அவசரமான வாழ்க்கையில், சத்தம் நிறைந்த எண்ணங்களில் மூழ்கி இருப் பதால், அவரது சத்தத்தை கேட்க முடியாமல் போகிறது. நாம் அமைதியாக, நிதானமாக அவரை நாடும் போது தான் அவர் நமக்கான வழியை காட்டுகிறார். நம் வாழ்க்கையில் பிரச்சனைகள் வந்தால் உடனே பதற்றப்படாமல், சற்று நின்று சிந்திக்க வேண்டும். அமைதியாக இருப்பது பலவீனம் அல்ல; அது மிகப்பெரிய பலம்.

அமைதியில் தெளிவு பிறக்கும்;
நிதானத்தில் வழி தெரியும்..!

15

ஓய்வு உடலுக்கு மட்டுமே; உழைப்பிற்கு அல்ல

John D. Rockefeller உலக வரலாற்றில் மிகச் சிறந்த செல்வந்தர்களில் ஒருவராக அறியப்படுகிறார். ஆனால் அவர் செல்வத்தை எளிதில் பெறவில்லை. கடின உழைப்பு, ஒழுக்கம், தொடர்ந்து முயற்சி ஆகிய இவற்றின் மூலம் படிப்படியாக உயர்ந்தவர்.

ஒரு நாள் அவர் விமானத்தில் பயணம் செய்து கொண்டிருந்தார். விமானம் உயரத்தில் அமைதியாக பறந்து கொண்டிருந்தது. அந்த நேரத்திலும் அவர் ஓய்வெடுக்காமல் தனது அலுவல் பணிகளில் முழுமையாக ஈடுபட்டிருந்தார்.

அதைப் பார்த்த ஒரு இளைஞன் ஆச்சரியத்துடன் கேட்டான்: “ஐயா, நீங்கள் இவ்வளவு உயரம் அடைந்துள் ளீர்கள். இப்போது ஓய்வு எடுத்துக்கொள்ளலாமே?”

ராக்.ஃ.பெல்லர் சிரித்தபடி பதிலளித்தார்: "இந்த விமானத்தை விமானி உயரத்திற்கு கொண்டு வந்துவிட்டார். இப்போது அது எளிதாக பறந்து கொண்டிருக்கிறது. ஆனால் இந்த நேரத்தில் விமானி 'இப்போது ஓய்வு போதும்' என்று எண்ணி இயந்திரத்தை அணைத்துவிட்டால் என்ன ஆகும்?"

இளைஞன் உடனே, "அது விபத்தாகிவிடும். விமானம் கீழே விழும்!" என்றான். அதற்கு ராக்.ஃ.பெல்லர் அமைதியாக கூறினார்: "அப்படியே வாழ்க்கையும். நான் கடின உழைப்பின் மூலம் இந்த உயரத்தை அடைந்தேன். இப்போது உழைப்பை நிறுத்தினால், நான் அடைந்ததை இழந்து விடுவேன். உழைப்பு என்பது உயரம் அடைவதற்காக மட்டுமல்ல; அதை நிலைநிறுத்துவதற்கும் அவசியம்."

இந்த நிகழ்வு நமக்கு ஒரு முக்கியமான உண்மை யை உணர்த்துகிறது. வாழ்க்கையில் ஓய்வு அவசியமானது, ஆனால் சோம்பல் ஆபத்தானது. ஒரு நிலையை அடைவது முக்கியம்; ஆனால் அந்த நிலையைத் தக்கவைத்துக் கொள்வது இன்னும் முக்கியம்.

பலர் வாழ்க்கையில் ஒரு உயரத்தை அடைந்தவுடன், "இதுபோதும்" என்று நின்றுவிடுகிறார்கள். ஆனால் அங்கேயே சரிவு ஆரம்பமாகிறது. வளர்ச்சியைத் தொடர, தொடர்ந்து முயற்சியும் உழைப்பும் அவசியம்.

உழைப்பு என்பது வெறும் பணம் சம்பாதிக்க மட்டும் அல்ல. அது நமது மனநிறைவை வளர்க்கிறது, உடல் ஆரோக்கியத்தை பாதுகாக்கிறது, வாழ்க்கைக்கு அர்த்தத்தை அளிக்கிறது. செயலில் இருக்கும் மனிதனே முன்னேறுகிறான்.

இறைவேதமும் இதையே வலியுறுத்துகிறது: நம் கைக்கு கிடைக்கும் காரியத்தை முழு பலத்துடன் செய்ய வேண்டும். ஜாக்கிரதையுடன் உழைக்கும் மனிதன் உயர் வான்; சோம்பேறி பின்னடைவே காண்பான்.

ஆகையால், நாம் வாழ்க்கையில் அடைந்த உயரத்தில் நின்றுவிடாமல், தொடர்ந்து முயற்சி செய்ய வேண்டும். ஒழுக்கமான உழைப்பும் தாழ்மையான மனநிலையும் இருந்தால், நாம் உயரத்தையும் நிலைத்தன்மையையும் ஒன்றாகப் பெற முடியும்.

உச்சத்தை அடைவது சாதனை எனில்;
அதைத் தக்கவைத்தல் தான்
உண்மையான வெற்றி..!

16

விதைத்ததை அறுப்போம்

ஒரு மனிதன், தன் தந்தை இறந்தபின் தனது முதிய தாயை தன்னுடன் வைத்துக் கவனிக்காமல், ஒரு ஆதரவற்றோர் இல்லத்தில் சேர்த்தான். வாழ்க்கையின் வசதிகளும், தனக்கான சுகங்களும் அவனுக்கு முக்கியமாகிவிட்டதால், தாயின் பராமரிப்பு அவனுக்கு ஒரு சுமையாக தோன்றியது. அதனால் அந்தப் பொறுப்பை பிறரிடம் ஒப்படைத்து விட்டான்.

அவன் முழுமையாகத் தாயை மறந்துவிட்டவன் அல்ல. அவ்வப்போது நேரம் கிடைக்கும் போது அந்த இல்லத்திற்குச் சென்று அவளை பார்த்துவிட்டு திரும்பிவிடுவான். ஆனால் அந்த சந்திப்புகளில் உண்மையான அன்பு குறைந்து, கடமை மட்டுமே இருந்தது.

ஒருநாள் அவசர செய்தி வந்தது: “உங்கள் தாய் மிகவும் மோசமான நிலையில் இருக்கிறார். உடனே வாருங்கள்.”

அந்த செய்தியை கேட்டவுடன் அவன் விரைவாக ஓடி வந்தான். தன் தாயின் அருகில் அமர்ந்து, கண்ணீர் மல்க, “அம்மா, உங்களுக்கு ஏதேனும் கடைசி ஆசை இருக்கிறதா? நான் செய்து விடுகிறேன்” என்று கேட்டான்.

அப்போது தாய் மெதுவாக, பலவீனமான குரலில், “மகனே, இந்த இல்லத்திற்கு ஒரு நல்ல மின்விசிறி வாங்கிக் கொடுத்து விடு” என்றாள்.

அந்த வார்த்தைகள் அவனை ஆச்சரியப்படுத்தின. “அம்மா, நான் வரும்போதெல்லாம் இதைப் பற்றி நீங்கள் சொல்லவில்லை. இப்போது ஏன்?” என்று கேட்டான்.

அப்போது தாய் அவனைப் பார்த்து, ஆழமான அர்த்தம் கொண்ட வார்த்தைகளை சொன்னாள்:

“மகனே, நான் இங்கேயுள்ள வெப்பத்தை தாங்கிக் கொண்டேன். ஆனால் நாளை உன் மகன் உன்னை இங்கே கொண்டு வந்தால், உன்னால் இதைத் தாங்க முடியாது.”

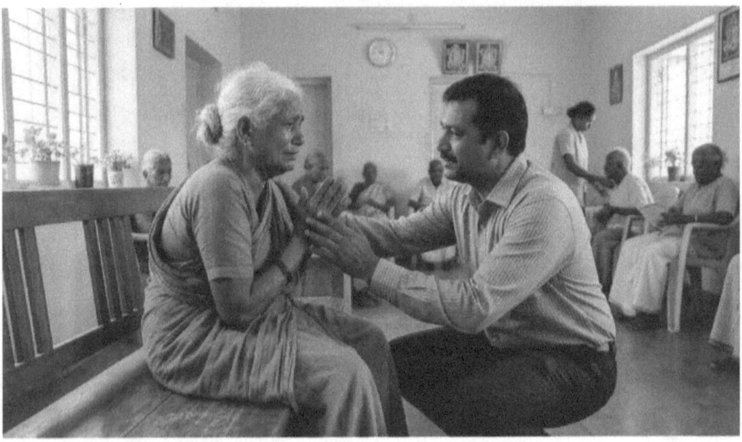

இந்த வார்த்தைகள் அவன் இதயத்தை நொறுக்கியது. தாயின் அன்பும், அவன் செய்த தவறும் அவனுக்குப் புரிந்தது. அந்த உண்மையைச் சொல்லிவிட்டு தாய் அமைதியாக உயிர் நீத்தாள்.

இந்தச்சம்பவம் நமக்கு வாழ்க்கையின் ஒரு ஆழமான உண்மையை கற்றுக்கொடுக்கிறது:

நாம் விதைப்பதையே நாம் அறுப்போம். நாம் இன்று செய்கிற ஒவ்வொரு செயலும், நாளைய வாழ்க்கையை உருவாக்குகிறது. அன்பை விதைத்தால் அன்பை அறுப்போம்; அலட்சியத்தை விதைத்தால் அதையே அனுபவிப்போம். “முற்பகல் செய்யின் பிற்பகல் விளையும்” என்ற பழமொழி இதையே உணர்த்துகிறது. இன்றைய சமுதாயத்தில் குடும்ப உறவுகள் பல இடங்களில் சிதைந்து கொண்டிருக்கின்றன. சுயநலம் அதிகரிக்கும் போது அன்பு குறைகிறது. அன்பு குறையும்

போது உறவுகள் பலவீனமடைகின்றன. அதனால் குடும்பமும், சமூகமும் பாதிக்கப்படுகிறது.

பெற்றோரை மதிப்பது ஒரு கடமை மட்டுமல்ல; அது ஒரு ஆசீர்வாதத்தின் கதவு. அவர்களின் தியாகம், அன்பு, பொறுமை இவற்றை நினைவில் வைத்து நாம் அவர்களை கவனிக்க வேண்டும்.

அன்பை விதைப்போம்.
மரியாதையை விதைப்போம்.
நன்றியுணர்வை விதைப்போம்.
அப்போது நம் வாழ்க்கை நன்மைகளால் நிரம்பும்.

நாம் இன்று எப்படி நடக்கிறோமோ, அதே மாதிரி நாளை நமக்கு திரும்பி வரும். அதனால் இன்று நாம் எதை விதைக்கிறோம் என்பதில் விழிப்புடன் இருக்க வேண்டும்.

விதைத்ததை அறுப்போம்; - எனவே
நல்லதை விதைத்து நல்லதையே அறுப்போம்.

17

இறைவன் ஈந்த வரையறை

ஒரு நகரத்தின் ஒரு தெருவில் மூன்று திறமையான தையல்காரர்கள் தங்கள் கடைகளைத் தொடங்கினர். அவர்கள் மூவரும் தங்கள் தொழிலில் முன்னேற வேண்டும் என்ற ஆசையுடன், மக்களின் கவனத்தை ஈர்க்க முயன்றனர்.

முதல் தையல்காரர் தனது கடையின் முன் ஒரு பெரிய பலகை வைத்து, “இந்த நகரத்திலேயே மிகச்சிறந்த தையற்கடை” என்று எழுதியிருந்தார். அந்த வாசகம் பலரின் கவனத்தை ஈர்த்தது.

இதைக் கண்ட இரண்டாவது தையல்காரர், “நாம் இதைவிட மேல் இருக்க வேண்டும்” என்று எண்ணி, தனது கடையின் முன்பு “இந்த உலகிலேயே மிகச்சிறந்த தையற்கடை” என்று இன்னும் பெருமையாக எழுதினார்.

இப்போது மூன்றாவது தையல்காரர் குழப்பமடைந்தார். “இதைக் கடந்து என்ன எழுத முடியும்?” என்று நீண்ட நேரம் சிந்தித்தார். இறுதியில், ஒரு எளிய ஆனால் ஆழமான யோசனை அவருக்குத் தோன்றியது.

அடுத்த நாள் அவர் தனது கடையின் முன்பு ஒரு பலகை வைத்தார். அதில், “இந்த தெருவிலேயே மிகச்சிறந்த தையற்கடை” என்று எழுதப்பட்டிருந்தது.

ஆச்சரியமாக, அந்தக் கடைக்கே அதிகமான மக்கள் திரண்டனர். மற்ற இருவரும் அதைக் கண்டு வியந்தனர். காரணம் என்னவென்றால், மூன்றாவது தையல்காரர் மிகைப் படுத்திப் பேசவில்லை; அருகிலிருந்த உண்மையை நம்பிக்கையுடன் சொன்னார்.

இந்தச்சம்பவம் நமக்கு ஒரு முக்கியமான வாழ்க்கைப் பாடத்தை கற்றுக்கொடுக்கிறது. உண்மையான சிறப்பு என்பது உலகம் முழுவதும் புகழ்பெறுவதில் இல்லை; நம்மைச் சுற்றி யுள்ளவர்களின் நம்பிக்கையைப் பெறுவதில்தான் உள்ளது.

ஒரு மனிதன் முதலில் தன் குடும்பத்தில் நம்பிக்கை க்குரியவனாக இருக்க வேண்டும். அதன் பிறகு தான் அவன் சமுதாயத்திலும், உலகத்திலும் மதிப்பைப் பெற முடியும். அடிப்படை உறுதியாக இருந்தால் தான் உயரம் நிலைக்கும்.

இன்றைய உலகில் பலர் உடனடியாக பெரிய வெற்றி யை விரும்புகின்றனர். வெளிப்புற பாராட்டுகள், சமூக வலைத் தள புகழ், விரைவான அங்கீகாரம் இவையே பலரின் இலக்காகிவிட்டன. ஆனால் அடிப்படை இல்லாமல் கிடைக் கும் உயரம் நிலைத்திருக்காது.

நமது வாழ்க்கையில் மாற்றத்தை உருவாக்க விரும்பி னால், அது நம்மிடமிருந்தே தொடங்க வேண்டும். நம் குடும்ப த்தில், நம் சுற்றுப்புறத்தில், நம் நாளந்தோறும் வாழ்க்கையில் உண்மையாய் வாழ வேண்டும். நம் வார்த்தைகளும் செயல் களும் ஒன்றாக இருக்க வேண்டும்.

அப்படியானால் அந்த மாற்றம் மெதுவாக விரியும். குடும்பத்திலிருந்து தெருவிற்கு, தெருவிலிருந்து சமூகத்திற்கு, சமூகத்திலிருந்து உலகத்திற்கு பரவும்.

உண்மையான தாக்கம்
தொலைவில் தொடங்குவதில்லை; - அது
அருகிலிருந்தே தொடங்குகிறது.

அருகிலே ஒளிர்பவன்,
உலகத்தையே ஒளிர்விக்க முடியும்.

18

உறவையும் உயிரையும் பறிக்கும் மதுபழக்கம்

ஒரு கிராமத்தில், மக்களை நல்ல வாழ்க்கை முறைக்கு வழிநடத்தும் நோக்கத்துடன் ஒரு தொண்டு நிறுவனம் விழிப்புணர்வு முகாமை நடத்தியது. குறிப்பாக சாராயப் பழக் கத்தின் தீமைகளை விளக்குவதற்காக, மாலை நேரத்தில் நிகழ்ச்சிகளும் செயல்முறை விளக்கங்களும் ஏற்பாடு செய்யப் பட்டிருந்தன.

அந்த நிகழ்ச்சியில், ஒரு நபர் அனைவரும் கவனிக்கும் படி ஒரு சிறிய விளக்கத்தை அளித்தார். அவர் ஒரு கண் ணாடி டம்ளரில் சில புழுக்களை போட்டார். பின்னர் அதில் சாராயத்தை ஊற்றினார். சில நொடிகளில் அந்தப் புழுக்கள் துடித்துத் துடித்து இறந்துவிட்டன.

அதைப் பார்த்த மக்கள் அனைவரும் அமைதியாக இருந்தனர். உடனே அந்த நபர், அங்கு இருந்த ஒரு குடிப் பழக்கமுள்ள மனிதனை அழைத்து, “இதிலிருந்து உங்களுக்கு என்ன புரிகிறது?” என்று கேட்டார்.

அந்த மனிதன் சிரித்தபடி, “சாராயம் குடித்தால் நம் வயிற்றிலிருக்கும் புழுக்கள் எல்லாம் சாகிவிடும் போல!” என்று பதிலளித்தான்.

இந்த பதில் சிரிப்பை ஏற்படுத்தினாலும், அது ஒரு வேதனையான உண்மையை வெளிப்படுத்தியது. உண்மையை அறிந்திருந்தும் அதை ஏற்காமல், நகைச்சுவையாக மாற்றிக் கொள்ளும் மனநிலையே மனிதனை அழிவுக்கு இட்டுச் செல்கிறது.

“குடி குடியை கெடுக்கும்” என்று நாம் எல்லோரும் அறிவோம். ஆனால் அறிந்தும் அதை விட்டு விலக மனம் இல்லாததே மிகப்பெரிய பிரச்சனை.

சாராயம் ஒரு சாதாரண பழக்கம் அல்ல; அது ஒரு ஆபத்தான அடிமைத்தனம். அது மனித உடலின் பல முக்கிய உறுப்புகளை பாதிக்கிறது. நீரிழிவு, உயர்ந்த இரத்த அழுத்தம், ஈரல் நோய், நரம்பு தளர்ச்சி போன்ற பல நோய்களுக்கு காரணமாகிறது. மேலும் மனநிலையையும் பாதித்து, கோபம், வன்முறை, மனஅழுத்தம் போன்ற பிரச்சனைகளை உருவாக்குகிறது.

ஒரு மனிதனை மட்டுமல்ல, அவரது குடும்பத்தையும் சிதைக்கும் சக்தி இதற்கு உள்ளது. உறவுகள் உடைகின்றன, அமைதி குலைகிறது, வாழ்க்கை சீர்குலைகிறது.

இதனால் தான் இறைவேதம் மதுபானத்தைப் பற்றி எச்சரிக்கிறது. வெளிப்புறத்தில் அது கவர்ச்சியாகத் தோன்றினாலும், அதன் முடிவு அழிவாகும் என்று தெளிவாக கூறுகிறது. ஆகையால், இந்த பழக்கத்திலிருந்து விலகுவது ஒரு நல்ல முடிவு மட்டுமல்ல; அது ஒரு அவசியமான முடிவு. வாழ்க்கையை காக்க வேண்டுமெனில், இப்படியான தீய பழக்கங்களை தவிர்க்க வேண்டும்.

நாம் எடுக்கும் ஒவ்வொரு முடிவும் நமது எதிர்காலத்தை நிர்ணயிக்கிறது.

குடிக்கு அடிமையாகி
வாழ்வை அழிக்காதீர்கள்!
வாழ்க்கையைத் தேர்ந்தெடுத்து
வாழ்ந்து காட்டுங்கள்!!

19

பதில் உண்டு

ஒரு தாய் பிரசவ வலியால் அவசரமாக மருத்துவ மனைக்கு கொண்டு செல்லப்பட்டாள். மருத்துவர்களின் உதவி யால் குழந்தை பாதுகாப்பாகப் பிறந்தது. புதிய உயிரின் வருகை அந்தக் குடும்பத்திற்கு மகிழ்ச்சியை அளித்தது. ஆனால் அதே நேரத்தில், மருத்துவச் செலவுகள் அவர்களு க்கு பெரும் சுமையாக மாறின.

சில நாட்களுக்குப் பிறகு, தாய் மற்றும் குழந்தை நலமாக இருப்பதால் வீட்டிற்கு அனுப்ப அனுமதி வழங்கப் பட்டது. அதோடு, மருத்துவச் செலவுகளுக்கான கட்டண சீட்டும் குழந்தையின் தகப்பனிடம் கொடுக்கப்பட்டது.

அந்த சீட்டைப் பார்த்ததும், அவரது மனம் உடைந்தது. தேவையான தொகையை விட அவரிடம் ஆயிரம் ரூபாய் குறைவாக இருந்தது. தன் நிலையை பணிவுடன் விளக்கி, “சிறிது கால அவகாசம் கொடுத்தால் கட்டிவிடுகிறேன்” என்று கேட்டார். ஆனால், “முழு தொகையும் செலுத்திய பிறகே உங்கள் குடும்பத்தை அழைத்துச் செல்லலாம்” என்ற கடுமையான பதில் கிடைத்தது.

அந்த இரவு, அவருடைய வாழ்க்கையில் மிகவும் இருண்ட தருணமாக இருந்தது. வெளியில் இருள் சூழ்ந்திருந் தது; ஆனால் அதைவிட அவரது மனமே அதிக இருளில் மூழ்கியது. யாரிடம் செல்வது என்று தெரியாமல், தனிமையில் துன்புற்ற அவர், ஒரு மூலையில் மண்டியிட்டு தேவனை நோக்கி ஜெபிக்கத் தொடங்கினார்.

அவர் பாடியதோ ஒரு பாடல் அல்ல; உடைந்த இதயத்தின் அழுகை: “கண்ணீரெல்லாம் துடைப்பார்” அவர்

தனது இயலாமையையும் தேவையையும் முழுமையாக தேவனிடம் ஒப்படைத்தார்.

அடுத்தநாள் அதிகாலையில் ஒரு அதிசயம் நடந்தது. ஒருவன் அவசரமாக வந்து, அவரை பெயர் சொல்லி அழைத்தான். "நான் உங்களிடம் வாங்கிய பணத்தை திருப்பிக் கொடுக்க வேண்டும் என்ற எண்ணம் நேற்று இரவு முழுவதும் இருந்தது. அதனால் தான் உங்களைத் தேடி வந்தேன்" என்று கூறி, பணத்தை அவரது கைகளில் வைத்தான். அந்த தொகை, தேவையான அளவைத் தாண்டி இருந்தது.

முன்பு கண்ணீரோடு ஜெபித்த அந்த மனிதன், இப்போது நன்றியோடு தேவனைத் துதித்தார். தனது மனைவியையும் குழந்தையையும் அழைத்துக்கொண்டு மகிழ்ச்சியுடன் வீட்டிற்கு திரும்பினார்.

இந்தச் சம்பவம் ஒரு பெரிய உண்மையை நமக்கு உணர்த்துகிறது: தேவன் ஜெபத்தைக் கேட்கிறவர்.

மனிதர்கள் நம்மை புரிந்து கொள்ளாமல் போகலாம்; ஆனால் தேவன் நம் இதயத்தின் ஆழத்தை அறிந்தவர். நாம் உண்மையோடு அவரை நாடும் போது, அவர் நிச்சயம் பதில் அளிப்பார்.

ஆகையால், நாம் சிக்கலில் சிக்கும்போது மனம் தளர வேண்டாம். மனித உதவியை மட்டும் எதிர்பார்க்காமல், தேவனை நாட வேண்டும். உண்மையான ஜெபம், கண்ணீர் கலந்த விண்ணப்பம், உறுதியான நம்பிக்கை இவையெல்லாம் வீணாகாது.

இறைவேதம் கூறுகிறது: "அவன் என்னை நோக்கிக் கூப்பிடுவான்; நான் அவனுக்கு மறுஉத்தரவு அருளுவேன்" (சங்கீதம் 91:15)

எனவே,
ஜெபத்தில் நிலைத்திருங்கள்.
நம்பிக்கையை விடாதீர்கள்.
கண்ணீரோடு ஜெபிப்பவன்,
சந்தோஷத்தோடு சாட்சி சொல்வான்.!

20

நடப்பதெல்லாம் நன்மைக்கே!

ஒரு கப்பல் அமைதியான கடலில் தனது பயணத்தைத் தொடங்கியது. எல்லாம் நிதானமாகவும் நிம்மதியாகவும் இருந்த அந்த நேரத்தில், திடீரென ஒரு பயங்கரமான புயல் எழுந்தது. கடும் காற்று வீசியது; அலைகள் மலைபோல் எழுந்து கப்பலை தாக்கின. சில நொடிகளில் அந்த அமைதியான பயணம் உயிர்ப்பாயாக மாறியது. கப்பல் கட்டுப்பாட்டை இழந்து கடலில் மூழ்கியது. அந்த விபத்தில் இருந்த பலர் உயிரிழந்தார்கள். ஆனால் ஒருவன் மட்டும் எப்படியோ கடலில் மிதந்து உயிர் தப்பினான்.

பல மணி நேரம் அலைகளுடன் போராடியபின், அவன் ஒரு சிறிய தீவின் கரையை அடைந்தான். அந்த தீவு மனிதர் கள் வாழாத, முற்றிலும் தனிமையான இடமாக இருந்தது. கரையை அடைந்தவுடன், அவன் வானத்தை நோக்கி கண்ணீருடன் கூவினான்: “இறைவா! என்னை இங்கிருந்து காப்பாற்று. என் குடும்பத்தாரை மீண்டும் பார்க்க வேண்டும்.” அந்த நாள் முதல் அவன் தினமும் கடலை நோக்கி பார்த்துக் கொண்டே இருந்தான். “இன்று யாராவது வருவார்களா?” என்ற நம்பிக்கையே அவனை உயிரோடு வைத்திருந்தது. ஆனால் நாட்கள் கடந்தன; வாரங்கள் சென்றன; எவரும் வரவில்லை.

அவன் தனக்காக ஒரு குடிசையை கட்டிக்கொண்டான். கடலில் இருந்து கிடைத்த மரத்துண்டுகள், இலைகள், கற்கள் ஆகியவற்றைப் பயன்படுத்தி ஒரு எளிய இருப்பிடத்தை உருவாக்கினான். உணவு தேடி அலைந்தான்; மழையையும் வெயிலையும் தாங்கிக் கொண்டான். வாழ்க்கை மிகவும் கடினமாக இருந்தாலும், அவன் ஒரு விஷயத்தை மட்டும் விடவில்லை. அது ஜெபம். “தேவன் என்னை மறக்க மாட்டார்”

என்ற நம்பிக்கையை அவன் மனத்தில் உறுதியாக பிடித்துக் கொண்டிருந்தான்.

ஒருநாள், வழக்கம்போல் உணவு தேடி தீவின் உள்ளே சென்றிருந்தான். சில மணி நேரங்கள் கழித்து திரும்பி வந்த போது, அவன் கண்முன் நடந்த காட்சி அவனை அதிர்ச்சிய டையச் செய்தது. அவன் கட்டியிருந்த ஒரே குடிசை தீப்பற்றி எரிந்து கொண்டிருந்தது. புகை வானத்தை நோக்கி எழுந்தது. அந்தக் காட்சியைப் பார்த்தவுடன் அவன் மனம் உடைந்தது. அவன் துவண்டு அழுதான்: “இறைவா! நான் உம்மை நம்பி னேன். என்னை காப்பாற்றும்படி ஜெபித்தேன். ஆனால் இருந்த ஒரே பாதுகாப்பையும் நீர் எடுத்துக்கொண்டீரே! இது என்ன நீதி?” அவனுடைய நம்பிக்கை தளர்ந்தது. வாழ்வதற்கான ஆசையும் குறைந்தது.

ஆனால் அதே நேரத்தில், தூரத்தில் ஒரு சத்தம் கேட்டது. அவன் தலை நீட்டி பார்த்தான். ஒரு கப்பல் அந்தத் தீவை நோக்கி வந்து கொண்டிருந்தது! அவன் அதிர்ச்சியுட னும் மகிழ்ச்சியுடனும் பார்த்துக்கொண்டிருந்தான். சில நிமிடங் களில் அந்தக் கப்பலில் இருந்தவர்கள் அவனை அடைந்து காப்பாற்றினர். அவன் ஆச்சரியத்துடன் கேட்டான்: “நான் இங்கே இருப்பதை உங்களுக்கு எப்படி தெரிந்தது?” அவர்கள் சிரித்த படி பதிலளித்தனர்: “இந்தத்தீவில் புகை எழுவது பார்த்தோம்.

யாரோ உதவி கேட்டு சிக்னல் கொடுக்கிறார்கள் என்று நினைத்து வந்தோம்."

அந்த வார்த்தைகள் அவன் இதயத்தை ஆழமாகத் தொட்டன. அப்போது தான் அவனுக்கு உண்மை புரிந்தது. அவன் இழந்ததாக நினைத்த குடிசை தான் அவனை காப்பாற்றிய அடையாளமாக இருந்தது. அவன் தேவனை குற்றம் சாட்டியதை நினைத்து வெட்கப்பட்டான். கண்ணீருடன் தேவனை நன்றி கூறினான்.

இறைமக்களே, இந்தக் கதை நமக்கு ஒரு மிகப்பெரிய வாழ்க்கைப் பாடத்தை உணர்த்துகிறது. நம் வாழ்க்கையிலும் பல நேரங்களில் நாம் விரும்பாத சம்பவங்கள் நடக்கின்றன. நாம் கட்டிய "குடிசைகள்" அதாவது நம் திட்டங்கள், ஆசைகள், நம்பிக்கைகள் சில நேரங்களில் உடைந்து போகின் றன. அந்த நேரத்தில் நாம் கேட்கிறோம்: "ஏன் இது எனக்கு நடந்தது?" என்று. ஆனால் நாம் அறியாத ஒன்று என்னவென் றால், அந்தச் சம்பவங்களே நம்மை காப்பாற்றும் தேவனுடைய திட்டமாக இருக்கலாம்.

நாம் பார்க்கிறோம் இழப்பை;
தேவன் பார்க்கிறார் மீட்சியை.!
நாம் பார்க்கிறோம் முடிவை;
தேவன் பார்க்கிறார் புதிய ஆரம்பத்தை!!.

இதைத்தான் இறைவேதம் உறுதியாகச் சொல்கிறது: "தேவனிடத்தில் அன்பு கூருகிறவர்களுக்குச் சகலமும் நன்மை க்கு ஏதுவாக நடக்கிறது" (ரோமர் 8:28).

ஆகையால், நம் வாழ்க்கையில் நடக்கும் ஒவ்வொரு நிகழ்வையும் உடனே தீர்ப்பளிக்காமல், நம்பிக்கையுடன் ஏற்றுக்கொள்ள கற்றுக் கொள்ள வேண்டும். சில இழப்புகள் நம்மை உயர்த்துவதற்கான பாதையாக இருக்கலாம். சில வேதனைகள் நம்மை பாதுகாக்கும் கரமாக இருக்கலாம்.

முடிவாக, ஜெபத்தை விடாதீர்கள். நம்பிக்கையை இழக்காதீர்கள். தேவனை சந்தேகிக்காதீர்கள். நாம் இழந்ததாக நினைப்பது, தேவன் கொடுக்க நினைக்கும் பெரிய நன்மைக்கான தொடக்கமாக இருக்கலாம்.

எரிந்த குடிசையும் கூட..,
தேவனின் காப்பாற்றும் கரமாக மாறும்..!

21

அரை அறிவின் அபாயம்

ஒரு விமான நிலையத்தில் துப்பரவுப் பணியில் இருந்த ஒருவர், ஒரு நாள் வழக்கம்போல் தனது பணியைச் செய்து கொண்டிருந்தார். அந்த நாள் அவர் சுத்தம் செய்ய வேண்டிய இடம் ஒரு பெரிய விமானம். வேலை செய்து கொண்டிருந்த போது, விமானியின் அறையில் கிடந்த ஒரு புத்தகம் அவரது கவனத்தை ஈர்த்தது. ஆர்வம் கொண்ட அவர் அதை எடுத்து பார்த்தார். அந்த புத்தகத்தின் தலைப்பு அவரை மிகவும் ஆச்சரியப்படுத்தியது: "விமானம் ஓட்டுவது எப்படி? ஆரம்பநிலை மாணவர்களுக்கானது."

"இதை கொஞ்சம் பார்த்தால் என்ன ஆகும்?" என்ற சின்ன ஆர்வம், அவரை அந்த புத்தகத்தைத் திறக்கத் தூண்டியது. முதல் பக்கத்தில் எழுதப்பட்டிருந்தது: "விமானத்தை இயக்க சிவப்பு பொத்தானை அழுத்தவும்." அவர் யோசிக்காமல் அந்த பொத்தானை அழுத்தினார். உடனே விமானத்தின் இயந்திரம் இயங்கத் தொடங்கியது. அது அவருக்கு ஒரு புதுமையான அனுபவமாக இருந்தது. "இது ரொம்ப எளிது போல இருக்கே!" என்ற எண்ணம் அவருள் எழுந்தது.

அவர் அடுத்த பக்கத்தைத் திறந்தார். அதில்:

"விமானத்தை நகர்த்த நீல பொத்தானை அழுத்தவும்" என்று இருந்தது. அதையும் அவர் தயக்கமின்றி அழுத்தினார். விமானம் மெதுவாக நகரத்தொடங்கியது. இப்போது அவருக்கு தன்னம்பிக்கை அதிகரித்தது. "நான் இதையும் செய்ய முடிகிறதே!" என்று பெருமை கொண்டார்.

மூன்றாவது பக்கத்தைத் திறந்தார். அதில்: "விமானத்தை பறக்கச் செய்ய பச்சை பொத்தானை அழுத்தவும்" என்று

இருந்தது. சிறிதும் சிந்திக்காமல் அவர் அந்த பொத்தானை யும் அழுத்தினார். சில நொடிகளில் விமானம் தரையை விட்டு மேலெழுந்து வானில் பறக்கத் தொடங்கியது. அந்த தருணத்தில் அவர் மிகுந்த மகிழ்ச்சியில் மூழ்கினார். “விமானம் ஓட்டுவது இவ்வளவு சுலபமா?” என்று எண்ணினார்.

ஆனால் சில நேரம் கழித்து, ஒரு முக்கியமான உண்மை அவருக்கு நினைவுக்கு வந்தது. “இப்போது இந்த விமானத்தை தரையிறக்க வேண்டும்!” என்று எண்ணினார். அதற்காக அவர் புத்தகத்தின் அடுத்த பக்கத்தைத் திறந்தார். அதில் எழுதப்பட்டிருந்தது: “விமானத்தை எவ்வாறு தரையிறக்கு வது என்பதை அறிய, பகுதி 2 புத்தகத்தைப் படிக்கவும்.”

அந்த ஒரு வரி அவரை அதிர்ச்சியடையச் செய்தது. இப்போது அவர் வானில் பறந்து கொண்டிருக்கிறார்; ஆனால் அதை கீழே இறக்குவது எப்படி என்று தெரியவில்லை! சில நொடிகளில் அவரது மகிழ்ச்சி பயமாக மாறியது. அவர் திகைத்துப் போனார். ஒரு சின்ன ஆர்வம், ஒரு சிறிய முயற்சி இப்போது ஒரு பெரிய ஆபத்தாக மாறிவிட்டது.

இறைமக்களே, இந்தச் சம்பவம் சிரிப்புக்குரியதாகத் தோன்றலாம். ஆனால் அதில் மறைந்திருக்கும் உண்மை

மிகவும் ஆழமானது. "அரை அறிவு அபாயகரமானது." ஒரு காரியத்தை முழுமையாக அறியாமல் தொடங்குவது, ஆரம்பத்தில் எளிதாகவும் சுவாரஸ்யமாகவும் தோன்றலாம். ஆனால் அதன் முடிவில் அது நம்மை சிக்கலில் தள்ளிவிடும்.

இன்றைய உலகில், பலர் சிறிதளவு அறிவைப் பெற்றவுடன் அதை முழுமையான அறிவாக நினைத்து செயல்படுகின்றனர். இணையம், சமூக ஊடகங்கள், விரைவான தகவல்கள் இவை எல்லாம் நமக்கு ஒரு பகுதி அறிவை மட்டும் தருகின்றன. ஆனால் அந்த அறிவை முழுமையாகப் புரிந்து கொள்ளாமல் செயல்பட்டால், அது தவறான முடிவுகளுக்கும் தோல்விகளுக்கும் வழிவகுக்கும்.

`இதனால் தான் வாழ்க்கையில் விவேகமும் நிதானமும் மிகவும் அவசியம். நாம் எந்த முடிவையும் எடுக்கும் முன், அதன் தொடக்கத்தை மட்டும் அல்ல, அதன் முடிவையும் சிந்திக்க வேண்டும். இதைத்தான் இறைவேதம் கூறுகிறது: *"ஒரு காரியத்தின் துவக்கத்தைப் பார்க்கிலும் அதின் முடிவு நல்லது" (பிரசங்கி.7:8). மேலும், "விவேகம், நியாயம், நிதானம் ஆகியவற்றை அறிய" (நீதி. 1:3)* என்று அறிவுறுத்துகிறது.

இந்த வசனங்கள் நமக்கு ஒரு தெளிவான வழிகாட்டுதலை தருகின்றன. அவசரமாக முடிவு எடுக்க வேண்டாம். முழுமையாக அறிந்து கொள்ள வேண்டும். அனுபவமுள்ளவர்களிடம் ஆலோசனை பெற வேண்டும். ஒரு காரியத்தின் எல்லா பரிமாணங்களையும் புரிந்து கொண்டு செயல்பட வேண்டும்.

வாழ்க்கையில் நாம் இதை எப்படி பயன்படுத்தலாம்? நாம் எந்த செயலும் செய்யும் முன், அதைப் பற்றி முழுமையாக கற்றுக்கொள்ள வேண்டும். அதன் விளைவுகளை முன்கூட்டியே சிந்திக்க வேண்டும். தேவையானால் அனுபவமுள்ளவர்களிடம் கேட்க வேண்டும். முக்கியமாக, தேவனின் ஞானத்தை நாட வேண்டும்.

முடிவாக, அரை அறிவு ஒருவரை உயரத்திற்கு கொண்டு செல்லலாம்; ஆனால் பாதுகாப்பாக இறக்க முடியாது. முழுமையான அறிவும், நிதானமான சிந்தனையும், தேவனின் வழிகாட்டுதலும் இருந்தால் தான் வாழ்க்கை பாதுகாப்பாக முன்னேறும்.

ஆகையால், தொடங்குவதற்கு முன் சிந்திப்போம். செய்வதற்கு முன் அறிந்துகொள்வோம். அப்பொழுது தான் நம்முடைய பயணம் வெற்றிகரமாகவும் பாதுகாப்பாகவும் நிறைவடையும்.

22

நாவு என்னும் ஆயுதம்

ஒரு குருவுக்கு பேரழகும் நற்குணமும் கொண்ட ஒரு மகள் இருந்தாள். அவளுக்குத் திருமணம் செய்ய பலரும் விருப்பம் தெரிவித்தனர். அவர்கள் தங்களது திறமை, செல்வம், அறிவு ஆகியவற்றைக் காட்டி, அந்த மகளை மணக்க வேண்டும் என்று போட்டியிட்டனர். யாரைத் தேர்ந்தெடுப்பது என்ற குழப்பத்தில் இருந்த குரு, ஒரு சிந்தனைக் குரிய சவாலை முன்வைத்தார். "நான் இரண்டு கேள்விகள் கேட்பேன்; அதற்கு சரியான பதில் கூறுபவருக்கே என் மகளைத் திருமணம் செய்து கொடுப்பேன்" என்று அறிவித் தார். இந்த சவாலை கேட்ட அனைவரும் ஆர்வத்துடன் சம்மதித்தனர்.

மறுநாள் அனைவரும் குருவின் வீட்டில் கூடியிருந்தனர். குரு முதல் கேள்வியை முன்வைத்தார்: "உலகிலேயே இனிமையான பொருளை கொண்டு வாருங்கள்." அடுத்த நாள், ஒவ்வொருவரும் தங்கள் எண்ணத்தில் இனிமையான தாக கருதிய பொருட்களை கொண்டு வந்தனர். ஒருவர் தேனை கொண்டு வந்தார்; இன்னொருவர் கரும்பைக் கொண்டு வந்தார்; சிலர் பலவிதமான பழங்களையும் இனிப்புகளையும் கொண்டு வந்தனர். ஒவ்வொருவரும் தங்களது தேர்வு தான் சிறந்தது என்று நம்பிக்கையுடன் இருந்தனர்.

அந்த நேரத்தில், குருவின் ஏழை சீடன் அமைதியாக நின்றிருந்தான். அவனைப் பார்த்த குரு ஆச்சரியத்துடன், "நீயும் இந்தப் போட்டியில் கலந்து கொண்டாயா?" என்று கேட்டார். அதற்கு அவன் பணிவுடன், "ஆமாம் குருவே, நான் உங்கள் மகளை நேசிக்கிறேன்" என்று பதிலளித்தான். குரு அவனை நோக்கி, "சரி, நீ என்ன கொண்டு வந்திருக்கிறாய்?" என்று

கேட்டார். சீடன் மெதுவாக ஒரு சிறிய பெட்டியைத் திறந்தான். அதனுள் ஒரு ஆட்டின் நாக்கு இருந்தது.

அதைப் பார்த்த குரு குழப்பமடைந்தார். "இது என்ன? ஏன் இதை கொண்டு வந்தாய்?" என்று கேட்டார். சீடன் அமைதியாகப் பதிலளித்தான்: "குருவே, உலகிலேயே இனிமை யானது நாவே. நாவிலிருந்து வரும் இனிய வார்த்தைகள் மனிதர்களின் மனதை குணப்படுத்துகின்றன. துயரத்தில் இருப்பவர்களுக்கு ஆறுதலாகின்றன; உடைந்த உறவுகளை இணைக்கின்றன; நம்பிக்கையை உருவாக்குகின்றன. மனித னுடைய நாவை கொண்டு வர முடியாததால், அதன் அடையா ளமாக இந்த ஆட்டின் நாவை கொண்டு வந்தேன்." இந்த ஆழமான பதிலை கேட்ட குரு மிகவும் மகிழ்ந்து, "நீ உண்மையிலேயே சரியான பதிலை அளித்துள்ளாய்" என்று பாராட்டினார்.

பின்னர் குரு இரண்டாவது சோதனையை அறிவித்தார்: "உலகிலேயே மிகவும் கசப்பான பொருளை கொண்டு வாருங் கள்." மறுநாள் அனைவரும் மீண்டும் தங்கள் பதில்களுடன் வந்தனர். ஒருவர் வேப்பங்காயை கொண்டு வந்தார்; மற்றொரு வர் கசப்பான காய்களை கொண்டு வந்தார்; ஒவ்வொருவரும் தங்கள் தேர்வை முன்வைத்தனர். கடைசியாக அந்த சீடன் மீண்டும் வந்தான். அவன் கையில் இருந்த பெட்டியைத் திறந்தான். அதனுள் மீண்டும் அதே ஆட்டின் நாக்கு இருந்தது.

இதைக் கண்ட குரு சற்று கோபமடைந்து, "இது என்ன? இனிமையானதற்கும் இதையே கொண்டு வந்தாய். இப்போது கசப்பானதற்கும் இதையே கொண்டு வந்திருக்கி றாயே? இதன் அர்த்தம் என்ன?" என்று கேட்டார். அதற்கு சீடன் அமைதியாகப் பதிலளித்தான்: "குருவே, தீய வார்த்தை களைப் பேசும் நாவை விட உலகில் கசப்பானது எதுவும் இல்லை. அதிலிருந்து வரும் வார்த்தைகள் மகிழ்ச்சியாக இருக்கும் ஒருவரையும் துயரப்படுத்துகின்றன; நண்பர்களை பகைவர்களாக மாற்றுகின்றன; உறவுகளை உடைக்கின்றன;

மனங்களை காயப்படுத்துகின்றன. ஆகவே நாவே உலகிலே யே மிகவும் கசப்பானதும் ஆகும்."

இந்த பதிலை கேட்ட குரு ஆழ்ந்த சிந்தனையில் மூழ்கினார். சீடனின் ஞானத்தையும் வாழ்க்கைப் புரிதலையும் கண்டு அவர் மகிழ்ந்து, தனது மகளை அவனுக்கே திருமணம் செய்து வைத்தார்.

இறைமக்களே, இந்தக் கதை நமக்கு ஒரு மிகப் பெரிய உண்மையை உணர்த்துகிறது. நாவு என்பது சிறிய உறுப்பாக இருந்தாலும், அதன் தாக்கம் அளவிட முடியாதது. அது ஆசீர்வாதங்களையும் தர முடியும்; அதே நேரத்தில் அழிவையும் ஏற்படுத்த முடியும். ஒரு இனிய வார்த்தை உடைந்த மனதை குணப்படுத்தும்; ஒரு கடுமையான வார்த் தை உறவுகளை முறித்துவிடும். மனிதர்களின் வாழ்க்கையில் மகிழ்ச்சியையும் துயரத்தையும் உருவாக்கும் சக்தி நாவுக்கு உண்டு.

இறைவேதமும் இதையே வலியுறுத்துகிறது: "தன் வாயையும் தன் நாவையும் காக்கிறவன் தன் ஆத்துமாவை இடுக்கண்களுக்கு விலக்கிக் காக்கிறான்" (நீதி 21:23).

நாம் பேசும் வார்த்தைகள் நமது வாழ்க்கையின் திசையை தீர்மானிக்கின்றன. ஆகையால், பேசுவதற்கு முன் சிந்திக்க வேண்டும்; நமது வார்த்தைகளில் இனிமையை வளர்க்க வேண்டும்; பிறரை காயப்படுத்தும் சொற்களை தவிர்க்க வேண்டும்; நமது நாவை கட்டுப்படுத்த கற்றுக் கொள்ள வேண்டும்.

முடிவாக, நாவு ஒரு அற்புதமான வரம். அதை நாம் எப்படிப் பயன்படுத்துகிறோம் என்பதே நமது வாழ்க்கையை நிர்ணயிக்கிறது. நாவை காக்கிறவன் தனது வாழ்க்கையையும் உறவுகளையும் காக்கிறான். ஆகையால், இனிமையான வார்த்தைகளை விதைத்து, நல்ல உறவுகளை அறுப்போம்.

23

விமர்சனத்தை வெல்வது ஒரு கலை

ஒரு பொதுக்கூட்டத்தில், ஐக்கிய அமெரிக்காவின் 16 வது குடியரசுத் தலைவர் ஆபிரகாம் லிங்கன் உரையாற்றிக் கொண்டிருந்தார். தனது நாட்டின் நலனுக்காக தீவிரமாகவும் உற்சாகமாகவும் பேசிக்கொண்டிருந்த அந்த நேரத்தில், எதிர்க் கட்சியைச் சேர்ந்த ஒருவர் எழுந்து, அவரை அவமானப்படுத் தும் நோக்கத்துடன் பேசத் தொடங்கினார். அவர் நையாண்டி யுடன் கூறினார்.

“மிஸ்டர் லிங்கன், உங்கள் தந்தை தைத்துச் கொடுத்த செருப்பு தான் இன்னும் என் காலில் இருக்கிறது!” அந்த வார்த்தைகள் கேட்க, அங்கிருந்த பலரும் சிரித்தனர். அந்த சூழ்நிலையில், யாரும் திகைத்தோ, கோபப்பட்டோ பதிலளித்திருப்பார்கள். ஆனால் லிங்கன் அமைதியாக எழுந்து நிதானமாக பேசத் தொடங்கினார்.

அவர் மெதுவாகச் சொன்னார்: “அன்பு நண்பரே, என் தந்தை இறந்து பல ஆண்டுகள் ஆகிவிட்டது. அவர் தைத்துச் கொடுத்த செருப்பு இன்னும் உங்கள் காலில் இருக்கிறது என்றால், அது எவ்வளவு திறமையுடனும் நேர்த்தியுடனும் தைக்கப்பட்டிருக்கிறது பாருங்கள். அது அவரது உழைப்பின் சிறப்பை வெளிப்படுத்துகிறது.” பின்னர் சிறிது இடைவெளி வைத்து, “ஒருவேளை அந்தச் செருப்பில் ஏதாவது குறை இருந்தால், தயவுசெய்து என்னிடம் கொண்டு வாருங்கள். நான் அதைச் சரி செய்து தருகிறேன். ஏனெனில், எனக்கு நாட்டை ஆளவும் தெரியும்; செருப்புத் தைக்கவும் தெரியும்” என்று கூறினார். இந்த பதிலை கேட்ட அனைவரும் மௌனமடைந்தனர். ஒரு அவமானமாக இருந்த சூழ்நிலை, ஒரு கௌரவமான தருணமாக மாறியது. லிங்கன் விமர்சனத்தை எதிர்த்து சண்டையிடவில்லை; அதை அறிவால் வென்றார்.

இறைமக்களே, இந்தச் சம்பவம் நமக்கு ஒரு முக்கிய மான உண்மையை உணர்த்துகிறது: விமர்சனங்களை சமாளிப்பது ஒரு கலை. வாழ்க்கையில் பாராட்டுகளை ஏற்க கற்றுக்கொள்வது எளிது; ஆனால் விமர்சனங்களை தாங்கிக் கொண்டு, அதை சரியாக எதிர்கொள்வது சுலபமல்ல. பலர் விமர்சனங்களால் மனஅழுத்தத்திற்கு ஆளாகிறார்கள். சிலர் தாழ்வு மனப்பான்மையில் விழுந்துவிடுகிறார்கள். சில நேரங்க ளில் அது உறவுகளை பாதிக்கவும், வாழ்க்கை முன்னேற்றத் தை தடுக்கவும் காரணமாகிறது.

ஆனால் உண்மையில், விமர்சனம் என்பது எப்போதும் தீமையானது அல்ல. சில நேரங்களில் அது நம்மை சிந்திக்க வைக்கும் ஒரு கருவியாக இருக்கும். அது நம்முடைய குறைகளை காட்டும் கண்ணாடியாக இருக்கும். மேலும், நாம் ஏதோ முக்கியமான ஒன்றைச் செய்கிறோம் என்பதற்கான அறிகுறியாகவும் இருக்கலாம். ஏனெனில், எதையும் செய்யாதவர்களை யாரும் விமர்சிக்க மாட்டார்கள். செயலில் இருப்பவர்களே விமர்சனத்திற்குள்ளாகிறார்கள். அதே நேரத்தில், எல்லா விமர்சனங்களும் உண்மையில்லை. சில விமர்சனங்

கள் பிறரின் பொறாமை, இயலாமை அல்லது எதிர்ப்பு மனநிலையிலிருந்து வருகிறது. ஒருவர் செய்ய முடியாததை மற்றொருவர் சாதித்தால், அந்த சாதனையை ஏற்றுக்கொள்ள முடியாமல், அது விமர்சனமாக வெளிப்படும். எனவே, விமர்சனத்தின் பின்னால் உள்ள உண்மையை அறிந்து கொள்வது மிகவும் முக்கியம்.

வாழ்க்கையில் நாம் எப்படிச் செயல்பட வேண்டும்? முதலில், விமர்சனங்களை பயப்படக் கூடாது. அதை அமைதி யாகக் கேட்க கற்றுக்கொள்ள வேண்டும். அதில் உண்மை இருந்தால் அதை ஏற்றுக்கொண்டு திருத்திக்கொள்ள வேண்டும். தேவையற்ற விமர்சனங்களை மனதில் வைத்துக் கொள்ளா மல் விடுத்துவிட வேண்டும். முக்கியமாக, எப்போது பதிலளிக்க வேண்டும், எப்போது மௌனமாக இருக்க வேண்டும் என்பதைக் கற்றுக்கொள்ள வேண்டும்.

இறைவேதமும் இதே சமநிலையை நமக்கு கற்றுக்கொடுக்கிறது: "உங்களிலிருக்கிற நம்பிக்கையைக் குறித்து கேட்கிறவர்களுக்கு சாந்தத்தோடும் வணக்கத்தோடும் உத்தரவுசொல்ல ஆயத்தமாயிருங்கள்" (1 பேது. 3:15). அதே நேரத்தில், "மூடனுக்கு அவன் மதியீனத்தின்படி மறுஉத்தரவு கொடாதே" (நீதிமொழிகள் 26:4) என்று எச்சரிக்கிறது.

இந்த இரண்டு வசனங்களும் நமக்கு ஒரு முக்கியமான உண்மையை சொல்லுகின்றன: எல்லா சூழ்நிலைகளிலும் ஒரே மாதிரியான பதில் தேவையில்லை. சில நேரங்களில் பேசுவது ஞானம்; சில நேரங்களில் மௌனம் தான் ஞானம்.

இன்றைய உலகில், குறிப்பாக சமூக வலைத்தளங்க ளில், விமர்சனங்கள் அதிகமாகிவிட்டன. யாரும் யாரையும் எளிதில் குறை சொல்லும் சூழ்நிலை உருவாகியுள்ளது. இப்படிப்பட்ட சூழ்நிலையில், மனதை கட்டுப்படுத்திக் கொண்டு, நிதானமாக பதிலளிப்பது மிகவும் அவசியம். உணர்ச்சியில் கொடுக்கப்படும் பதில்கள் பெரும்பாலும் பிரச்சினையை

அதிகரிக்கும்; ஆனால் ஞானத்துடன் கொடுக்கப்படும் பதில் பிரச்சினையை தீர்க்கும்.

முடிவாக, விமர்சனங்களைத் தவிர்க்க முடியாது; ஆனால் அதை எப்படி எதிர்கொள்கிறோம் என்பதே முக்கியம். விமர்சனத்தை சண்டையாக மாற்றலாம்; அல்லது அதை ஒரு வாய்ப்பாக மாற்றலாம். *Abraham Lincoln* அதை ஒரு வாய்ப்பாக மாற்றி, தனது உயர்ந்த மனநிலையை வெளிப்படுத்தினார். நாமும் அதைப் போல வாழ கற்றுக் கொள்ள வேண்டும்.

எங்கே பேச வேண்டும், எங்கே மௌனமாக இருக்க வேண்டும் என்பதை அறிந்தவன் வாழ்க்கையை வெல்லக் கற்றவன்.

24

அன்பு கொடுக்கும் மரம்

ஒரு அமைதியான கிராமத்தில் செழித்து வளர்ந்து, இனிய கனிகள் கொடுக்கும் ஒரு ஆப்பிள் மரம் இருந்தது. அந்த மரம் கிராமத்தின் நடுவில் உயரமாக நின்று, பலருக்கும் நிழலும் நன்மையும் அளித்தது. ஆனால் அந்த மரத்திற்கு மிகவும் நெருக்கமானவன் ஒரு சிறுவன். அவன் தினமும் அந்த மரத்தருகில் வந்து விளையாடுவான். மரத்தின் கிளைகளில் ஏறி சிரித்துக்கொண்டே ஆடுவான்; அதன் நிழலில் அமர்ந்து ஓய்வெடுப்பான்; அதன் இனிய கனிகளை சுவைத்து மகிழ்வான். அந்த மரத்துக்கும் அந்தச் சிறுவனுக் கும் இடையே ஒரு ஆழமான பாசம் உருவானது. சிறுவன் வராத நாட்களில் மரம் ஒரு வெறுமையை உணர்ந்தது போல இருந்தது.

காலம் நகர்ந்தது. சிறுவன் வளர்ந்து பள்ளிக்குச் செல்லும் பருவத்தை அடைந்தான். படிப்பு, நண்பர்கள், புதிய உலகம் ஆகியவற்றால் அவன் வாழ்க்கை மாறியது. அந்த மரத்தருகில் வருவதும் குறைந்தது. சில நாட்களில் முற்றிலும் வராமல் போனான். இருந்தாலும், மரம் அவனை மறக்கவில் லை; அவன் மீண்டும் வரும் நாளை எதிர்பார்த்து காத்திருந் தது.

ஒருநாள் பல நாட்கள் கழித்து அவன் மீண்டும் வந்தான். அவனை பார்த்த மரம் மகிழ்ச்சியுடன் கேட்டது: “தம்பி, நீ எங்கே போனாய்? நான் எப்போதும் உனக்காக காத்திருக்கிறேன்.” அதற்கு சிறுவன், “நான் இப்போது பெரியவனாகிவிட்டேன். மரத்தடியில் விளையாடும் வயதை கடந்துவிட்டேன். எனக்கு இப்போது விளையாட்டு பொருட்கள் வேண்டும். உன்னால் என்ன செய்ய முடியும்?” என்று கேட்டான்.

மரம் மெதுவாகச் சொன்னது: "என்னிடம் விளையாட்டு பொருட்கள் இல்லை. ஆனால் என் கனிகளை எடுத்துச் சென்று விற்று, உனக்கு தேவையானதை வாங்கிக் கொள்." அந்தச் சிறுவன் மரத்தின் கனிகளை எல்லாம் பறித்து விற்று, தன் ஆசைகளை நிறைவேற்றிக் கொண்டான். அதன் பின் மீண்டும் மரத்தை நாடவில்லை.

ஆண்டுகள் சென்றன. ஒரு நாள் அவன் மீண்டும் வந்தான். இப்போது அவன் முகத்தில் கவலையும் சோகமும் இருந்தது. மரம் அன்புடன் கேட்டது: "என்ன தம்பி? ஏன் இவ்வளவு கவலை?" அவன் பதிலளித்தான்: "நான் கல்லூரி யில் படிக்க வேண்டும். ஆனால் எனக்கு பணம் இல்லை." உடனே மரம் சொன்னது: "கவலைப்படாதே. என் கிளைகளை வெட்டி எடுத்துச் சென்று விற்று, உன் படிப்பை தொடரு." அந்த மனிதன் மரத்தின் கிளைகளை வெட்டி எடுத்துச் சென்றான். மரம் தன் அழகை இழந்தாலும், அவன் எதிர்காலம் உருவாக வேண்டும் என்பதற்காக மகிழ்ந்தது. மீண்டும் அவன் வரவில்லை.

பல ஆண்டுகள் கழித்து, வாழ்க்கையின் சுமைகளால் சோர்ந்து போன மனிதனாக அவன் திரும்பி வந்தான். மரம் அவனை உடனே அடையாளம் கண்டது. ஆனால் இப்போது மரம் மிகவும் மாறிவிட்டது. கிளைகளும் இல்லை; கனிகளும்

இல்லை; ஒரு வேரும் தண்டு மட்டும் தான் இருந்தது. மரம் வருத்தத்துடன் சொன்னது: "என்னிடம் இப்போது உனக்கு கொடுக்க எதுவும் இல்லை." அதற்கு அந்த மனிதன் மெதுவாகச் சொன்னான்: "எனக்கு இப்போது எதுவும் தேவை யில்லை. என் வாழ்க்கை சுமைகளால் நான் சோர்ந்துவிட் டேன். உன் வேர்களில் சாய்ந்து ஓய்வெடுக்க வந்தேன்." உடனே அந்த மரம் அவனை அன்புடன் தழுவியது போல தனது வேர்களில் அவனை சாயவைத்தது. அந்த தருணத் தில், எந்தப் பொருளும் இல்லாமல் இருந்தாலும், அது அவனுக்கு அமைதியையும் ஆறுதலையும் கொடுத்தது.

இறைமக்களே, இந்தக் கதை ஒரு மரம் மற்றும் ஒரு மனிதன் பற்றியது மட்டுமல்ல. அது நமது வாழ்க்கையை பிரதிபலிக்கும் ஒரு உண்மை. பலர் உறவுகளை தேவைக் கேற்ப அணுகுகிறார்கள். தேவையிருக்கும்போது தேடுகிறார்கள்; தேவையில்லை என்றால் மறந்து விடுகிறார்கள். நாம் தேவனை அணுகும் விதமும் பல நேரங்களில் இப்படித்தான் இருக்கிறது. பிரச்சினை வந்தால் மட்டுமே தேடுகிறோம்; நிம்மதி வந்தால் மறந்து விடுகிறோம்.

ஆனால் உண்மையான உறவு என்பது தேவைக்காக அல்ல, அன்புக்காக இருக்க வேண்டும். தேவனை நாம் தேவைகளை நிறைவேற்றும் கருவியாக மட்டும் பார்க்காமல், அவரையே நமது தேவையாகக் கொள்ள வேண்டும். ஏனெனில், எல்லா சூழ்நிலைகளிலும் நம்மை விட்டு விலகாத வர் அவர் மட்டுமே. நாம் மாறினாலும், அவர் மாறமாட்டார்.

இந்தக்கதை பெற்றோரின் அன்பை நமக்கு நினைவூ ட்டுகிறது. அவர்கள் அந்த மரம் போலவே இருக்கிறார்கள். நாம் சிறியவர்களாக இருந்தபோது நமக்காக எல்லாவற்றை யும் தியாகம் செய்கிறார்கள். நாம் வளர்ந்த பின், பல நேரங் களில் அவர்களை மறந்து விடுகிறோம். ஆனால் அவர்கள் அன்பு ஒருபோதும் குறையாது. அதனால் தான் இறைவேதம் கூறுகிறது:

"உன் தகப்பனையும் உன் தாயையும் கனம் பண்ணுவாயாக" (யாத்திராகமம் 20:12).

அன்பு என்பது கொடுத்து கொண்டே இருக்கும் ஒரு மரம் போன்றது. அது எதையும் எதிர்பார்க்காது; கொடுக்க மட்டுமே விரும்பும். நாம் அன்பைப் பெறுகிறோமா என்று கேட்பதற்கு முன், நாம் அன்பை அளிக்கிறோமா என்று சிந்திக்க வேண்டும். தேவைகளை மட்டும் தேடாமல், அன்பை மதித்து, தேவனைத் தேடுவோம்; நம்மை நேசிப்ப வர்களை மதிப்போம்; அன்பை வாழ்வின் மையமாகக் கொண்டு வாழ்வோம்.

25

இலவசமான சொர்க்கம்

ஒரு மாலை நேரத்தில், ஒரு முதியவர் தனது பேரனுடன் வீட்டின் முன்பாக அமைதியாக அமர்ந்து கொண்டிருந்தார். வாழ்க்கைப் பாடங்களை எளிமையாகவும் ஆழமாகவும் சொல்லும் பழக்கம் அவருக்கிருந்தது. அந்த நாளில் அவர் பேரனை நோக்கி சிரித்தபடி ஒரு வாக்கியம் கூறினார்: "பேரனே, சொர்க்கத்திற்கு நுழைவது இலவசம்; ஆனால் நரகத்திற்கு நுழைய பணம் வேண்டும்." இந்த வார்த்தைகள் பேரனின் மனதில் ஆச்சரியத்தை ஏற்படுத்தின. உடனே அவன் ஆர்வத்துடன் கேட்டான்: "தாத்தா, இது எப்படி சாத்தியம்? சொர்க்கம் இலவசமா? நரகத்துக்கு பணமா?"

முதியவர் சிரித்தபடி மெதுவாக விளக்கத் தொடங்கி னார்: "மகனே, நன்றாக சிந்தித்துப் பார். சூதாட்டத்தில் ஈடுபட பணம் வேண்டும். மதுபானம் அருந்த பணம் வேண்டும். சிகரெட் புகைக்க பணம் வேண்டும். தீய பழக்கங்களில் ஈடுபடவும், தவறான வழிகளில் செல்லவும் பணம் தேவைப்படுகின்றது. மனிதன் தன் வாழ்க்கையை அழிக்கும் பல விஷயங்களுக்கு பணத்தை செலவழிக்கிறான். இவை அனைத்தும் அவனை மெதுவாக அழிவின் பாதைக்கு இட்டுச் செல்கின்றன. அதனால் தான் நான் சொன்னேன். நரகத்திற்கு போக பணம் தேவை என்று."

அவர் சிறிது நேரம் அமைதியாக இருந்தார். பின்னர் தொடர்ந்து கூறினார்: "ஆனால், அன்பு காட்ட பணம் தேவை யில்லை. ஒருவரை ஆறுதல் கூற பணம் தேவையில்லை. தேவனை வணங்க பணம் தேவையில்லை. மன்னிப்பு கேட்க வும், மன்னிக்கவும் பணம் தேவையில்லை. தாழ்மையாக நடக்கவும், நேர்மையாக வாழவும் எந்தச் செலவும் இல்லை.

ஒருவர் மற்றவருக்கு உதவுவது, சேவை செய்வது, நல்லதை தேர்ந்தெடுத்து வாழ்வது. இவை அனைத்தும் இலவசமாக கிடைக்கும் வாய்ப்புகள். அதனால்தான் சொர்க்கத்திற்கு செல்லும் பாதை இலவசம் என்று சொன்னேன்."

இந்த வார்த்தைகள் பேரனின் உள்ளத்தில் ஆழமாக பதிந்தன. முதியவர் அவனை நோக்கி ஒரு முக்கியமான கேள்வியை எழுப்பினார்: "இப்போது நீயே சொல்லு மகனேஞ் பணம் செலவழித்து அழிவைத் தேர்ந்தெடுக்கிறாயா? அல்லது இலவசமாகக் கிடைக்கும் நல்ல வாழ்க்கையைத் தேர்ந்தெடு க்கிறாயா?" அந்தக் கேள்வி அவனை சிந்திக்க வைத்தது.

இறைமக்களே, இந்தச் சிறிய உரையாடல் ஒரு பெரிய உண்மையை நமக்கு உணர்த்துகிறது. நாம் வாழும் வாழ்க் கையில், நமது நேரம், பணம், ஆற்றல் ஆகியவை எதற்காக பயன்படுத்தப்படுகின்றன என்பதுதான் நமது எதிர்காலத்தை தீர்மானிக்கிறது. பலர் அறிந்திருந்தும் தவறான பழக்கங்களுக்கு பணம் செலவழிக்கிறார்கள். அது உடலையும், மனதையும், குடும்பத்தையும் பாதிக்கிறது. ஆனால் நல்ல வாழ்க்கையை

வாழ்வதற்கு பெரும்பாலும் பணம் தேவையில்லை; மனம் மட்டும் போதும். இறைவேதமும் இதையே எச்சரிக்கிறது:

“பாவிகளுடைய பாதையில் பிரவேசியாதே; தீயோருடைய வழியில் நடவாதே” (நீதி.4:14,15). மேலும், “நல்லவர்களின் வழியிலே நடந்து, நீதிமான்களின் பாதைகளைப் பின்பற்று” (நீதி. 2:20) என்று அறிவுறுத்துகிறது.

எந்தப் பாதையைத் தேர்ந்தெடுக்க வேண்டும் என்பதை இந்த வசனங்கள் நமக்கு தெளிவாகச் சொல்கின்றன. வாழ்க்கை என்பது தினமும் நாம் எடுக்கும் சிறிய முடிவுகளின் தொகுப்பாகும். ஒவ்வொரு நாளும் நாம் இரண்டு வழிகளில் ஒன்றைத் தேர்ந்தெடுக்கிறோம். நல்ல வழி அல்லது தீயவழி. தீய வழி ஆரம்பத்தில் இனிமையாகத் தோன்றலாம்; ஆனால் அதன் முடிவு அழிவு. நல்ல வழி ஆரம்பத்தில் சிரமமாக இருக்கலாம்; ஆனால் அதன் முடிவு அமைதியும் ஆசீர்வாதமும் ஆகும். ஆகையால், நாம் எச்சரிக்கையுடன் வாழ வேண்டும். தீய பழக்கங்களைத் தவிர்க்க வேண்டும். நல்லவற்றைத் தேர்ந்தெடுக்க வேண்டும். அன்பையும் தாழ்மை யையும் வளர்த்துக் கொள்ள வேண்டும். தேவனை நம் வாழ்க்கையின் மையமாக்க வேண்டும். நம்முடைய வாழ்க்கை பணத்தால் மட்டுமே நிர்ணயிக்கப்படாது; நம்முடைய தேர்வுக ளால் நிர்ணயிக்கப்படுகிறது.

முடிவாக, வாழ்க்கை ஒரு தேர்வு. அந்தத் தேர்வு நம் கைகளில் உள்ளது. நாம் பணம் செலவழித்து அழிவை வாங்கிக் கொள்ள வேண்டுமா? அல்லது இலவசமாகக் கிடைக்கும் கிருபையையும் நன்மையையும் தேர்ந்தெடுத்து வாழ வேண்டுமா?

செலவு செய்து நரகத்தைத் தேர்ந்தெடுக்காதீர்;
இலவசமான பாதையைத் தேர்ந்தெடுத்து
சொர்க்கத்தில் வாழுங்கள்.

26

மனவியாதிக்கு தீர்வு வேண்டும்

ஒரு நாள் இரவு, ஒரு மன்னனின் வாழ்க்கையில் எதிர்பாராத ஒரு சம்பவம் நடந்தது. அவன் அமைதியாக உறங்கிக் கொண்டிருந்த நேரத்தில், ஒரு சிறிய பூச்சி அவன் காதிற்குள் நுழைந்தது. அது ஒரு சாதாரண விஷயமாகத் தோன்றினாலும், மன்னனுக்கு அது மிகுந்த அச்சத்தையும் வேதனையையும் உண்டாக்கியது. அந்த ஒரு சிறிய சம்பவம், அவன் மனதில் பெரிய கலக்கமாக மாறிவிட்டது.

அடுத்த நாள் முதல், மன்னன் நிம்மதியை இழந்தான். காதுக்குள் ஏதோ அசைவது போல அவனுக்கு உணர்ந்தது. அந்த உணர்வு உண்மையா, இல்லையா என்பதைக் கூட அவன் புரிந்து கொள்ள முடியவில்லை. ஆனால் அவன் மனதில் அது ஒரு பெரிய பிரச்சனையாக பதிந்துவிட்டது.

அரண்மனை வைத்தியர்கள் உடனே அழைக்கப்பட்டனர். அவர்கள் பல்வேறு முறைகளில் பரிசோதனை செய்தனர். எண்ணெய் ஊற்றினர், மருந்துகள் போட்டனர், பலவிதமான கருவிகளைப் பயன்படுத்தி அந்தப் பூச்சியை வெளியே எடுக்க முயன்றனர். ஆனால் எந்த முயற்சியும் பலிக்கவில்லை.

நாள்கள் கடந்து கொண்டே இருந்தன. மன்னனின் நிலை மோசமடைந்தது. அவனால் சாப்பிட முடியவில்லை. நிம்மதியாக உறங்க முடியவில்லை. உடல் மெலிந்தது. மனம் பதட்டமடைந்தது. அவன் எப்போதும் பயத்தில் வாழத் தொடங்கினான். "இந்தப் பூச்சி என்னை கொன்றுவிடுமோ?" என்ற எண்ணம் அவனை வாட்டிக் கொண்டே இருந்தது. இந்த பிரச்சனையை தீர்க்க யாராவது முன்வந்தால், அவர்களுக்கு பெரிய பரிசு வழங்கப்படும் என்று அறிவிக்கப்பட்டது. பல

நாடுகளிலிருந்து புகழ்பெற்ற வைத்தியர்கள் வந்தனர். அவர்கள் தங்கள் திறமையைப் பயன்படுத்தி முயன்றனர். ஆனால் யாராலும் மன்னனின் வேதனையை குறைக்க முடிய வில்லை.

ஒருநாள், தூர நாட்டிலிருந்து ஒரு ஞானி அரண்மனை க்கு வந்தார். அவர் அமைதியாக மன்னனின் காதை பரிசோதி த்தார். உடனே எந்தத் தீர்வையும் கூறவில்லை. சிறிது நேரம் சிந்தித்தபின், மெதுவாக பேசினார்: "மன்னா, இது சாதாரண பூச்சி அல்ல. மிகவும் அபூர்வமான ஒன்று. இதை நீக்க சாதாரண மருந்துகள் போதாது. ஒரு விசேஷ மூலிகை தேவை. அது இங்கிருந்து தொலைவில் உள்ள ஒரு காட்டில் மட்டுமே கிடைக்கும். என் சீடர்களை உடனே அனுப்புகிறேன். மூன்று நாட்களில் அவர்கள் அதை கொண்டு வருவார்கள்."

இந்த வார்த்தைகள் மன்னனுக்கு ஒரு நம்பிக்கையை அளித்தது. "என் நோய்க்கு தீர்வு இருக்கிறது" என்ற எண்ணம் அவனுள் தோன்றியது. அந்த நம்பிக்கையே அவனுக்கு சிறிது நிம்மதியைத் தந்தது.

ஆச்சரியமாக, இரண்டு நாட்களிலேயே சீடர்கள் திரும்பி வந்தனர். மறுநாள் காலை, அந்த மூலிகைச் சாறு தயார் செய்து மன்னனின் காதில் ஊற்றப்பட்டது. சில நொடிகளில், ஒரு செத்த பூச்சி வெளியே விழுந்தது.

அதைப் பார்த்த மன்னன் மிகுந்த மகிழ்ச்சியடைந்தான். “இப்போது நான் குணமடைந்துவிட்டேன்!” என்ற நம்பிக்கை அவனை நிரப்பியது. பல நாட்களாக இருந்த வேதனை மறைந்தது. அவன் நிம்மதியாக உறங்கினான். சாப்பிட்டான். உடல் நலம் திரும்பியது.

ஞானிக்கும் சீடர்களுக்கும் பெருமையான பரிசுகள் வழங்கப்பட்டு, மரியாதையுடன் அனுப்பி வைக்கப்பட்டனர். அவர்கள் நாட்டை விட்டு வெளியேறியபோது, சீடர்களில் ஒருவன் ஆச்சரியத்துடன் கேட்டான்: “குருவே, அந்த அபூர்வ மூலிகை என்ன?”

ஞானி சிரித்தபடி பதிலளித்தார்: “மன்னனின் காதில் பூச்சி இருந்தது உண்மை. ஆனால் அது ஏற்கனவே செத்து விட்டது. அவனை வதைத்தது பூச்சி அல்ல; அந்த நினைப்பு. பூச்சி இன்னும் உயிருடன் உள்ளதென்ற பயமே அவனை நோயாளியாக மாற்றியது.”

சீடன் மேலும் கேட்டான்: “அப்படியென்றால் உண்மையைச் சொல்லியிருக்கலாமே?”

ஞானி கூறினார்: “அவன் மனநிலையை நீ புரிந்து கொள்ள வேண்டும். அவன் பிரச்சனை உண்மையில் உடலில் இல்லை; மனதில் இருந்தது. அதனால், அவன் நம்பும் விதத்தில் சிகிச்சை அளிக்க வேண்டியது அவசியம். நாங்கள் சாதாரண இலைகளைப் பயன்படுத்தினோம். மேலும் முன்கூட்டியே ஒரு செத்த பூச்சியை வைத்திருந்தேன். அதை காட்டியதும் அவன் நம்பினான். அவன் மனம் குணமடைந்தது. அதோடு அவன் உடலும் குணமடைந்தது.”

இறைமக்களே, இந்தச்சம்பவம் நமக்கு ஒரு ஆழமான உண்மையை உணர்த்துகிறது. இன்று மனிதனை பாதிக்கும் பல பிரச்சனைகள் உடலில் அல்ல; மனதில் இருக்கின்றன. நாம் அனுபவிக்கும் பல வேதனைகள் உண்மையானவை அல்ல; நமது சிந்தனைகளால் உருவாக்கப்பட்டவை.

நம்மில் பலர், சிறிய பிரச்சனைகளை பெரிதாக நினைத்து, அதை மனதில் வளர்த்து, நம்மையே துன்பப்படுத்திக் கொள்கிறோம். சில நேரங்களில், பிரச்சனை இல்லாவிட்டாலும், “ஏதோ பிரச்சனை இருக்கிறது” என்று எண்ணி பயப்படுகிறோம்.

உண்மையில், நம்மை பாதிப்பது பிரச்சனை அல்ல; அதை நாம் எப்படி பார்க்கிறோம் என்பதே முக்கியம். தவறான சிந்தனை, தேவையற்ற பயம், அளவுக்கு மீறிய கவலை. இவை எல்லாம் மனதில் “பூச்சி” போல இருந்து நம்மை வதைக்கின்றன. இதைத்தான் இறைவேதம் கூறுகிறது:

“தங்கள் சிந்தனைகளினாலே வீணரானார்கள்; அவர்களுடைய இருதயம் இருளடைந்தது” (ரோமர் 1:21)

. ஆகையால், நம்முடைய சிந்தனைகளை கவனமாகக் காக்க வேண்டும். உண்மையையும் கற்பனையையும் பிரித்தறிய வேண்டும். தேவையற்ற பயங்களையும் கவலைகளையும் விட்டுவிட வேண்டும். வாழ்க்கையை கெடுப்பது வெளியில் இருக்கும் பிரச்சனைகள் அல்ல; உள்ளத்தில் இருக்கும் தவறான எண்ணங்களே.

ஆகையால், மனதில் இருக்கும் “பூச்சி”யை அகற்றுங்கள்; வாழ்க்கை வெளிச்சமாகும்.

27

அடையாளத்தை அறியாத கழுகு

ஒரு நாள், ஒரு மனிதன் கழுகின் ஒரு முட்டையை எடுத்துக் கொண்டு, அதை கோழி முட்டைகளுடன் சேர்த்து வைத்தான். காலம் கடந்தது. அந்த முட்டைகள் அனைத்தும் பொறிந்து, குஞ்சுகள் வெளியே வந்தன. அவற்றுடன் சேர்ந்து அந்தக் கழுகு குஞ்சும் வெளிவந்தது.

அந்தக் கழுகு குஞ்சு, கோழிக் குஞ்சுகளுடன் சேர்ந்து வளரத்தொடங்கியது. அவற்றைப் போலவே நடந்தது. அவற்றைப் போலவே தானியங்களையும் புழுக்களையும் தின்றது. தரையில் மட்டுமே சுற்றித் திரிந்தது. அது ஒருபோதும் மேலே பார்க்கவில்லை; பறக்க முயற்சிக்கவும் இல்லை. ஏனெனில் அது தன்னை ஒரு கோழி என்று நினைத்துக்கொண்டது.

ஒருநாள், வானத்தில் உயரமாக பறந்துகொண்டிருந்த ஒரு கழுகு, கீழே கோழிகளின் நடுவில் இருந்த அந்தக் கழுகு குஞ்சை கவனித்தது. தன் இனத்தைச் சேர்ந்த ஒன்று தன் உயரத்தை அறியாமல் கீழே உலாவுவதைப் பார்த்து அது ஆச்சரியமடைந்தது. அது உடனே கீழிறங்கி, அந்தக் குஞ்சை நோக்கி,

“நீ ஒரு கோழி அல்ல! நீ ஒரு கழுகு. வானத்தில் உயர்ந்து பறக்க வேண்டியவன். ஏன் இங்கே குப்பை மேட்டில் தானியங்களைத்தேடி அலையுகிறாய்? என்னோடு வா; உன்னை வானத்தில் பறக்க வைக்கிறேன்” என்று அழைத்தது. ஆனால் அந்தக் கழுகு குஞ்சு பயந்துபோய், “நான் ஒரு கோழிக் குஞ்சு தான். நீ என்னை ஏமாற்றி சாப்பிட முயற்சிக்கிறாய். உன் வார்த்தைகளை நான் நம்ப மாட்டேன்” என்று கூறியது. பின்னர் அது மீண்டும் கோழிக் குஞ்சுகளோடு சேர்ந்து ஓடி ஒளிந்தது.

இவ்வாறு, அது தன் உண்மையான அடையாளத்தை ஏற்க மறுத்தது. உயரத்திற்கு அழைக்கப்பட்டும் தாழ்விலேயே தங்கி விட்டது.

இறைமக்களே, இந்தக் கதை நம் வாழ்க்கையை பிரதிபலிக்கிறது. தேவன் நம்மை உயர்ந்த நோக்கங்களுக்காக படைத்திருக்கிறார். ஆனால் நாம் வளர்ந்த சூழ்நிலைகளை பார்த்து, “என் வாழ்க்கை இதுவரை தான்” என்று நாமே நமக்கு எல்லை விதித்துக் கொள்கிறோம்.

நாம் யார் என்பதை அறியாதவரை, நம் வலிமையை உணராதவரை, மற்றவர்களின் கருத்துகளுக்கும் சூழ்நிலைகளுக்கும் அடிமையாகி விடுவோம். நாம் நம்மை குறைவாக எண்ணினால், உயர்ந்த வாழ்க்கையை அடைய முடியாது.

கிறிஸ்துவுக்குள் நாம் யார் என்பதை அறிதல் மிகவும் முக்கியமானது. உலகம் நம்மைப் பற்றி என்ன சொல்கிறது என்பதல்ல முக்கியம்; தேவன் நம்மைப் பற்றி என்ன சொல்கிறார் என்பதே உண்மை.

இறைவேதம் இவ்வாறு அறிவுறுத்துகிறது:

"பூமியிலுள்ளவைகளையல்ல, மேலானவைகளையே நாடுங்கள்" (கொலோ. 3:2)

ஆகையால், உங்களை நீங்களே குறைத்து மதிப்பிடாதீர். சூழ்நிலைகளால் கட்டுப்படாதீர். உங்கள் உண்மையான திறனை உணருங்கள். உயர்ந்த நோக்கத்துடன் வாழுங்கள்.

நீங்கள் கோழி அல்ல, பறக்க படைக்கப்பட்டவர்கள்.
உங்கள் அடையாளத்தை அறிந்தால்,
உங்கள் உயரம் மாறும்.

28

உறவுகளை காக்கும் ஆற்றல்

ஒரு தம்பதியரின் திருமணம் மகிழ்ச்சியாக நடைபெற் றது. உறவினர்கள், நண்பர்கள் அனைவரும் ஒன்று கூடி கொண்டாடிய அந்த நிகழ்வு, அவர்களின் வாழ்க்கையில் ஒரு புதிய ஆரம்பமாக அமைந்தது. மணமேடையில் அவர்கள் இருவரும் புன்னகையுடன் அமர்ந்திருந்தனர். எதிர்கால கனவு கள், ஆசைகள், நம்பிக்கைகள் அந்த ஒரு தருணத்தில் கலந்திருந்தது.

அந்த சந்தோஷமான சூழலில், திடீரென ஒரு சிறிய சம்பவம் நடந்தது. ஒரு எலி மேடையின் ஓரமாக வேகமாக ஓடி மறைந்தது. அதை கவனித்த மாப்பிள்ளை, மணப்பெண் ணை நோக்கி மெதுவாக, “அந்தப் பக்கம் எலி ஓடியதை பார்த்தாயா?” என்று கேட்டார்.

மணப்பெண் உடனே பதிலளித்தாள்: “ஆம், பார்த்தேன். ஆனால் அந்தப் பக்கம் இல்லை, இந்தப் பக்கம் தான்

ஓடியது." மாப்பிள்ளை சிரித்தபடி, "இல்லை, நான் தெளிவாக பார்த்தேன்; அது அந்தப் பக்கம் தான் ஓடியது" என்றார்.

மணப்பெண் மீண்டும் வலியுறுத்தினாள்: "இல்லை, நான் பார்த்தது சரிதான்; அது இந்தப் பக்கம் தான் ஓடியது."

இந்தச் சிறிய கருத்து வேறுபாடு சில நொடிகளில் வாக்குவாதமாக மாறியது. ஆரம்பத்தில் சிரிப்புடன் இருந்த உரையாடல், மெதுவாக உறுதியான வாதமாக மாறியது. இருவரும் தங்கள் கருத்தை நிரூபிக்க முயன்றனர். யாரும் ஒருவருக்கொருவர் இடம் கொடுக்கத் தயங்கவில்லை.

அங்கு இருந்தவர்களும் அதிர்ச்சியடைந்தனர். ஒரு எலி எந்த திசையில் ஓடியது என்ற சிறிய விஷயம், அவர்களின் மனநிலையை பாதிக்கும் அளவுக்கு வளர்ந்தது. அந்த ஒரு சிறிய விஷயம், அவர்களின் உறவில் ஒரு சின்ன விரிசலை உருவாக்கியது.

அந்த விரிசல் அங்கேயே முடிந்துவிட்டதா? இல்லை. அந்த நாளின் சிறிய வாக்குவாதம், பின்னர் பெரிய மனக் கசப்புகளுக்குக் காரணமாகியது என்று கூறப்படுகிறது. புரிதல் இல்லாமை, பிடிவாதம், விட்டுக்கொடுக்காத மனநிலை இவையெல்லாம் சேர்ந்து, அந்த உறவை பாதித்தன.

இறைமக்களே, இந்தச் சம்பவம் நமக்கு ஒரு மிக முக்கியமான உண்மையை எடுத்துரைக்கிறது. வாழ்க்கையில் பெரும்பாலான பிரச்சனைகள் பெரிய காரணங்களால் உருவாகுவதில்லை. மிகச் சிறிய விஷயங்களில் நாம் எடுத்துக் கொள்ளும் அணுகுமுறையே அதை பெரிதாக்குகிறது. ஒரு சிறிய கருத்து வேறுபாடு, நாம் அதை எப்படி கையாளுகிறோம் என்பதையே பொருத்தது. அதை நிதானமாக அணுகினால் அது அங்கேயே முடிந்துவிடும். ஆனால் அதை பிடிவாதமாக எடுத்துக் கொண்டால் அது உறவையே பாதிக்கும் அளவுக்கு வளர்ந்து விடும்.

வாக்குவாதம் எப்போதும் உண்மையை வெளிப்படுத்தாது; அது பல நேரங்களில் மனதை காயப்படுத்தும். “யார் சரி?” என்பதை நிரூபிப்பதில் நாம் அதிகமாக கவனம் செலுத்தும் போது, “உறவு சரியாக இருக்கிறதா?” என்பதை நாம் மறந்து விடுகிறோம்.

உறவுகளில் வெற்றி பெறுவது என்பது, மற்றவரை தோற்கடிப்பதல்ல. அது ஒருவரை ஒருவர் புரிந்து கொள்வதிலும், மதிப்பதிலும் இருக்கிறது. பலர், விட்டுக்கொடுத்தால் தாங்கள் பலவீனமானவர்கள் என்று நினைக்கிறார்கள். “நான் ஏன் மௌனமாக இருக்க வேண்டும்?” “நான் சொல்வது தான் சரி” என்ற எண்ணம் அவர்களை வழிநடத்துகிறது. ஆனால் உண்மையில், விட்டுக்கொடுத்தல் என்பது பலவீனம் அல்ல; அது பலத்தின் வெளிப்பாடு. அது மனப்பெருக்கத்தின் அடையாளம். அது அன்பின் செயல்பாடு.

நாம் விரும்பியது கிடைத்தால் மகிழ்ச்சி கிடைக்கும். ஆனால் நம்மைச் சேர்ந்தவர்களின் நலனுக்காக, நம்முடைய விருப்பத்தை விட்டுக்கொடுக்கும்போது கிடைக்கும் மகிழ்ச்சி இன்னும் உயர்ந்தது. அது உறவுகளை ஆழமாக இணைக்கும். ‘விட்டுக் கொடுப்பவர் கெட்டுப் போவதில்லை’ என்ற பழமொழி ஒரு சாதாரண சொல் அல்ல; அது வாழ்க்கையை காக்கும் ஞானம்.

குடும்பத்தில் அமைதி நிலைக்க வேண்டுமானால், தாய் தந்தை, கணவன் மனைவி, சகோதரர்கள், நண்பர்கள் அனைவரிடமும் புரிதலும் பொறுமையும் அவசியம். ஒவ்வொருவரும் தங்கள் கருத்தில் மட்டும் நிலைத்திருந்தால், எந்த உறவும் நீண்ட நாள் நிலைக்காது.

சில நேரங்களில் மௌனம் பேசுவதைக் காட்டிலும் வலிமையானது. சில தருணங்களில் ஒரு அடி பின்வாங்குவது, உறவை முன்னேற்றும். ஒரு சிறிய “சரி, நீ சொல்வது போல் இருக்கட்டும்” என்ற வார்த்தை கூட பெரிய பிரச்சனையை முடிவுக்கு கொண்டு வரலாம்.

இறைவேதம் நமக்கு இதை தெளிவாக கற்றுக்கொடுக்கிறது: *"தீமைக்குத் தீமையையும் செய்யாதீர்கள்" (1 பேது 3:9).* மேலும், *"ஒருவருக்கொருவர் கீழ்ப்படிந்து வாழுங்கள்" (கொலோ. 3:18)* என்று அறிவுறுத்துகிறது.

இந்த வசனங்கள், உறவுகளில் பணிவு, அன்பு, சமாதானம் ஆகியவை எவ்வளவு முக்கியமானவை என்பதை நினைவூட்டுகின்றன.

இறைமக்களே, வாழ்க்கையில் அமைதி வேண்டுமா? அப்படியானால், நாம் எப்போது பேச வேண்டும், எப்போது மௌனமாக இருக்க வேண்டும் என்பதை அறிந்து கொள்ள வேண்டும். எப்போது வாதிட வேண்டும், எப்போது விட்டுக் கொடுக்க வேண்டும் என்பதையும் கற்றுக்கொள்ள வேண்டும்.

உறவுகளை வெல்ல முயற்சிக்காதீர்;
உறவுகளை காக்க முயற்சியுங்கள்.

முடிவாக நினைவில் கொள்ள வேண்டியது:

சிறிய வாக்குவாதம் பெரிய பிரிவை உண்டாக்கலாம். ஆனால் ஒரு சிறிய விட்டுக்கொடுத்தல் பெரிய உறவை காப்பாற்றும்.

வாக்குவாதம் உறவுகளை உடைக்கும்;
விட்டுக்கொடுத்தல் உறவுகளை கட்டும்.

29

காணாத கயிறுகள்

ஒரு நாள், ஒரு மனிதன் ஒரு கிராமம் வழியாக அமைதியாக நடந்து கொண்டிருந்தான். அவன் மனம் அமைதி யோடும் கவனத்தோடும் இருந்தது. வழியில் காணப்பட்ட ஒவ்வொரு காட்சியையும் ரசித்தபடி சென்றுகொண்டிருந்தான். அப்போது அவன் கண்கள் ஒரு இடத்தில் நின்றுபோனது. அங்கே சில பெரிய யானைகள் கட்டப்பட்டிருந்தன. அவை மிக வலிமையானவை. ஒரு மரத்தையே பிடுங்கிவிடும் அளவிற்கு சக்தி கொண்டவை. ஆனால் அவற்றை கட்டியிருந் தது மிகவும் மெலிந்த ஒரு கயிறு மட்டுமே.

அந்த கயிறு அவற்றின் காலில் சாதாரணமாக கட்டப்பட்டிருந்தது. அதை பார்த்த மனிதன் ஆச்சரியத்தில் ஆழ்ந்தான். “இவ்வளவு பெரிய யானைகள், இப்படிப் பட்ட பலவீனமான கயிறால் எப்படி கட்டுப்பட்டிருக்கின்றன?” என்ற கேள்வி அவன் மனதில் எழுந்தது. “இவை விரும்பினால் இந்த கயிறை எளிதில் அறுத்து தப்பிக்க முடியாதா?” என்று அவன் யோசித்தான்.

அவனுடைய குழப்பத்திற்கான விடையை அறிய, அங்கிருந்த யானைப் பாதுகாவலரிடம் அவன் கேட்டான். அவர் சிரித்தபடி ஒரு ஆழமான உண்மையை வெளிப்படுத்தினார்: “இந்த யானைகளை கட்டி வைத்திருப்பது கயிறு அல்ல; அவற்றின் மனதில் இருக்கும் நம்பிக்கை தான்.”

அவர் மேலும் விளக்கத் தொடங்கினார். “இந்த யானை கள் சிறிய கன்றுகளாக இருந்தபோது, இதே மாதிரியான கயிறுகளால் கட்டப்பட்டிருந்தன. அப்போது அவை தப்பிக்க பலமுறை முயன்றன. தங்கள் முழு வலிமையையும் பயன்படு த்தின. ஆனால் அவற்றால் கயிறை அறுத்து விட முடியவில் லை. மீண்டும் மீண்டும் முயற்சி செய்தும் தோல்வி அடைந்த தால், ஒரு எண்ணம் அவற்றின் மனதில் ஆழமாக பதிந்தது ‘என்னால் முடியாது.’”

காலம் சென்றது. அந்தச் சிறிய கன்றுகள் வளர்ந்து இன்று பெரிய யானைகளாக மாறின. அவற்றின் உடல் வலிமை பல மடங்கு அதிகரித்தது. ஆனால் அவற்றின் மனதில் பதிந்திருந்த அந்த பழைய தோல்வி நினைவு மாறவில்லை. அதனால் தான் இன்று அவற்றால் எளிதில் அறுக்கக் கூடிய கயிறையும் அவை முயற்சி செய்து அறுக்கவில்லை.

உண்மையில், அவற்றை கட்டிப்போட்டது கயிறு அல்ல; அவற்றின் மனதில் பதிந்திருந்த “முடியாது” என்ற நம்பிக்கையே. இறைமக்களே, இந்தச் சம்பவம் நம்முடைய வாழ்க்கையையும் மிகத் தெளிவாக பிரதிபலிக்கிறது. நம்மில் பலர் வெளிப்புற சூழ்நிலைகளால் கட்டுப்பட்டவர்கள் அல்ல. நம்முடைய உள்ளத்தில் இருக்கும் எண்ணங்களால்தான் கட்டுப்பட்டிருக்கிறோம்.

என்னால் முடியாது, நான் மாற்ற முடியாது, என் வாழ்க்கை இப்படித்தான் இருக்கும் இப்படிப்பட்ட எண்ணங்க ளே நம்மை கட்டி வைத்திருக்கும் “காணாத கயிறுகள்”.

பல நேரங்களில் கடந்த கால தோல்விகள், பிறர் கூறிய எதிர்மறை வார்த்தைகள், மனக் காயங்கள் இவை எல்லாம் நம் மனதில் பதிந்து, நம்மை முன்னேறாமல் தடுத்து நிறுத்துகின்றன. நாம் முயற்சி செய்யாமல் நின்றுவிடுகிறோம். நம்மிடம் இருக்கும் வல்லமையை மறந்து விடுகிறோம்.

ஆனால் உண்மை என்னவென்றால் நாம் நினைப்பதை விட நாம் மிகவும் வலிமையானவர்கள். தேவன் நமக்குள் வைத்திருக்கும் திறமைகள், அருள், ஆவிக்குரிய வல்லமை இவை அனைத்தும் மிகப் பெரியவை.

சாத்தான் மனிதனை சங்கிலிகளால் கட்டுவதில்லை; எண்ணங்களால் கட்டுகிறான். "நீ தகுதியற்றவன்", "நீ மாற்றமடைய முடியாது", "நீ தோல்விக்கே உருவானவன்" என்று பொய்களை நம்பச் செய்கிறான். ஆனால் அவை உண்மைகள் அல்ல; நம்மை அடிமைப்படுத்தும் ஏமாற்றங்கள் மட்டுமே. தேவனுடைய சத்தியம் முற்றிலும் மாறுபட்டதாக இருக்கிறது. நாம் பழைய மனிதர்கள் அல்ல; நாம் புதிய சிருஷ்டிகள். நம்முடைய கடந்த காலம் நம்மை நிர்ணயிக்காது. தேவனுக்குள் நமக்கு புதிய ஆரம்பம் உண்டு.

இதைத்தான் இறைவேதம் கூறுகிறது: "உங்கள் மனம் புதிதாகிறதினாலே மறுரூபமாகுங்கள்" (ரோமர்.12:2).

இந்த வசனம் நமக்கு ஒரு முக்கியமான உண்மையை உணர்த்து கிறது. மாற்றம் வெளியில் தொடங்குவதில்லை; அது மனதில் தொடங்குகிறது.

நம்முடைய சிந்தனையை மாற்றினால், நம்முடைய வாழ்க்கையும் மாறும். ஆகையால் நாம் செய்ய வேண்டியது: தேவனுடைய சத்தியத்தால் நமது சிந்தனையை நிரப்ப வேண்டும். கடந்த கால தோல்விகளை விட வேண்டும். புதிய முயற்சியை தொடங்க வேண்டும். ஜெபத்தில் உறுதியாக நிற்க வேண்டும். இவற்றை நாம் நடைமுறைப்படுத்தும்போது, நம்மை கட்டியிருந்த "காணாத கயிறுகள்" தானாகவே தளர்ந்து விடும்.

யானைகள் போல, பழைய தோல்விகளை நினைத்து நின்றுவிடாதீர். தேவன் உங்களுக்குள் வைத்துள்ள வல்லமையை உணருங்கள். மீண்டும் முயற்சி செய்யத் துணிந்து முன்னேறுங்கள். முடிவாக நினைவில் கொள்ள வேண்டியது: நம்மை கட்டிப்போடுவது வெளிப்புற சூழ்நிலை அல்ல; நம் மனநிலையே.

"நம்பிக்கையினால் நீ வாழ்வு பெறுவாய்
நண்பனே நீ பயப்படாதே
பயம் வேண்டாம் திகில் வேண்டாம்
படைத்தவர் உன்னை நடத்திச்செல்வார்"

இந்த வரிகள் தந்தை பெர்க்மான்ஸ் அவர்கள் பாடல் வரிகளாகும். ஆம், நம்பிக்கையை மாற்றினால் வாழ்க்கை மாறும்; தேவனுடைய சத்தியம் நம்மை விடுவிக்கும்.

30

ஆழமே உயரத்தின் அடித்தளம்

ஒரு நாள், ஒரு மனிதன் தன் வீட்டருகே சிலர் வேலை செய்து கொண்டிருப்பதை கவனித்தான். அவர்கள் நிலத்தை ஆழமாக தோண்டிக் கொண்டிருந்தனர். ஆரம்பத்தில் அது ஒரு சாதாரண வேலை போலத் தோன்றியது. ஆனால் அவர் நின்று கவனித்தபோது, அவர்கள் மிகவும் தீவிரமாகவும் கவனமாக வும் தொடர்ந்து தோண்டிக் கொண்டிருப்பதை பார்த்து ஆச்சரி யமடைந்தார்.

அவர் அருகே சென்று, “நீங்கள் என்ன செய்கிறீர்கள்?” என்று கேட்டார். அதற்கு அவர்கள், “இங்கு ஒரு பெரிய கட்டிடம் கட்டப் போகிறோம்” என்று பதிலளித்தனர்.

அந்த மனிதன் மனதில் உடனே ஒரு கேள்வி எழுந்தது: “கட்டிடம் கட்டப் போகிறீர்கள் என்றால் சுவர் எழுப்ப வேண்டும்; இப்படி ஏன் தொடர்ந்து தோண்டிக் கொண்டிருக்கிறீர்கள்?” என்ற சந்தேகம் இருந்தாலும், அவர் அமைதியாக அங்கிருந்து சென்றார்.

மூன்று மாதங்கள் கழித்து, அவர் மீண்டும் அதே இடத்திற்கு வந்தார். இப்போது அவர் மேலும் ஆச்சரியமடைந் தார். ஏனெனில், இன்னும் அவர்கள் தோண்டிக் கொண்டே இருந்தனர். நிலம் இன்னும் ஆழமாகி இருந்தது. ஆனால் கட்டிடத்தின் எந்த வடிவமும் தெரியவில்லை. அவருக்கு அது புரியவில்லை. “இவ்வளவு நாள் ஆனதும் இன்னும் தோண்டிக் கொண்டே இருக்கிறார்களே?” என்ற குழப்பம் அதிகரித்தது.

அவர் மீண்டும் அமைதியாக சென்றாலும், அந்த காட்சி அவரின் மனதில் பதிந்துவிட்டது. ஆறு மாதங்கள் கழித்து,

அவர் மீண்டும் அங்கு வந்தார். இந்த முறை அவர் பொறுமையை இழந்தார்.

அங்கே இன்னும் தோண்டிக் கொண்டிருப்பதைப் பார்த்த வுடன், அவர் கோபத்துடன் கேட்டார்: “இங்கு என்னதான் செய்து கொண்டிருக்கிறீர்கள்? இத்தனை மாதங்களாக தோண்டிக் கொண்டே இருக்கிறீர்களே! கட்டிடம் எப்போது கட்டப் போகிறீர்கள்?”

அதற்கு அவர்கள் அமைதியாக, “இதன் ஆழத்தைப் பாருங்கள்” என்று சொன்னார்கள். அவர் கீழே பார்த்தார். ஆனால் அவரால் அதன் முழு ஆழத்தைக் காண முடியவில் லை.

அவர் பதிலளித்தார்: “இதன் ஆழம் எனக்குத் தெரிய வில்லை. எவ்வளவு ஆழம் தோண்டியுள்ளீர்கள் என்று பார்க்க முடியவில்லை.”

அவர்கள் சிரித்தபடி கூறினர்: “இன்னும் சில ஆண்டு கள் கழித்து வாருங்கள். அப்போது இங்கு எழும் கட்டிடத்தின் உயரத்தைப் பார்த்து நீங்கள் ஆச்சரியப்படுவீர்கள். அந்த உயரத்தை முழுவதும் பார்க்கவே முடியாது. அந்த உயரத்திற்கு காரணம் இந்த ஆழமே.” அந்த வார்த்தைகள் அந்த மனிதனின் மனதில் ஆழமாக பதிந்தன.

இறைமக்களே, இந்தச் சம்பவம் நமக்கு ஒரு மிகப் பெரிய வாழ்க்கைப் பாடத்தை எடுத்துரைக்கிறது. ஒரு கட்டிடத்தின் உயரம், அதன் அடித்தளத்தின் ஆழத்தைப் பொறுத்தே நிர்ணயிக்கப்படுகிறது. அடித்தளம் பலமாக இல்லாமல், உயரமான கட்டிடம் நிலைத்திருக்க முடியாது.

ஆழம் இல்லாமல் உயரம் இல்லை. நாம் பெரும்பாலும் உயரத்தை மட்டுமே பார்க்கிறோம். ஒருவரின் வெற்றி, புகழ், நிலை இவற்றைப் பார்த்து ஆச்சரியப்படுகிறோம். ஆனால்

அந்த உயரத்திற்கு பின்னால் இருக்கும் ஆழமான உழைப்பையும், பொறுமையையும், தியாகத்தையும் நாம் கவனிக்க மறந்துவிடுகிறோம். ஒரு விதை மண்ணுக்குள் புதையாமல், இருளில் இருக்காமல், அழுத்தத்தை அனுபவிக்காமல், பெரிய மரமாக வளர முடியாது. அதேபோல், கடலின் ஆழத்திற்கு செல்லாதவன், அதன் உள்ளே இருக்கும் முத்துக்களை பெற முடியாது.

“ஆழம் எப்போதும் அமைதியாக இருக்கும்;
உயரம் தான் வெளியில் தெரியும்.”

இன்றைய உலகில், பலர் உடனடியாக உயரத்தை அடைய விரும்புகிறார்கள். அவர்கள் காத்திருக்க விரும்பவில்லை. அவர்கள் தயாராக விரும்பவில்லை. அவர்கள் அடித்தளத்தை அமைக்க விரும்பவில்லை.

குறுக்குவழியில் உயரத்தை அடைய முயல்கிறார்கள். ஆனால் குறுக்குவழியில் கிடைக்கும் உயர்வு நிலையானதாக இருக்காது. அது தற்காலிகமானது. அது விரைவில் சிதைந்து போகும். தேவன் நமக்கு ஒரு ஆசீர்வாதத்தை அளிப்பதற்கு முன், அந்த ஆசீர்வாதத்தை தாங்கும் திறனை நம்மில் உருவாக்குகிறார்.

அவர் நம்மை ஆயத்தப்படுத்துகிறார்.
அவர் நம்மை வடிவமைக்கிறார்.
அவர் நம்மை உறுதிப்படுத்துகிறார்.

குயவனின் கையில் இருக்கும் களிமண் போல, நாம் தேவனின் கையில் அடங்கி இருக்க வேண்டும். களிமண் தன்னிச்சையாக இருந்தால் அது அழகான பாத்திரமாக மாறாது. அது குயவனின் கையில் வடிவம் பெற வேண்டும். அதேபோல், நம்முடைய வாழ்க்கையும் தேவனின் கரங்களில் வடிவம் பெற வேண்டும். சில நேரங்களில், வாழ்க்கையில் நாம் அனுபவிக்கும் காலங்கள் “ஆழம்” போன்றதாக இருக் கும். எதுவும் நடக்காதது போல இருக்கும்.

முன்னேற்றம் தெரியாதது போல இருக்கும்.
இருள் சூழ்ந்தது போல இருக்கும்.

ஆனால் அந்த காலங்கள் வீணானவை அல்ல.

அவை நம்மை உருவாக்கும் காலங்கள்.
அவை நம்மை பலப்படுத்தும் காலங்கள்.
அவை நம்மை உயரத்திற்கு தயார்படுத்தும் காலங்கள்.

இதைத்தான் இறைவேதம் கூறுகிறது: "ஏற்றகாலத்திலே தேவன் உங்களை உயர்த்தும்படிக்கு, அவருடைய பலத்த கைக்குள் அடங்கியிருங்கள்" (1 பேதுரு 5:6).

இந்த வசனம் நமக்கு ஒரு உறுதியை அளிக்கிறது

நாம் காத்திருந்தாலும்,
நாம் மறக்கப்படவில்லை.

தேவன் நம்மை தயார்படுத்திக் கொண்டிருக்கிறார்.

ஆகையால், வாழ்க்கையில் "ஆழமான" காலங்களை நாம் பயப்பட வேண்டாம். அதை ஏற்றுக்கொள்ள வேண்டும். அதில் பொறுமையுடன் நிலைத்திருக்க வேண்டும்.

முடிவாக நினைவில் கொள்ள வேண்டியது:

உயரத்தை நாடுகிறீர்களா?
முதலில் ஆழத்தை ஏற்றுக்கொள்ளுங்கள்.
ஆழம் இல்லாமல் உயரம் இல்லை;
தேவனின் நேரத்தில் உயரம் நிச்சயம்.

31

பாம்புடன் விளையாடியவன்

பல ஆண்டுகளுக்கு முன்பு, ஒரு சிறிய கிராமத்தில் ஒரு பாம்பாட்டி வாழ்ந்து வந்தான். அவன் வாழ்க்கை எளிமை யானது; ஆனால் அவன் தேர்ந்தெடுத்த தொழில் மிகவும் ஆபத்தானது. அவனிடம் ஒரு பெரிய மலைப்பாம்பு இருந்தது. அந்தப் பாம்பை வைத்து தான் அவன் தனது வாழ்க்கையை நடத்திக் கொண்டிருந்தான். கிராமங்களில் மக்கள் கூடும் இடங்களுக்கு சென்று, அந்தப் பாம்புடன் பல விதமான காட்சிகளை நடத்துவான். அவன் சொன்ன கட்டளைகளைப் பாம்பு கேட்டு நடப்பது போலத் தோன்றும். “என் மேல் ஏறு”, “என்னைச் சுற்றிக்கொள்”, “இறங்கு” என்று அவன் கூறினால், அந்தப் பாம்பும் அவன் சொற்படியே அசைவுகளைச் செய்யும்.

இந்தக் காட்சிகளைப் பார்த்த மக்கள் ஆச்சரியப்பட்டு மகிழ்ச்சியடைவார்கள். சிலர் பயப்படுவார்கள்; சிலர் ரசிப்பார் கள். ஆனால் அனைவரும் அவனைப் பாராட்டி காசு கொடுப் பார்கள். அந்தப் பணத்தில்தான் அவன் தனது வாழ்க்கையை நடத்திக் கொண்டிருந்தான். வெளியே பார்த்தால் அது ஒரு சாதாரண தொழிலாகத் தோன்றியது. ஆனால் அதன் உள்ளே மறைந்து இருந்தது ஒரு பெரிய ஆபத்து.

அவனுடைய அண்டை வீட்டாரும் நண்பர்களும் அவனை அடிக்கடி எச்சரித்தனர்: “பாம்போடு விளையாடாதே! அது எப்போது தனது இயல்பை வெளிப்படுத்தும் என்று தெரியாது. இன்று அது உன் கட்டுப்பாட்டில் இருப்பது போலத் தோன்றலாம்; ஆனால் அது ஒரு விலங்கு. அதன் இயல்பு மாறாது. வேறு ஒரு பாதுகாப்பான தொழிலைத் தேர்ந்தெடு” என்று அறிவுறுத்தினர். ஆனால் அந்தப் பாம்பாட்டி இந்த எச்சரிக்கைகளை கவனிக்கவில்லை. “இந்தப் பாம்பு எனக்கு பழகியதே. இது என்னைத் தாக்காது. எனக்கு எதுவும் ஆகாது”

என்ற தன்னம்பிக்கையுடன் அவன் வாழ்ந்தான். அவன் அனுபவம் தான் அவனை பாதுகாக்கும் என்று எண்ணினான். அவன் தொடர்ந்து அதே வாழ்க்கையை நடத்திக் கொண்டே இருந்தான்.

நாள் கடந்தது. அவன் வாழ்க்கை பழையபடியே சென்றது. எச்சரிக்கைகள் அவனுடைய காதுகளில் விழுந்தாலும், அவன் மனதில் இடம் பெறவில்லை.

ஒருநாள், வழக்கம்போல அவன் மக்கள் மத்தியில் தனது காட்சியை நடத்திக் கொண்டிருந்தான். மக்கள் கூட்டம் திரண்டிருந்தது. அனைவரும் அவனை சுற்றி நின்று பார்த்துக் கொண்டிருந்தனர். அவன் பாம்பை எடுத்துக் கொண்டு, “என் மேல் ஏறு” என்று கட்டளையிட்டான். பாம்பு மெதுவாக அவன் கால்களில் இருந்து மேலே ஏறத் தொடங்கியது.

அது அவன் உடலைச் சுற்றிக் கொண்டது. முதலில் கால்களை, பின்னர் இடுப்பை, அதன் பின் மார்பைப் சுற்றியது. இறுதியில் அது அவன் கழுத்து மற்றும் தலைப்பகுதியைச் சுற்றிக் கொண்டது. அவன் அதை ஒரு கலை நிகழ்ச்சியாக மாற்றி, மக்களை மகிழ்விக்கத் தொடங்கினான். மக்கள் கைத்தட்டினார்கள். சிலர் பயத்தில் கத்தினார்கள். அந்தச் சூழ்நிலை முழுவதும் ஒரு வேடிக்கையாகவே இருந்தது.

சில நிமிடங்கள் கழித்து, அவன் வழக்கம்போல் பாம்பை இறங்குமாறு கட்டளையிட்டான். ஆனால் அந்த நாளில் ஒரு மாற்றம் ஏற்பட்டது. பாம்பு அவன் கட்டளையை ஏற்கவில்லை. மாறாக, அது அவனை மேலும் இறுக்கமாகச் சுற்றிக் கொள்ளத் தொடங்கியது.

முதலில் அவன் அதை ஒரு விளையாட்டாகவே எடுத்துக்கொண்டான். ஆனால் சில நொடிகளில் அது உண்மை யான ஆபத்தாக மாறியது. அவன் தப்பிக்க முயன்றான். அவன் கத்தினான். ஆனால் பாம்பின் பிடி மேலும் இறுக்க மாகியது. அவனால் சுவாசிக்க முடியவில்லை. அவன் உடல் மெதுவாக தளர்ந்தது. எலும்புகள் நொறுங்கின. சில நொடிகளில், அந்த மனிதன் உயிரிழந்தான்.

அங்கே நின்றிருந்த மக்கள் அதிர்ச்சியடைந்தனர். அவர்கள் பார்த்தது ஒரு காட்சி அல்ல; ஒரு உண்மை. பல ஆண்டுகள் பாம்புடன் விளையாடியவன், ஒரே நாளில் அதனால் அழிக்கப்பட்டான்.

இறைமக்களே, இந்தச்சம்பவம் நமக்கு ஒரு ஆழமான உண்மையை எடுத்துரைக்கிறது. தீமையுடன் விளையாடும் வாழ்க்கை, ஒருநாள் நிச்சயம் அழிவை ஏற்படுத்தும்.

பாவம் ஆரம்பத்தில் சுவையாகத் தோன்றும். அது நமக்கு ஆபத்தில்லாதது போலத் தோன்றும். “இது ஒரு சிறிய விஷயம் தான்” என்று நம்மை ஏமாற்றும். ஆனால் அதன் உண்மை சுபாவம் வெளிப்படும் போது, அது மனிதனை முழுமையாக அழித்து விடும்.

இதைத்தான் இறைவேதம் எச்சரிக்கிறது: “முடிவிலே அது பாம்பைப்போல் கடிக்கும்; விரியனைப்போல் தீண்டும்” (நீதிமொழிகள் 23:32).

இன்று நாம் “ஒருமுறை மட்டும்” என்று ஆரம்பிக்கும் சில விஷயங்கள், நாளை நம்மை கட்டுப்படுத்தும் அடிமைத் தனமாக மாறிவிடும். தீய பழக்கங்கள் ஆரம்பத்தில் மகிழ்ச்சி தரும். பின்னர் அது பழக்கமாக மாறும். அதன் பின் அது அடிமைத்தனமாக மாறும். இறுதியில் அது அழிவை ஏற்படுத் தும். அது உறவுகளை காயப்படுத்தும். குடும்பங்களை சிதைக்கும். மனதையும் உடலையும் பாதிக்கும். ஆகையால் நாம் எச்சரிக்கையாக இருக்க வேண்டும். நாம் எந்த விஷயத் தோடு விளையாடுகிறோம் என்பதை சிந்திக்க வேண்டும்.

நாம் பாவத்துடன் விளையாடக்கூடாது. நாம் தீமையை சோதனை செய்து பார்க்கக் கூடாது. ஆரம்பத்தில் சிறியதாகத் தோன்றும் தவறுகள், பின்னர் பெரிய அழிவாக மாறிவிடும். ஆனால் நமக்கு நம்பிக்கை இருக்கிறது. விடுதலைக்கான வழி இருக்கிறது. அது இயேசு கிறிஸ்துவின் மூலம். அவர் நம்மை பாவத்திலிருந்து விடுவிக்க வல்லவர். அவர் நம்மை புதுப்பிக் கிறார். அவர் நமக்கு புதிய வாழ்க்கையை அளிக்கிறார்.

பாவத்துடன் (பாம்புடன்) விளையாடாதீர்கள்.
ஆரம்பத்தில் சுகம் தருவது,
முடிவில் சோகமாக மாறலாம்.

32

தாயின் தியாகம்

ஒரு சிறிய கிராமத்தில், வாழ்க்கையின் பல சிரமங்களையும் சுமந்து வாழ்ந்து வந்த ஒரு ஏழை விதவைத் தாய் இருந்தாள். அவளுடைய வாழ்க்கையில் இருந்த ஒரே பொக்கிஷம் அவளுடைய மகன் தான். கணவனை இழந்த பின், வாழ்க்கை அவளுக்கு எளிதாக அமையவில்லை. இருப்பினும், "என் மகன் உயர வேண்டும்" என்ற ஒரு எண்ணமே அவளுடைய உள்ளத்தை நிரப்பி இருந்தது. தன்னுடைய தேவைகளைப் பற்றி சிந்திக்காமல், அவள் தன் மகனின் எதிர்காலத்தை மட்டுமே முன்னிலைப்படுத்தி வாழ்ந்தாள். அவனுக்காக உணவைத் தியாகம் செய்தாள்; அவனுக்காக உடலை சோர்வடையச் செய்தாள்; அவனுக்காக வாழ்க்கையை முழுவதும் அர்ப்பணித்தாள்.

அந்த மகன் வளர்ந்தபோது, அவன் சுற்றியிருந்த உலகம் அவனின் மனதில் மாற்றத்தை ஏற்படுத்தத் தொடங்கியது. பள்ளியில் அவன் பார்த்த மற்ற குழந்தைகள் நல்ல உடைகள் அணிந்திருந்தனர்; சத்தான உணவுகளை உண்டனர்; வசதியான வாழ்க்கையை வாழ்ந்தனர். இதையெல்லாம் பார்த்த அந்த மகனின் மனதில் ஒரு ஏக்கம் எழுந்தது. "என்னிடம் ஏன் இவை இல்லை?" என்ற கேள்வி அவனை வாட்டியது. அவன் மெதுவாக தன் தாயின் தியாகத்தை புரியாமல், அவளின் குறைகளை மட்டும் காணத் தொடங்கினான். அவனுடைய மனதில் நன்றியுணர்வு குறைந்து, குறை கூறும் எண்ணம் அதிகரித்தது.

ஒருநாள் அவன் தன் தாயிடம் தன் வருத்தங்களை வெளிப்படுத்தினான். அவன் எதிர்பார்த்தது விளக்கம் அல்லது ஆறுதல். ஆனால் அந்தத் தாய் அமைதியாக ஒரு வார்த்தை

மட்டுமே சொன்னாள்: “கர்த்தருடைய கிருபை எல்லாவற்றை யும் பார்த்துக்கொள்ளும்.” அந்த வார்த்தை எளிமையானதாக இருந்தாலும், அதன் ஆழம் அந்தப் பையனுக்கு புரியவில்லை. அவன் அதை சாதாரணமாக எடுத்துக்கொண்டான். ஆனால் அந்த வார்த்தையின் பின்னால் இருந்த உண்மை அவனுக்குத் தெரியாதது.

அந்தத் தாய், தன் மகனைப் படிக்க வைக்க தன்னு டைய உடல்நலத்தையும் பொருட்படுத்தவில்லை. அவள் போதுமான உணவின்றி வாழ்ந்தாள். பல நாட்களில் தானே சாப்பிடாமல், மகனுக்காக உணவை வைத்தாள். அவளுடைய உடல் பலவீனமடைந்தாலும், அவள் மனம் பலமாக இருந் தது. சில சமயங்களில் அவள் தன் இரத்தத்தைக் கூட கொடுத்து, அதன் மூலம் கிடைத்த பணத்தை மகனின் கல்விக்காக செலவழித்தாள். அவளுடைய வாழ்க்கை முழுவதும் ஒரு மௌன தியாகமாக மாறியது.

காலம் நகர்ந்தது. அந்த மகன் தனது கல்வியை முடித்து, ஒரு நல்ல வேலையைப் பெற்றான். வாழ்க்கையில் முன்னேறினான். சமூகத்தில் மதிப்பும் நிலையும் பெற்றான். ஆனால் அவன் வெற்றியின் பின்னால் இருந்த தாயின் தியாகத்தை அவன் இன்னும் முழுமையாக உணரவில்லை. அவன் வாழ்க்கை உயர்ந்தபோதிலும், அவன் உள்ளம் அந்த உண்மையை புரிந்துகொள்ளாமல் இருந்தது.

ஒருநாள், அவன் வேலைக்காக வெளியூருக்கு செல்ல வேண்டிய நிலை ஏற்பட்டது. தன் தாயை அண்டை வீட்டாரி டம் ஒப்படைத்து, அவன் பயணமானான். சில நாட்கள் கழித்து திரும்பி வந்தபோது, அவன் கண்முன் இருந்த காட்சி அவனை உலுக்கியது. அவன் தாய் படுக்கையிலேயே இருந்தாள்; உடல் மிகவும் பலவீனமாகி இருந்தது. அவளுடைய நிலை மிக மோசமாக இருந்தது. அந்தநேரத்தில், அக்கம் பக்கத்தினர் அவனிடம் ஒரு உண்மையை வெளிப்படுத்தினர். “உன்னைப் படிக்க வைக்க, உன் தாய் எவ்வளவு தியாகம் செய்தார்

தெரியுமா? அவள் தன்னுடைய இரத்தத்தைக் கொடுத்து, உன் கல்விக்கு செலவழித்தார்" என்று கூறினார்கள். ஐயோ, அந்த வார்த்தைகள் அவன் இதயத்தை கிழித்தன. இதுவரை அவன் புரிந்து கொள்ளாத உண்மை, அந்த நொடியில் அவனுக்கு தெளிவாகியது.

அவன் தன் தாயின் அருகில் மண்டியிட்டு கதறி அழுதான். அவன் மனம் உடைந்தது. அவன் நினைத்தான்: "நான் எவ்வளவு பெரிய தவறு செய்தேன்! இவ்வளவு அன்பை நான் கவனிக்கவில்லை." அந்த நேரத்தில் தான், அவன் தாய் கூறிய "கர்த்தருடைய கிருபை" என்ற வார்த்தை யின் உண்மையான அர்த்தம் அவனுக்கு புரிந்தது. அது ஒரு வார்த்தை அல்ல; அது அவளுடைய வாழ்க்கையே.

அவன் உடனே ஒரு முடிவை எடுத்தான். "இந்தத் தாயை நான் இழக்கக் கூடாது" என்று உறுதி செய்தான். அவளை உடனடியாக நல்ல மருத்துவ சிகிச்சைக்கு கொண்டு சென்றான். அவளுக்கு தேவையான அனைத்தையும் செய்து கொடுத்தான். அவன் அன்பும் பராமரிப்பும், அவளுடைய உடல்நிலையை மெதுவாக மாற்றியது. சில நாட்களில் அவள் குணமடையத் தொடங்கினாள். அந்த மகனின் மனம் நன்றியாலும் அன்பாலும் நிரம்பியது.

இறைமக்களே, இந்தக்கதை ஒரு தாய் மற்றும் மகன் பற்றியது மட்டுமல்ல; அது கிருபையின் அர்த்தத்தை விளக்கும் ஒரு உயிருள்ள எடுத்துக்காட்டு. ஒரு தாய் தன் மகனுக்காக தன் இரத்தத்தை கொடுத்தாள். ஆனால் அதைவிட அதிக மான தியாகத்தை, இயேசு கிறிஸ்து நமக்காக செய்துள்ளார். அவர் தமது விலைமதிப்பற்ற இரத்தத்தை நமக்காக சிந்தினார். நாம் அறியாமலிருந்தபோதும், அவர் நம்மை நேசித்தார். நாம் தகுதியற்றவர்களாக இருந்தபோதும், அவர் நமக்கு கிருபையை அளித்தார்.

"என் கிருபை உனக்குப் போதும்" என்ற இறைவனின் வார்த்தை, நம் வாழ்க்கையின் மிகப்பெரிய நம்பிக்கையாகும். நம்முடைய குறைகளும் பலவீனங்களும் இருந்தாலும், தேவனுடைய கிருபை போதுமானது. அந்த கிருபையை உணர்ந்தால், நம் வாழ்க்கை மாறும்; நம் பார்வை மாறும்; நம் இதயம் நன்றியால் நிரம்பும். ஆகையால், நாம் பெற்றிருக் கும் அன்பையும் கிருபையையும் அலட்சியம் செய்யாமல், அதை உணர்ந்து வாழ கற்றுக்கொள்ள வேண்டும். தாயின் அன்பு அளவற்றது; ஆனால் தேவனுடைய கிருபை அதைவிட அளவற்றது. அந்த கிருபையை ஏற்றுக்கொண்டு வாழ்வோம்; நன்றியுள்ள இதயத்துடன் முன்னேறுவோம்.

33

நியாயந்தீர்ப்பதற்கு முன்

ஒரு நாள், ஒரு போதகர் ரயிலில் பயணம் செய்து கொண்டிருந்தார். அவர் அமர்ந்திருந்த பெட்டி அமைதியாக இருந்தது. சிலர் புத்தகம் வாசித்துக் கொண்டிருந்தனர்; சிலர் சாளரத்தை நோக்கி வெளியுலகைக் கவனித்துக் கொண்டிருந் தனர். அந்த அமைதிக்குள், ஒரு தகப்பனும் அவரது இரண்டு சிறிய பிள்ளைகளும் அமர்ந்திருந்தனர். ஆரம்பத்தில் எல்லாம் சாதாரணமாக இருந்தது. ஆனால் சில நிமிடங்களில், அந்தப் பிள்ளைகள் மிகுந்த உற்சாகத்துடன் ஓடிக் குதித்து விளையாடத் தொடங்கினர்.

அவர்கள் சிரித்தார்கள், கத்தினார்கள், இருக்கைகளின் இடையே ஓடினார்கள். அவர்கள் எழுப்பிய சத்தம் அந்தப் பெட்டியின் அமைதியை முற்றிலும் குலைத்தது. மற்ற பயணி கள் சிலர் எரிச்சலுடன் முகம் சுளித்தனர். சிலர் ஒன்றோ டொன்று பார்த்துக் கொண்டனர். அந்த சூழ்நிலை போதகரின் மனதையும் பாதித்தது. “இந்தப் பிள்ளைகள் இவ்வளவு சத்த மாக நடந்து கொள்கிறார்கள்; ஆனால் அவர்களது தகப்பன் ஏன் எதுவும் பேசவில்லை?” என்ற எண்ணம் அவரது மனதில் எழுந்தது.

அவர் அந்தத் தகப்பனை கவனமாகப் பார்த்தார். அந்தத் தகப்பன் அமைதியாக அமர்ந்திருந்தார். அவர் எதையும் கவனிக்காதவர் போல, ஆழ்ந்த சிந்தனையில் மூழ்கியிருந்தார். அவரது முகத்தில் ஒரு அமைதி இருந்தாலும், அதில் ஒரு விதமான சோகமும் தெரிந்தது. ஆனால் அதை அந்த நேரத்தில் போதகர் கவனிக்கவில்லை. அவர் பார்த்தது வெளிப்புறம் மட்டும்; உள்ளத்தின் வேதனை அவருக்குப் புரியவில்லை.

சில நொடிகள் கழித்து, போதகரின் எரிச்சல் அதிகரித்தது. அவர் தனது மனதில், “பெற்றோராக இருப்பவர்கள் பிள்ளைகளை ஒழுங்காக வளர்க்க வேண்டும். இது என்ன கட்டுப்பாடில்லாத நடத்தை?” என்று எண்ணினார். அந்த எண்ணம் அவரை பேசத் தூண்டியது. அவர் ஒரு வேதாகம வசனத்தை எடுத்துக் கொண்டு, பெற்றோர் பொறுப்பைப் பற்றிப் பேசத் தொடங்கினார். பிறகு அந்தத் தகப்பனை நோக்கி, “நீங்கள் உங்கள் பிள்ளைகளை கட்டுப்படுத்தாமல் என்ன செய்கிறீர்கள்?” என்று சற்றுக் கடுமையாகக் கேட்டார்.

அந்தக் கேள்வி கேட்டவுடன், அந்தத் தகப்பன் மெதுவாகத் தலைநிமிர்ந்து பார்த்தார். அவரது கண்களில் இருந்த வேதனை அப்போது தெளிவாகப் பட்டது. அவர் மெதுவாகவும், மிகவும் அமைதியாகவும் பேசத் தொடங்கினார்: “ஐயா, இப்போதுதான் என் மனைவியை அடக்கம் செய்து விட்டு வருகிறேன். இந்தக் குழந்தைகள் அந்தத் துக்கத்தை மறந்து கொஞ்சம் சிரிக்கத் தொடங்கியுள்ளனர். நான் இப்போது அவர்களை கண்டித்தால், அவர்கள் மீண்டும் அந்த வேதனையை நினைத்து அழுவார்கள்.”

அந்த ஒரு வாக்கியம் போதகரின் உள்ளத்தை உலுக்கியது. அவர் சொன்ன வார்த்தைகள் மௌனமாகிப் போயின. அவர் தன்னுடைய அவசர தீர்ப்பை உணர்ந்தார்.

உண்மையை அறியாமல் பேசிவிட்டதை நினைத்து மனம் வருந்தினார். உடனே அவர் அந்தத் தகப்பனிடம் மன்னிப்பு கேட்டார். அந்தத் தருணம், அவருக்கு ஒரு பெரிய வாழ்க்கைப் பாடமாக மாறியது.

இறைமக்களே, இந்தச் சம்பவம் நமக்கு ஒரு ஆழமான உண்மையை உணர்த்துகிறது. நாம் பார்க்கிறதெல்லாம் முழு உண்மை அல்ல. ஒவ்வொருவரின் வாழ்க்கையிலும் நாம் காணாத கதைகள் இருக்கின்றன. வெளியில் சிரிப்பவர்களின் உள்ளத்தில் வேதனை இருக்கலாம். அமைதியாக இருப்பவர் களின் உள்ளத்தில் போராட்டம் இருக்கலாம். நம்மால் புரிந்து கொள்ள முடியாத சூழ்நிலைகள், அவர்கள் வாழ்க்கையில் இருக்கலாம்.

பல நேரங்களில் நாம் அவசரமாக தீர்ப்பளிக்கிறோம். ஒரு சம்பவத்தை பார்த்தவுடன், முழு உண்மையை அறியாமல் கருத்து கூறுகிறோம். ஆனால் அது தவறான முடிவுகளுக்கும், பிறரை காயப்படுத்தும் வார்த்தைகளுக்கும் வழிவகுக்கிறது. முன்கோபமும் எரிச்சலும் நம்மை தவறான பாதைக்கு இட்டுச் செல்லும். அவை நம்மை பொறுமையற்றவர்களாகவும், கருணையற்றவர்களாகவும் மாற்றுகின்றன.

நீதியை விரும்புவது நல்லது. ஆனால் கருணையற்ற நீதியோ, முழுமையற்ற உண்மையோ, நியாயமல்ல. நாம் பேசுவதற்கு முன் சிந்திக்க வேண்டும். தீர்ப்பளிப்பதற்கு முன் உணர வேண்டும். ஒருவரின் நிலையை புரிந்து கொள்ள முயற்சிக்க வேண்டும். அப்போது தான் நமது வார்த்தைகள் காயப்படுத்தாமல் குணப்படுத்தும்.

இயேசு கிறிஸ்து நமக்கு ஒரு முக்கியமான வழிகாட்டு தலை அளிக்கிறார்: *"நீங்கள் மாம்சத்துக்கேற்றபடி நியாயந்தீர்க் கிறீர்கள்; நான் ஒருவனையும் நியாயந்தீர்க்கிறதில்லை"* என்று அவர் கூறுகிறார். மேலும், *"மனுஷன் முகத்தைப் பார்ப்பான்; கர்த்தரோ இருதயத்தைப் பார்க்கிறார்"* என்ற வசனம்,

நம்முடைய பார்வையை திருத்துகிறது. நாம் வெளிப்புறத்தை மட்டுமே பார்க்கிறோம்; ஆனால் தேவன் உள்ளத்தைப் பார்க்கிறார்.

ஆகையால், நாம் நம்மை சுயமாக ஆய்வு செய்ய வேண்டும். நாம் பிறரை எவ்வாறு பார்க்கிறோம்? நாம் பொறுமையுடன் நடக்கிறோமா? நாம் கருணையுடன் அணுகுகிறோமா? நாம் மன்னிக்க கற்றுக்கொண்டுள்ளோமா? என்ற கேள்விகளை நம்மையே கேட்க வேண்டும். இந்தக் கேள்விகளுக்கான பதில்கள், நமது ஆன்மீகவளர்ச்சியை வெளிப்படுத்தும்.

முடிவாக, ஒருவரை நியாயந்தீர்ப்பதற்கு முன், அவரை உணர முயற்சிப்போம். பார்க்கும் கண்கள் பலருக்குக் கிடைக்கும்; ஆனால் உணர்ந்து கொள்ளும் இதயம் சிலருக்கே கிடைக்கும். அந்த இதயத்தை வளர்த்துக் கொள்ளுவோம். நியாயத்திற்கு முன் கருணையை வைப்போம். அப்போது நமது வாழ்க்கை தேவனுக்குப் பிரியமானதாக மாறும்.

34

மனமென்னும் விளக்கு

ஒரு அமைதியான இரவு நேரத்தில், இரண்டு மனிதர்கள் ஒரு அடர்ந்த காட்டுப் பாதையில் பயணம் செய்து கொண்டிரு ந்தார்கள். அந்த பாதை மிகவும் இருண்டதாகவும், சற்று பய மூட்டுவதற்குரியதாகவும் இருந்தது. மரங்கள் உயரமாக வளர்ந்து, நிலவொளியையும் மறைத்திருந்தன. அந்த இருள் நிறைந்த சூழலில், அவர்களில் ஒருவரிடம் மட்டும் ஒரு சிறிய விளக்கு இருந்தது. மற்றொருவரிடம் எந்த வெளிச்சமும் இல்லை. இருப்பினும், அவர்கள் இருவரும் ஒன்றாகச் சென்றதால், அந்த விளக்கின் ஒளி இருவருக்கும் போது மானதாக இருந்தது.

விளக்குடன் இருந்த மனிதன் முன்னே நடந்தான்; அவன் கையில் இருந்த விளக்கு பாதையை தெளிவாக காட்டியது. அந்த வெளிச்சம், கற்களையும் தடைகளையும் வெளிப்படுத்தியது. அதனால் அவர்கள் தடுமாறாமல், பயமின்றி, நிதானமாக முன்னேற முடிந்தது. விளக்கு இல்லாத மனிதனும் அந்த வெளிச்சத்தில் நிம்மதியாக நடந்தான். “எனக்கு விளக்கு இல்லையே” என்ற உணர்வு ஆரம்பத்தில் இருந்தா லும், காலப்போக்கில் அது மறைந்து போனது. அவன் மனதில் ஒரு தவறான நிம்மதி உருவானது: “என் பாதை வெளிச்ச மாகத்தான் இருக்கிறது; எனக்கு எந்த குறையும் இல்லை.”

அவன் உணராமல் ஒரு பெரிய தவறு செய்தான். அவன் நடந்த வெளிச்சம் அவனுடையது அல்ல; அது மற்றொருவருடையது என்பதை மறந்துவிட்டான். ஆனால் அவன் அதை சிந்திக்கவில்லை. அவன் அந்த வெளிச்சத்தை நம்பி பயணம் செய்தான். அது போதுமானது என்று எண்ணி னான். இந்த நிலை, பலரின் வாழ்க்கையைப் போலவே

இருந்தது. பிறரின் உதவியில், பிறரின் அனுபவத்தில், பிறரின் விசுவாசத்தில் நிம்மதியாக வாழும் மனநிலை.

சில நேரம் கழித்து, அவர்கள் ஒரு சந்திப்புச் சாலையை அடைந்தனர். அங்கு இருந்து இருவரும் வெவ்வேறு வழிகளில் செல்ல வேண்டியிருந்தது. விளக்குடன் இருந்த மனிதன் தனது பாதையைத் தேர்ந்தெடுத்து சென்றான். விளக்கு இல்லாத மனிதன் தனியாக நிற்க வேண்டிய சூழ்நிலை ஏற்பட்டது. அந்த நொடியில் தான் அவன் வாழ்க்கையின் மிக முக்கியமான உண்மையை எதிர்கொண்டான்.

விளக்குடன் இருந்தவன் சென்ற உடனே, அந்த இடம் முழுவதும் இருள் சூழ்ந்தது. அந்த இருள் பாதையை மட்டும் மூடவில்லை; அந்த மனிதனின் உள்ளத்தையும் ஆட்கொண் டது. அவன் எங்கு செல்ல வேண்டும் என்று தெரியாமல் திகைத்தான். அவன் இதுவரை நடந்த பாதையை நினைத் தான். அது வெளிச்சமாக இருந்தது. ஆனால் இப்போது முழு வதும் இருள். அந்த நேரத்தில் தான் அவனுக்கு உணர்வு வந்தது: “என்னிடம் சொந்தமாக ஒரு விளக்கும் இல்லை!”

அவன் மனம் வருந்தியது. “நான் இதுவரை நடந்த வெளிச்சம் என்னுடையது அல்ல. மற்றொருவருடையது தான். ஒரு சிறிய விளக்கையாவது நான் எடுத்திருக்கலாமே!” என்று

அவன் தன்னைத் தானே குற்றம் சாட்டிக் கொண்டான். ஆனால் அந்த உணர்வு மிகவும் தாமதமாக வந்தது. இப்போது அவன் இருளில் நின்று கொண்டு, தன் தவறை உணர்ந்தான்.

இறைமக்களே, இந்தச் சம்பவம் நமது வாழ்க்கையின் ஒரு ஆழமான உண்மையை வெளிப்படுத்துகிறது. பல நேரங்களில் நாம் பிறரின் வெளிச்சத்தில் வாழ்கிறோம். பிறரின் விசுவாசம் நம்மை இழுத்துச் செல்கிறது. பிறரின் அனுபவம் நம்மை வழிநடத்துகிறது. பிறரின் அறிவு நம்மை முன்னேற்றுகிறது. ஆனால் இவை எல்லாம் தற்காலிகமானவை. ஒரு நாள், அந்த வெளிச்சம் நம்மை விட்டு விலகிவிடும். அந்த நேரத்தில் தான் நாம் உணர்வோம் "எனக்கு சொந்தமான ஒளி தேவை" என்று.

ஒவ்வொருவருக்கும் தனித்த பாதை உள்ளது. அந்தப் பாதையை நாமே நடக்க வேண்டும். பிறர் நமக்காக எப்போதும் வெளிச்சம் கொடுக்க முடியாது. ஆகையால், நம் வாழ்க்கைக்கான ஒளியை நாமே ஏற்படுத்திக் கொள்ள வேண்டும். பிறரை ஒப்பிடாமல், அவர்களைப் பார்த்து பொறாமைப் படாமல், நம் உள்ளத்தில் ஒளியை ஏற்ற வேண்டும்.

ஆவிக்குரிய வாழ்க்கையிலும் இதே உண்மை பொருந்துகிறது. சிலர் மற்றவர்களின் ஜெபத்தை நம்பி வாழ்கிறார் கள். சிலர் மற்றவர்களின் விசுவாசத்தை நம்பி நிற்கிறார்கள். ஆனால் அது போதுமானதல்ல. ஒவ்வொருவரும் தனிப்பட்ட உறவை தேவனுடன் வளர்த்துக் கொள்ள வேண்டும். அந்த உறவே நம் வாழ்க்கையின் உண்மையான வெளிச்சமாக இருக்கும்.

இறைவேதம் கூறுகிறது: "உலகத்திலே வந்து எந்த மனுஷனையும் பிரகாசிப்பிக்கிற ஒளியே அந்த மெய்யான ஒளி." (யோவான் 1:9)

அந்த மெய்யான ஒளி இயேசு கிறிஸ்து. அவர் நம் வாழ்க்கையில் ஒளிர்ந்தால், எந்த இருளும் நம்மை ஆட்கொள்ள முடியாது. அவர் நம் உள்ளத்தில் இருக்கும் போது, நம் பாதை தெளிவாகும்; நம் வாழ்க்கை அர்த்தமுள்ளதாகும்.

நம் உள்ளத்தில் அந்த ஒளி ஏற்றப்பட்டால், அது நமக்குள் மட்டும் நிற்காது. அது நம் குணத்திலும் வெளிப்படும். நம் வார்த்தைகளிலும் தெரியும். நம் குடும்பத்தையும் அது ஒளிரச் செய்யும். ஒவ்வொரு மனிதனின் உள்ளத்திலும் ஒளி ஏற்றப்பட்டால், சமூகம் முழுவதும் பிரகாசிக்கும்.

முடிவாக, பிறரின் விளக்கில் வாழும் வாழ்க்கை நீண்ட காலம் நிலைக்காது. நமக்கான விளக்கை நாமே ஏற்ற வேண்டும். அந்த விளக்கு அறிவின் விளக்காக இருக்கட்டும்; விசுவாசத்தின் விளக்காக இருக்கட்டும்; தேவனின் சத்திய த்தின் விளக்காக இருக்கட்டும். அந்த ஒளியை நம் உள்ளத்தில் நிலைநிறுத்தினால், நம் வாழ்க்கை மட்டுமல்ல, நம்மைச் சுற்றியுள்ள உலகமும் ஒளிரும்.

உன் விளக்கு உன் பாதையை வெளிச்சமாக்கும்;
உன் பாதை உன் வாழ்க்கையை மாற்றும்.

35

செய்நன்றி மறவாத தேவன்

ஒரு சிறிய கிராமத்தில் வாழ்ந்த ஒரு ஏழை சிறுவன், தனது வாழ்க்கையை தானே போராடி முன்னேற்றிக் கொண்டிருந்தான். அவனுக்கு பெற்றோர் ஆதரவு குறைவு; வசதிகள் இல்லை; இருந்தது ஒரே ஒன்று கல்வி மூலம் வாழ்க்கையை மாற்ற வேண்டும் என்ற உறுதி. அந்த இலக்கை அடைய, அவன் வீடு வீடாகச் சென்று சிறிய பொருட்களை விற்று தனது படிப்பைத் தொடர்ந்தான். அவனுடைய ஒவ்வொரு நாளும் போராட்டமாக இருந்தது. அவன் சம்பாதித்த சிறிய பணத்தில்தான் அவனுடைய உணவும், புத்தகங்களும், வாழ்க்கையும் சார்ந்திருந்தது.

ஒருநாள், வழக்கம்போல் அவன் வேலைக்காக வெளியே சென்றிருந்தான். ஆனால் அந்த நாள் அவனுக்குச் சாதாரணமாக அமையவில்லை. காலை முதல் எதையும் சாப்பிடாததால், அவன் உடல் பலவீனமடைந்தது. பசி அவனை வாட்டியது. கால்கள் நடக்க மறுத்தன. அவன் மனமும் உடலும் சோர்ந்து போனது. "இன்னும் ஒரு வீடு மட்டும் சென்றுவிட்டு ஓய்வெடுக்கலாம்" என்ற எண்ணத்துடன் அவன் ஒரு வீட்டின் கதவைத் தட்டினான்.

கதவைத் திறந்தவள் ஒரு இளம்பெண். அவள் அந்தச் சிறுவனை பார்த்தவுடன், அவன் நிலையை உடனே உணர்ந்தாள். அவன் முகத்தில் இருந்த சோர்வு, கண்களில் இருந்த பசி, உடலில் இருந்த பலவீனம் இவை அனைத்தும் அவளுக்கு சொல்லிக் கொண்டிருந்தன. அந்தச் சிறுவன் தண்ணீர் கேட்க வந்திருந்தான். ஆனால் அவள் தண்ணீருக்குப் பதிலாக ஒரு

டம்ளர் பாலை கொண்டு வந்து கொடுத்தாள். அது வெறும் பால் அல்ல; அது கருணை கலந்த அன்பின் வெளிப்பாடு.

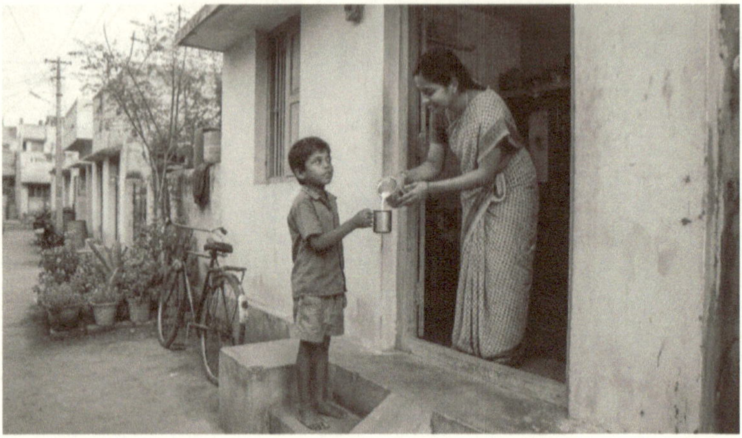

அந்தப் பாலை குடித்ததும், அந்தச் சிறுவனின் உடலில் புத்துணர்ச்சி வந்தது. அவன் மனம் நன்றியால் நிரம்பியது. அவன் மரியாதையுடன் கேட்டான்: “இதற்காக நான் எவ்வளவு பணம் கொடுக்க வேண்டும்?” அவன் வாழ்ந்த உலகில், எதற்கும் ஒரு விலை இருந்தது. ஆனால் அந்த இளம்பெண் புன்னகையுடன் பதிலளித்தாள்: “நான் உதவியை பணத்திற்காகச் செய்ய மாட்டேன். இது என் தாய் எனக்குக் கற்றுக் கொடுத்தது.” அந்த வார்த்தைகள் அந்தச் சிறுவனின் இதயத்தில் ஆழமாக பதிந்துவிட்டது. அது அவனுடைய வாழ்க்கையில் மறக்க முடியாத ஒரு தருணமாக மாறியது.

காலம் நகர்ந்தது. அந்தச் சிறுவன் வளர்ந்து, தனது கல்வியை முடித்து, ஒரு சிறந்த மருத்துவராக உயர்ந்தான். வாழ்க்கை அவனை உயர்ந்த நிலைக்கு கொண்டு சென்றது. ஆனால் அவன் மனதில், அந்த ஒரு டம்ளர் பாலும், அந்த இளம்பெண்ணின் கருணையும் என்றும் அழியாமல் இருந்தது. அதே சமயம், அந்த இளம்பெண்ணின் வாழ்க்கையில் மாற்றம் ஏற்பட்டது. அவள் வயதாகி, ஒரு கடுமையான நோயால் பாதிக்கப்பட்டாள். அந்த நோய் மிகவும் அரியதும்,

ஆபத்தானதும் ஆகும். உள்ளூர் மருத்துவர்கள் அவளுக்கு சிகிச்சை அளிக்க முடியவில்லை. இறுதியில், அவளை ஒரு பெரிய நகர மருத்துவமனைக்கு அனுப்பினர்.

அந்த மருத்துவமனையில், அவளுடைய நிலையை கவனிக்க ஒரு பிரபலமான மருத்துவர் அழைக்கப்பட்டார் டாக்டர் ஹாவர்டு கெல்லி. அவர் நோயாளியின் விவரங்களைப் பார்த்தபோது, அவள் வந்த ஊரின் பெயர் அவருக்கு ஒரு பழைய நினைவைக் கிளறியது. உடனே அவர் நேரடியாக சென்று நோயாளியைப் பார்த்தார். அவளைப் பார்த்தவுடனேயே, அவர் அவளை அடையாளம் கண்டார் பல ஆண்டுகளுக்கு முன்பு, தன்னிடம் கருணையுடன் பாலை கொடுத்த அந்த இளம்பெண் தான் அவள்.

அந்த நினைவு அவரது உள்ளத்தை உருகச்செய்தது. "இப்போது நான் செய்ய வேண்டியது என்ன?" என்ற கேள்விக்கு பதில் அவனுக்குள் தெளிவாக இருந்தது. அவர் முழு அக்கறையுடனும் அர்ப்பணிப்புடனும் அவளுக்கு சிகிச்சை அளிக்கத் தொடங்கினார். பல நாட்கள் போராட்டத்திற்குப் பிறகு, இறுதியில் அந்தப் பெண் குணமடைந்தாள். சிகிச்சை முடிந்ததும், மருத்துவமனை செலவுக்கான கட்டண விவரம் தயாரிக்கப்பட்டது. அது மிகப் பெரிய தொகையாக இருக்கும் என அந்தப் பெண் பயந்தாள். "இந்தக் கடனை நான் எப்படி

செலுத்துவேன்?" என்ற கவலை அவளுடைய மனதை நிரப்பியது. நடுங்கும் கைகளால் அவள் அந்தக் கவரைத் திறந்தாள்.

அதில் எழுதப்பட்டிருந்த ஒரு வரி அவளுடைய வாழ்க்கையை மாற்றியது: "கட்டணம் முழுவதும் செலுத்தப்பட்டது. நீங்கள் கொடுத்த ஒரு டம்ளர் பாலிற்காக என்றும் நன்றியுடன், டாக்டர் ஹாவர்டு கெல்லி." அந்த வார்த்தைகளைப் பார்த்தவுடன், அவளுடைய கண்களில் கண்ணீர் வழிந்தது. அந்த நாள் செய்த சிறிய நன்மை, இவ்வளவு பெரிய ஆசீர்வாதமாக திரும்பி வந்ததை அவள் உணர்ந்தாள்.

இறைமக்களே, இந்தச் சம்பவம் நமக்கு ஒரு ஆழமான உண்மையை எடுத்துரைக்கிறது. நம்மால் செய்யப்படும் நன்மைகள் எதுவும் வீணாகாது. அது சிறியது என்று நாம் எண்ணினாலும், அது தேவனுடைய கண்களில் பெரிதாகும். நாம் விதைக்கும் நன்மை, ஒருநாள் நமக்கு பலனாக திரும்பி வரும்.

இறைவேதம் கூறுகிறது: *"உன் ஆகாரத்தைத் தண்ணீர்கள் மேல் போடு; அநேக நாட்களுக்குப் பின்பு அதின் பலனைக் காண்பாய்."*மேலும், *"மனுஷன் எதை விதைக்கிறானோ அதையே அறுப்பான்"* என்று சொல்லப்படுகிறது. இந்த வசனங்கள், நம்முடைய செயல்களின் பலன் நிச்சயம் திரும்பும் என்பதை உறுதிப்படுத்துகின்றன. ஆகையால், நாம் செய்யும் ஒவ்வொரு நன்மையையும் மனுஷருக்காக அல்ல, தேவனுக்காகச் செய்வோம். எதிர்பார்ப்பு இல்லாமல் உதவு வோம். கருணையுடன் நடப்போம். அன்பை விதைப்போம். ஒருநாள், அந்த அன்பு நமக்கு பல மடங்கு திரும்பி வரும்.

ஒரு டம்ளர் பால் அது ஒரு சிறிய செயல் போல தோன்றலாம். ஆனால் அது ஒரு வாழ்க்கையை மாற்றியது; ஒரு உண்மையை வெளிப்படுத்தியது: நன்றி மறையாது; நன்மை வீணாகாது.

36

மண்ணுக்காக மாணிக்கத்தை இழக்காதீர்கள்

ஒரு நாள், ஒரு கழுகு வானத்தின் அகன்ற வெளியில் தனது வலிமையையும் திறமையையும் வெளிப்படுத்திக் கொண்டு உயர்ந்து பறந்து கொண்டிருந்தது. அது சாதாரண பறவை அல்ல; வலிமையான இறக்கைகள், கூர்மையான கண்கள், கிழிக்கும் வல்லமை கொண்ட நகங்கள் இவை யெல்லாம் அதற்குக் கிடைத்திருந்தன. மலைகளைக் கடந்தும், மேகங்களைக் கடந்தும், உலகை மேலிருந்து பார்ப்பதற்கான அந்த உயர்வு அதற்கு பெருமையை அளித்தது. கீழே உள்ள உயிரினங்களை அது சிறியதாகக் கண்டு, தன்னை உயர்ந்த வனாக எண்ணியது.

அந்த உயரத்தின் மயக்கத்தில், அது கீழே நடமாடும் மிருகங்களைப் பார்த்து பரியாசமாக சிரித்தது. “நான் தான் வானத்தின் ராஜா; நான் தான் எல்லாவற்றிலும் மேலானவன்” என்ற எண்ணம் அதன் மனதில் வேரூன்றியது. அதன் உயரம் அதற்கு தாழ்மையை அளிக்கவில்லை; மாறாக, அகந்தையை வளர்த்தது.

அந்த நேரத்தில், அந்த வழியாக ஒரு பெரிய யானை மெதுவாக நடந்துகொண்டிருந்தது. அதன் நடை அமைதியா னது; அதன் தோற்றம் வலிமையானது; ஆனால் அதன் மனநிலை அமைதியுடனும் சமநிலையுடனும் இருந்தது. அதை பார்த்த கழுகு சிரித்தபடி கீழிறங்கி, யானையை நோக்கி கேள்வி எழுப்பியது: “உன்னைப் பற்றித் தான் எல்லோரும் பலசாலி என்று சொல்கிறார்கள். ஆனால் உன்னால் என்னைப் போல வானத்தில் பறக்க முடியுமா? நான் தான் உண்மையான உயர்ந்தவன்!”

அந்த கேள்வி பெருமையால் நிரம்பியிருந்தது. ஆனால் யானை அந்த வார்த்தைகளை அமைதியாகக் கேட்டது. அது கோபப்படவில்லை; அது தன்னை நிரூபிக்க முயற்சிக்க வில்லை. மாறாக, அது ஒரு ஆழமான உண்மையை வெளிப் படுத்தும் பதிலை அளித்தது: "நான் தரையில் நடந்தாலும், என் பார்வை எப்போதும் வானத்தை நோக்கியே இருக்கும். ஆனால் நீ வானத்தில் உயர்ந்து பறந்தாலும், தரையில் கிடக்கும் அழுகிய பிணங்களையே தேடுகிறாய்."

இந்த ஒரு வாக்கியம் கழுகின் உள்ளத்தை அதிர வைத்தது. அது தன்னுடைய உண்மையான நிலையை உணர்ந்தது. உயரத்தில் பறந்தாலும், அதன் எண்ணங்கள் உயர்ந்ததாக இல்லை. அதன் பார்வை உயரத்தில் இருந்தா லும், அதன் விருப்பங்கள் தாழ்ந்ததாக இருந்தது. அது தேடியது உயர்ந்த இலக்குகள் அல்ல; தாழ்ந்த தேவைகள் மட்டுமே.

அந்த உண்மை அதன் பெருமையை உடைத்தது. அது வெட்கத்துடன் அங்கிருந்து பறந்து சென்றது. அந்த நாளில் அது ஒரு முக்கியமான பாடத்தை கற்றுக்கொண்டது உயரம் என்பது உடலின் உயரம் அல்ல; அது உள்ளத்தின் உயரம்.

இறைமக்களே, இந்தச் சிறிய உவமை நமக்கு ஒரு ஆழமான வாழ்க்கைப் பாடத்தை அளிக்கிறது. இன்று உலகில் பலர் உயரத்தை நாடுகிறார்கள். பதவி, பணம், புகழ், அதிகாரம் இவைகள் எல்லாம் உயர்வாகத் தோன்றுகின்றன. ஆனால் இவை உண்மையான உயர்வை அளிக்கிறதா? ஒரு மனிதன் எவ்வளவு உயர்ந்த நிலையில் இருந்தாலும், அவன் எண்ணங்களும் நோக்கங்களும் தாழ்ந்ததாக இருந்தால், அந்த உயரத்திற்கு அர்த்தமில்லை.

ஒருவரிடம் கோடி கணக்கில் பணம் இருக்கலாம். ஆனால் அந்தப் பணம் பிறருக்குப் பயனாக இல்லையெனில், அது வெறும் சுமையாகவே மாறும். ஒருவரிடம் பல பட்டங் களும் அறிவும் இருக்கலாம். ஆனால் அந்த அறிவு மனிதநே யத்துடன் இணைக்கப்படாவிட்டால், அது உண்மையான ஞான மாக மாறாது. உயர்வு என்பது நாம் எவ்வளவு பெற்றுள்ளோம் என்பதில் இல்லை; நாம் எதற்காக வாழ்கிறோம் என்பதில் இருக்கிறது. திருவள்ளுவர் கூறும்

சிற்றின்பம் வெ.:கி அறனல்ல செய்யாரே
மற்றின்பம் வேண்டு பவர்

என்ற குறள், இந்த உண்மையை மிகத் தெளிவாக எடுத்துரைக்கிறது. சிறிய, தற்காலிக இன்பங்களுக்காக தவறான வழியில் செல்லாமல், நிலையான உயர்ந்த இன்பத்தைத் தேட வேண்டும் என்பதே அதன் சாரம். வாழ்க்கையின் நோக்கம் தற்காலிக சந்தோஷ த்தில் இல்லாமல், நிலையான நன்மையில் இருக்க வேண்டும்.

இன்றைய மனிதன் பல நேரங்களில் சிற்றின்பங் களைத் தேடி தனது வாழ்க்கையை வீணாக்குகிறான். தற்காலிக மகிழ்ச்சிக்காக நிரந்தர ஆனந்தத்தை இழக்கிறான். உலகத்தின் கவர்ச்சிகள் அவனை இழுத்துச் செல்கின்றன. ஆனால் அவன் “நான் எதை நோக்கி ஓடிக்கொண்டிருக்கிறேன்?” என்று சிந்திக்கவில்லை.

இறைவேதம் நமக்கு தெளிவாக அறிவுறுத்துகிறது:

"பூமியிலுள்ளவைகளையல்ல,
மேலானவைகளையே நாடுங்கள்." (கொலோ. 3:2)

இந்த வசனம் நமது வாழ்க்கையின் திசையை மாற்றுகிறது. நாம் தேட வேண்டியது தற்காலிகமான பொருட்கள் அல்ல; நிலையான மதிப்புகளும் இறையருளும் ஆகும்.

நமது வாழ்க்கையின் நோக்கம் உயர்ந்ததாக இருக்க வேண்டும். அது சுயநலத்தைக் கடந்ததாக இருக்க வேண்டும். அது பிறருக்குப் பயனுள்ளதாக இருக்க வேண்டும். அது இறை நோக்கத்துடன் இணைந்ததாக இருக்க வேண்டும். அப்போது தான் நமது வாழ்க்கை உண்மையான அர்த்த த்தை அடையும்.

முடிவாக, உயரத்தில் இருப்பது பெருமை அல்ல; உயர்ந்த நோக்கத்தில் வாழ்வதே பெருமை. நாம் எங்கு இருக்கிறோம் என்பது முக்கியமல்ல; நாம் எதை நோக்கி வாழ்கிறோம் என்பதே முக்கியம். மண்ணுக்காக மாணிக்க த்தை இழக்காதீர்கள். சிற்றின்பத்திற்காக பேரின்பத்தை விட்டுவிடாதீர்கள். உங்கள் நோக்கம் உயர்ந்தால், உங்கள் வாழ்க்கையும் உயர்ந்ததாக மாறும்.

37

நிதர்சனமான உண்மை

இன்றைய உலகை நாம் கவனமாகப் பார்த்தால், அது ஒரே நேரத்தில் இரு மாறுபட்ட முகங்களை காட்டுகிறது. ஒரு பக்கம் அளவுக்கு மீறிய செழிப்பு, மற்றொரு பக்கம் அடிப்படை தேவைகளுக்கே போராடும் வறுமை. இந்த இரண் டிற்கும் இடையிலான வித்தியாசம் சில நேரங்களில் நம்மை சிந்திக்கத் தூண்டும் அளவுக்கு ஆழமாக இருக்கிறது. சிலர் ஒரு நாளில் செலவிடும் தொகை, பலர் ஒரு வருடம் முழு வதும் உழைத்தும் சம்பாதிக்க முடியாத அளவுக்கு இருக்கிறது. இந்த வேறுபாடு வெறும் பணத்தில் மட்டும் இல்லாமல், வாழ்க்கை முறையிலும், வாய்ப்புகளிலும், மரியாதையிலும் பிரதிபலிக்கிறது.

ஒரு பணக்காரரின் வீட்டில் உள்ள ஒரு அறையின் பரப்பளவுக்குக் கூட சமமாக இல்லாத குடிசைகளில் பல குடும்பங்கள் வாழ்கின்றன. சிலரிடம் எண்ணிக்கையற்ற ஆடை கள் இருக்கின்றன; ஆனால் சிலர் ஒரே ஒரு உடையைப் பல நாட்கள் அணிந்து வாழ்கிறார்கள். சிலருக்கு உணவு ஒரு தேர்வு; மற்றவர்களுக்கு அது ஒரு போராட்டம். ஒருவர் உடல் எடை குறைக்க உடற்பயிற்சி மையங்களுக்கு செல்வார்; இன்னொருவர் வயிறு நிறைய உணவு கிடைக்க தினமும் உழைக்கிறார். இந்த முரண்பாடுகள் வெறும் காட்சிகள் அல்ல; அவை சமூகத்தின் உண்மையான நிலையை வெளிப்படுத்தும் கண்ணாடி.

இன்றைய காலத்தில் தொழில்நுட்ப வளர்ச்சி மிகுந்த உயரத்தை எட்டியுள்ளது. ஒரு ஸ்மார்ட் போன், ஒரு லேப்டாப், ஒரு கார் இவை அனைத்தும் சிலருக்கு சாதாரண தேவைகள் போலிவிட்டன. ஆனால் அதே நேரத்தில், ஒரு சாதாரண

மொபைல் போன் கூட வாங்க முடியாமல் பலர் தவிக்கிறார்கள். ஒரே நாட்டில், ஒரே நகரத்தில் கூட இரண்டு உலகங்கள் இருக்கின்றன ஒன்று வசதியின் உலகம்; மற்றொ ன்று வறுமையின் உலகம். ஒரு பக்கம் ஏசி அறைகளில் உறங்கும் மக்கள்; மற்றொரு பக்கம் வெப்பத்திலும் இருளிலும் வாழும் மக்கள்.

இந்த வேறுபாடுகளுக்குக் காரணம் என்ன என்று நாம் சிந்திக்க வேண்டும். இது கடவுளின் திட்டமா? இல்லை. இது மனிதர்களின் செயல்களின் விளைவு. சிலர் அதிகமாக சேர்த்துக் குவிக்கிறார்கள்; சிலருக்கு அடிப்படை தேவைகளு க்கே கிடைக்கவில்லை. ஒருவர் தேவைக்கு மேல் சேமிக்கிறார்; மற்றொருவர் தேவைக்கே போராடுகிறார். இந்த சமநிலை யின்மை மனிதர்களின் சுயநலத்திலிருந்து உருவாகிறது.

நாம் அனைவரும் பகிர்ந்து வாழும் மனநிலையுடன் இருந்திருந்தால், உலகம் இவ்வளவு வறுமையால் பாதிக்கப் பட்டிருக்குமா? ஒருவர் தன்னிடம் உள்ளதைப் பகிர்ந்தால், இன்னொருவரின் வாழ்க்கை மாறிவிடும். ஒரு சிறிய உதவி, ஒரு கருணை செயல், ஒரு அன்பான அணுகுமுறை இவை அனைத்தும் ஒருவரின் வாழ்க்கையில் பெரிய மாற்றத்தை ஏற்படுத்தக்கூடியவை. ஆனால் நாம் பல நேரங்களில் "என்னிடம் உள்ளதை நான் மட்டும் வைத்துக்கொள்ள வேண்டும்" என்ற எண்ணத்தில் வாழ்கிறோம்.

இறைவேதம் நமக்கு மிகவும் தெளிவாக ஒரு வழியை காட்டுகிறது: "உன்னிடத்தில் நீ அன்புகூருவதுபோலப் பிறனிடத் திலும் அன்புகூருவாயாக." (மத்.19:19, மத்.22:39, மாற்.12:31, ரோம.13:9, கலா.5:14, யாக்.2:8)

இந்த ஒரு கட்டளை, சமூக சமநிலைக்கான அடித்தளமாக இருக்கிறது. நாம் நம்மை நேசிப்பது போல பிறரையும் நேசித்தால், அவர்களின் தேவையை உணர முடியும். அவர்களின் துயரத்தைப் புரிந்துகொள்ள முடியும். அப்போது

பகிர்தல் இயல்பாகவே நம்முடைய வாழ்க்கையின் ஒரு பகுதியாக மாறிவிடும். "*தரித்திரனுக்கு இரங்குகிறவனோ பாக்கியமடைவான்*" (நீதி.14:21) என்ற வேதாகம வார்த்தை, கருணையின் மதிப்பை நமக்கு உணர்த்துகிறது.

பிறரை உதாசீனப்படுத்துவது ஒரு பாவமாகும்; ஆனால் அவர்களை உயர்த்த முயற்சிப்பது ஒரு ஆசீர்வாதமாகும். நாம் கொடுப்பது குறையாது; அது பல மடங்கு திரும்பி வரும். அன்பு, கருணை, பகிர்தல் இவை அனைத்தும் வாழ்க்கையை வளமாக்கும் உண்மையான செல்வங்கள்.

நாம் உணர வேண்டிய முக்கியமான உண்மை என்ன வென்றால் உலகம் ஒரு குடும்பம். நாம் அனைவரும் அதில் அங்கத்தினர்கள். ஒருவரின் துயரம் மற்றொருவரின் பொறுப்பு. ஒருவரின் மகிழ்ச்சி மற்றவரின் பங்களிப்பால் உருவாகும். இந்த உணர்வு நம்மில் வந்தால், சமூகத்தில் காணப்படும் பல வேறுபாடுகள் குறைந்து விடும். மாற்றம் பெரிய அளவில் தொடங்கவேண்டியதில்லை. அது நம்மிலிருந்து தொடங்கலாம்.

ஒரு பசியானவருக்கு ஒரு உணவு அளிப்பது, ஒரு மாணவருக்கு கல்வி உதவி செய்வது, ஒரு ஏழை குடும்பத் திற்கு ஆதரவு அளிப்பது இவை அனைத்தும் சிறிய செயல்கள் போல தோன்றினாலும், அவை பெரிய மாற்றத்தின் விதைகளாக

மாறுகின்றன. ஒரு நல்ல செயல் இன்னொரு நல்ல செயலை உருவாக்கும். அந்தச் சங்கிலி தொடரும்போது, சமூகம் மெதுவாக மாற்றம் அடையும்.

முடிவாக, நாம் சேர்த்துச் சேமிப்பது வாழ்க்கையை உயர்த்தாது; நாம் பகிர்ந்து வாழ்வதே வாழ்க்கையை உயர்த்தும். செல்வம் வைத்திருப்பது பெருமை அல்ல; அதை சரியான இடத்தில் பயன்படுத்துவது தான் உண்மையான பெருமை. அன்புடன் பகிர்ந்து வாழ்ந்தால், உலகம் சமநிலையுடன் இருக்கும். வேறுபாடுகள் குறையும். மனிதநேயம் வளரும். அதுவே உண்மையான உயர்ந்த வாழ்க்கை.

38

கோபம் கொடியது!

ஒரு அமைதியான கிராமத்தில் வாழ்ந்த ஒரு குடியானவன், தனது வாழ்க்கையில் ஒரு பெரிய ஏக்கத்துடன் இருந்தான். அவனுக்கு குழந்தை இல்லை. அந்த குறைபாடு அவனுடைய உள்ளத்தில் எப்போதும் ஒரு வெறுமையை ஏற்படுத்திக் கொண்டே இருந்தது. அந்த வெறுமையை நிரப்புவதற்காக, அவன் ஒரு கீரிப்பிள்ளையை கொண்டு வந்து வளர்க்கத் தொடங்கினான். அது ஒரு செல்லப்பிராணி என்ற அளவிற்கு மட்டும் இல்லாமல், அவனுடைய மனதில் அது ஒரு பிள்ளை போலவே இடம்பிடித்தது. அவன் அதை அன்போடு வளர்த் தான், பேசிக் கொண்டான், தனது தனிமையை அதனுடன் பகிர்ந்து கொண்டான். அந்த கீரிப்பிள்ளையும் அவனிடம் அன்புடன் பழகியது.

காலம் மெதுவாக நகர்ந்தது. இறுதியாக, அவனுடைய வாழ்க்கையில் எதிர்பாராத மகிழ்ச்சி வந்தது. அவனுக்கு ஒரு குழந்தை பிறந்தது. அந்த மகிழ்ச்சியை வார்த்தைகளால் விவரிக்க முடியாது. நீண்ட நாட்களாக இருந்த ஏக்கம் நிறைவேறியது. ஆனால் அந்த மகிழ்ச்சியில் கூட, அவன் கீரிப்பிள்ளையை மறக்கவில்லை. அது அவனுடைய வாழ்க்கை யின் ஒரு பகுதியாகவே தொடர்ந்தது. இப்போது அவன் இரண்டையும் சமமான அன்புடன் பார்த்துக் கொண்டிருந்தான்.

ஒருநாள், அவன் வீட்டில் தண்ணீர் இல்லாததால் வெளியே சென்று தண்ணீர் எடுக்க வேண்டிய நிலை ஏற்பட்டது. தனது சிறு குழந்தையை வீட்டில் விட்டுவிட்டு செல்ல வேண்டிய அவசரம் ஏற்பட்டது. அந்த நேரத்தில் அவன் கீரிப்பிள்ளையை பார்த்து, “வீட்டை கவனித்துக்கொள்” என்று

சொன்னான். அது ஒரு வார்த்தை மட்டுமல்ல; அது ஒரு நம்பிக்கை. அந்த நம்பிக்கையுடன் அவன் வெளியே சென்றான்.

சில நேரம் கழித்து, தண்ணீர் எடுத்து வீட்டிற்கு திரும்பி வந்தான். ஆனால் அவன் வீட்டின் வாசலில் கண்ட காட்சி அவனை அதிர்ச்சியில் ஆழ்த்தியது. கீரிப்பிள்ளை வாயில் ரத்தம் சொட்டியபடி அவனை நோக்கி வந்தது. அந்த ஒரு காட்சி அவனுடைய மனதை கலங்கச் செய்தது.

ஒரு கணத்தில் அவன் மனதில் ஒரு எண்ணம் மட்டும் எழுந்தது "இது என் குழந்தையை கொன்றுவிட்டது!" என்று. அந்த எண்ணம் அவனை முழுவதுமாக ஆட்கொண்டது. அவன் உண்மையை அறிய முயற்சிக்கவில்லை. ஒரு நொடிக்கு கூட யோசிக்கவில்லை. கோபம் அவனுடைய அறிவை மூடியது. அவன் கையில் இருந்த தண்ணீர் குடத்தை எடுத்துப் போட்டான். அந்த ஒரு கணக் கோபத்தில், அவன் அன்போடு வளர்த்த கீரிப்பிள்ளையை கொன்று விட்டான்.

அதற்குப் பிறகு அவன் அவசரமாக வீட்டிற்குள் ஓடினான். அங்கே அவன் கண்ட காட்சி அவனை உறைய வைத்தது. அவன் குழந்தை அமைதியாக விளையாடிக்கொண் டிருந்தது. அதன் அருகில் ஒரு பெரிய பாம்பு துண்டுகளாக கிழிந்த நிலையில் கிடந்தது. அப்போது தான் அவனுக்கு உண்மை

புரிந்தது. கீரிப்பிள்ளை அவன் குழந்தையை காப்பாற்ற, தன் உயிரையே பணயம் வைத்து அந்தப் பாம்புடன் போராடியுள்ளது. அது ஒரு விசுவாசமான பாதுகாவலனாக செயல்பட்டது.

ஆனால் அந்த உண்மையை அறியும் நேரம் மிகவும் தாமதமாகிவிட்டது. அவன் தனது கோபத்தின் காரணமாக, தன்னுடைய நம்பிக்கைக்குரிய உயிரையே கொன்று விட்டான். அவன் கதறி அழுதான். மனம் உடைந்தது. ஆனால் அவன் செய்த தவறை திருத்த முடியவில்லை. ஒரு கணத்தின் அவசர மான முடிவு, அவனுக்கு ஆயுள் முழுவதும் வருத்தத்தைத் தந்தது.

இந்தச் சம்பவம் நமக்கு மிகவும் ஆழமான ஒரு உண்மையை கற்றுக்கொடுக்கிறது. கோபம் என்பது ஒரு இயல்பான உணர்ச்சி தான். ஆனால் அதை கட்டுப்படுத்தாமல் விட்டால், அது அழிவை ஏற்படுத்தும். கோபம் வந்தால் நாம் சிந்திக்க முடியாது. உண்மையை புரிந்து கொள்ள முடியாது. அது நம்மை தவறான முடிவுகளை எடுக்க வைக்கிறது.

பல நேரங்களில் நாம் பார்த்ததை மட்டுமே உண்மை என்று நினைத்து செயல்படுகிறோம். ஆனால் நாம் காணாத பல உண்மைகள் பின்னால் இருக்கலாம். ஒரு நிமிடம் நின்று சிந்தித்தால், பல பிரச்சினைகளை தவிர்க்கலாம். ஆனால் அந்த ஒரு நிமிடத்தை நாம் எடுத்துக் கொள்ளாமல் விடுகிறோம். அதுவே பெரிய தவறுகளுக்கு காரணமாகிறது.

கோபத்தின் விளைவுகள் மிகவும் தீவிரமானவை. அது உறவுகளை உடைக்கிறது. நம்மை நேசிப்பவர்களை காயப் படுத்துகிறது. நம்முடைய மன அமைதியை குலைக்கிறது. உடல்நலத்தையும் பாதிக்கிறது. ஒரு கணக்கோபம், பல ஆண்டுகள் கட்டிய உறவுகளை ஒரு நொடியில் அழித்து விட முடியும்.

இறைவேதம் கோபத்தைப் பற்றி தெளிவாக எச்சரிக்கிறது: “*உன் மனதில் சீக்கிரமாய்க் கோபங்கொள்ளாதே*” என்று சொல்லுகிறது. மேலும், “*முற்கோபி மதிகேட்டைச் செய்வான்*” என்று அறிவுறுத்துகிறது. இந்த வசனங்கள் நமக்கு ஒரு முக்கியமான வழிகாட்டுதலை தருகின்றன கோபத்தை அடக்குவது அறிவின் அடையாளம்.

வாழ்க்கையில் நாம் கற்றுக்கொள்ள வேண்டியது இதுதான்: பதிலளிப்பதற்கு முன் சிந்திக்க வேண்டும். தீர்மானம் எடுப்பதற்கு முன் உண்மையை அறிய வேண்டும். உணர்ச்சியில் அல்ல, அறிவில் செயல்பட வேண்டும். ஒரு நிமிடம் பொறுமையாக இருந்தால், ஒரு பெரிய இழப்பைத் தவிர்க்கலாம்.

முடிவாக, கோபம் ஒரு கணம் மட்டுமே இருக்கும்; ஆனால் அதன் விளைவுகள் ஆயுள் முழுவதும் இருக்கும். ஆகையால், கோபத்தை அடக்க கற்றுக்கொள்ளுங்கள். ஒரு கணம் பொறுமை காக்கும் வாழ்க்கையை காப்பாற்றும். சிந்தித்து செயல்படுகிறவன் வாழ்வை காப்பாற்றுவான்; அவசரமாக செயல்படுகிறவன் அதை இழந்து விடுவான்.

39

தூய்மை மனதில் வேண்டும்

சாந்தி தான் அந்த வீட்டின் மையம். ஆம், அவள் காலையில் எழுந்த பின்னர் தான் வீடே உயிர் பெறும்; காபியின் வாசனை, சமையலறையின் சத்தம், குழந்தைகளின் அவசரம் என அனைத்திலும் அவளது அன்பு கலந்து இருக்கும். அவள் இல்லையெனில் அந்த வீட்டின் ஓட்டமே மாறிப் போய்விடும் என்று வீட்டார் எல்லாருக்கும் தெரியும். ஆனாலும் மாதவிலக்கு நாட்கள் வந்தால், அதே வீட்டில் அவளுக்கு ஒரு தூரம் வைக்கப்படும். அது யாருக்கும் புதிதில்லை; பல ஆண்டுகளாக வந்த ஒரு பழக்கம். “தீட்டு காலம்” என்று சொல்லி, அவள் தானாகவே ஒரு மூலையில் அமைதியாக இருக்கக் கற்றுக்கொண்டிருந்தாள்.

அந்த நாட்களில் அவள் சமையலறைக்கு செல்ல மாட்டாள், வழக்கமாக அவள் தொடும் பொருட்களைத் தொட்டுக் கொள்ளமாட்டாள், வீட்டில் இருந்தாலும், அந்த வீட்டின் நடுவிலிருந்து அவள் சிறிது விலகி நிற்பாள். இது அவளுக்கு ஓய்வு என்ற பெயரில் கொடுக்கப்பட்ட இடைவெளி. ஆனால் அந்த ஓய்வின் உள்ளே ஒரு சொல்லப்படாத தனிமையும் வலியும் இருந்தது. அவள் அதை வெளியில் சொல்லவில்லை; அமைதியாகவே அதை தாங்கிக்கொண்டாள். வீட்டில் மற்றவர்கள் இதை வழக்கமாகவே எடுத்துக் கொண்டார்கள். யாருக்கும் கேள்வி எழவில்லை.

ஒரு மதிய நேரத்தில், வீட்டில் எல்லோரும் தங்கள் வேலையில் இருந்தபோது, திடீரென்று தாத்தா மயங்கி விழுந்தார். அந்த நொடியில் ஒரு குழப்பம் பரவியது. யாருக்கு என்ன செய்வது என்று புரியாமல் சில நொடிகள் உறைந்து போனார்கள். அந்தச் சின்ன இடைவெளியில், சாந்தி மட்டும்

தயங்கவில்லை. அவள் உடனே ஓடி வந்து தாத்தாவைத் தாங்கி தன் மடியில் படுக்க வைத்து, முகத்தில் தண்ணீர் தெளித்தாள். மருத்துவருக்கு அழைக்கச் சொன்னாள். அவள் செய்த ஒவ்வொரு செயலும் அவசரமாக இருந்தாலும் தெளிவாக இருந்தது. அந்த சில நிமிடங்களில் அந்த வீட்டின் துடிப்பே அவளாக மாறிவிட்டது.

அந்த தருணத்தில் யாரும் அவளைத் தடுக்கவில்லை; யாரும் “இது தீட்டு காலம்” என்று நினைக்கவில்லை. அவளது அன்பு, பொறுப்பு, மனிதம் என்பவைகள் தாத்தாவின் கண்களைத் திறக்கச்செய்தது; வீட்டில் இருந்த பதட்டம் மெதுவாக அடங்கி யது. எல்லோரும் சுவாசம் விட்டார்கள். அந்த நிமிடத்தில், சொல்லாமல் ஒரு உண்மை எல்லோரின் உள்ளத்திலும் மெதுவாக எழுந்தது.

அனைத்தும் அமைதியான பிறகு, சாந்தி மீண்டும் தன் இடத்துக்குச் சென்றாள். அவள் முன்புபோல் எதுவும் நடக் காதது போல அமைதியாக உட்கார்ந்தாள். அவள் தன் மீது விதிக்கப்பட்ட அந்த தூரத்தை மீண்டும் ஏற்றுக்கொண்டாள். ஆனால் இந்தமுறை, அந்த தூரம் இயல்பாகத்தோன்றவில்லை. அந்த வீட்டின் சுவர்களுக்குள் ஒரு மௌனம் உருவானது.

அது பழக்கத்தின் மௌனம் இல்லை; அது சிந்திக்கச் செய்யும் மௌனம்.

அடுத்த மாதம் அதே நாட்கள் வந்தபோது, வீட்டில் யாரும் அவளை. “தொடாதே” என விலக்கவில்லை. “நீ ஓய்வு எடு” என்ற அன்பு மட்டும் இருந்தது; மாற்றம் பெரியதாகத் தோன்றவில்லை, ஆனால் அது ஒரு ஆழமான புரிதலின் ஆரம்பம். வார்த்தைகள் பேசப்படவில்லை, வாதங்கள் நடக்க வில்லை, ஆனால் ஒரு உண்மை உள்ளங்களில் பதிந்து விட்டது. அன்பைத் தூரப்படுத்தும் எந்த பழக்கமும், அன்பின் முன் நிலைக்க முடியாது.

இறைமக்களே, மனிதனின் உடல் நிலையை விட உயர்ந்தது அவன் உள்ளத்தின் நிலை. அன்பு செய்கிற கைகள் எப்போதும் தூயவையே; உயிரைக் காக்கும் இதயம் எந்த காலத்திலும் தீட்டாகாது. நாம் பழக்கமாக ஏற்றுக்கொண்ட சில விஷயங்கள், உண்மையில் மனிதத்துவத்தை மெதுவாக விலக்கிக் கொண்டிருக்கிறதா என்று சிந்திக்க வேண்டிய நேரம் இது.

பெண்மையின் இரத்தத்தை தீட்டு என்போமானால், அதே இரத்தத்திலிருந்து உயிராய் வந்த நாம் எப்படி “தூய்மை” என்று சொல்லப்படுவோம்?எனவே,தூரம் உருவாக்கும் மரபுகளை விட, அருகில் கொண்டு வரும் அன்பைத் தேர்ந்தெடுப்போம். மனிதனைப் பிரிக்கும் எண்ணங்களை விட, மனிதனை இணைக்கும் கருணையைப் பிடித்துக்கொள்வோம். ஏனெனில் இறைவன் பார்க்கிற தூய்மை உடலில் அல்ல; அன்பு நிறைந்த இதயத்தில் தான்.

"அன்பு சகலத்தையும் தாங்கும், சகலத்தையும் சகிக்கும். (1 கொரி.13:7)" என இறைவேதம் நம் அன்பிற்கு அறைகூவல் தருகிறது.

40

கிறிஸ்துமஸ் உணர்த்தும் பாடம்

ஒரு சிறிய நகரத்தில், ஒரு இளம் தம்பதியினர் வாழ்ந்து வந்தனர். அவர்களுடைய வாழ்க்கை மிக எளிமையானது. அவர்கள் வசதியாக வாழவில்லை; ஆனால் அவர்கள் கொண்டிருந்த அன்பு எந்தச் செல்வத்தையும் விட உயர்ந்தது. அவர்களிடம் அதிக பணம் இல்லை. சில நேரங்களில் தேவைகளை கூட பூர்த்தி செய்ய சிரமப்பட்டனர். இருந்தாலும், அவர்கள் இருவரும் ஒருவருக்கொருவர் மிகுந்த அக்கறையுடனும், உண்மையான பாசத்துடனும் வாழ்ந்தனர். அவர்களுடைய வாழ்க்கையில் செல்வம் குறைந்திருந்தாலும், அன்பு மிகுந்திருந்தது.

கிறிஸ்துமஸ் நெருங்கிக்கொண்டிருந்தது. அந்தப் பண்டிகை காலம் அவர்களுடைய இதயத்தில் ஒரு இனிய உணர்வை உருவாக்கியது. அவர்கள் இருவரும் ஒரே எண்ணத்தில் இருந்தனர் “நான் என் வாழ்க்கைத் துணைக்கு என்ன பரிசு கொடுக்கலாம்?” பணம் இல்லாததால் அவர்கள் தளரவில்லை. மாறாக, அவர்களுடைய அன்பு இன்னும் ஆழமான சிந்தனையை உருவாக்கியது. அவர்கள் கொடுக்க விரும்பிய பரிசு, ஒரு சாதாரண பொருள் அல்ல; அது அவர்களின் அன்பின் வெளிப்பாடாக இருக்க வேண்டும் என்ற எண்ணம் அவர்களை நிரப்பியது.

டெல்லா தனது கணவன் ஜிம் மீது கொண்டிருந்த அன்பை நினைத்து, ஒரு கடினமான முடிவை எடுத்தாள். அவளுடைய நீளமான, அழகான கூந்தல் அவளுக்கு மிகவும் பெருமையாக இருந்தது. அது அவளுடைய அழகின் அடையாளமாகவும், அவளுடைய தனிப்பட்ட செல்வமாகவும் இருந்தது. ஆனால் அன்பிற்காக, அவள் அதை விட்டுக்

கொடுக்கத் தயங்கவில்லை. அவள் தனது கூந்தலை விற்றாள். அந்தத் தொகையைப் பயன்படுத்தி, ஜிம் மிகவும் விரும்பி பயன்படுத்தும் தனது குடும்ப பாரம்பரியமான கைக்கடிகாரத்திற்கு ஒரு அழகான பிளாட்டினம் சங்கிலியை வாங்கினாள். அது அவளுடைய இதயத்தின் ஆழத்திலிருந்து வந்த பரிசாக இருந்தது.

அதே நேரத்தில், ஜிம் தனது மனைவி டெல்லாவுக்காக என்ன செய்தான்? அவனும் ஒரு தியாக முடிவை எடுத்தான். அவனுடைய கைக்கடிகாரம் அவனுக்கு மிகவும் முக்கிய மானது. அது அவனுடைய தாத்தாவும் தந்தையும் பயன் படுத்திய நினைவுச் சின்னம். அந்தக் கடிகாரம் அவனுடைய பெருமையும் பாரம்பரியமும் ஆகும். இருந்தாலும், அவன் அதை விற்றுவிட்டான். அந்தப் பணத்தில், டெல்லாவின் அழகான கூந்தலுக்காக அவள் எப்போதும் விரும்பியிருந்த அழகான கிளிப்புகளை வாங்கினான்.

கிறிஸ்துமஸ் காலையில் அவர்கள் இருவரும் ஒருவருக் கொருவர் பரிசுகளை வழங்கினர். அந்த தருணம் மகிழ்ச்சி யால் நிரம்பியிருந்தது. ஆனால் சில நொடிகளில், ஒரு விசித்திரமான உண்மை வெளிப்பட்டது. டெல்லாவுக்கு கூந்தல் இல்லை. ஜிம் கைக்கடிகாரம் இல்லை. அவர்கள் வாங்கிய

பரிசுகள், நடைமுறையில் பயனற்றதாகிவிட்டன. ஒரு சங்கிலி இருந்தது ஆனால் அதற்கு கடிகாரம் இல்லை. அழகான கிளிப்புகள் இருந்தன ஆனால் அவற்றைப் பயன்படுத்த கூந்தல் இல்லை.

இந்த நிலைமை வெளிப்படையாக பார்த்தால் ஒரு இழப்பைப் போல தோன்றலாம். ஆனால் உண்மையில் அது ஒரு இழப்பு அல்ல. அது ஒரு பெரிய வெற்றி. ஏனெனில், அவர்கள் கொடுத்த பரிசுகள் பொருளில் அல்ல, அன்பில் அளவிடப்பட வேண்டும். அவர்கள் ஒருவருக்கொருவர் காட்டிய தியாகம், அவர்களின் உறவை இன்னும் உயர்த்தியது. அவர்கள் பொருள்களை இழந்தார்கள்; ஆனால் அவர்கள் அன்பை பெற்றார்கள்.

இந்தக் கதையை எழுத்தாளர் ஓ. ஹென்றி "ஞானிகளின் பரிசு" என்று அழைக்கிறார். ஏன் என்றால், உண்மையான ஞானம் பொருள்களை சேகரிப்பதில் இல்லை; அன்பை பகிர் வதில் உள்ளது. அவர்கள் கொடுத்த பரிசுகள் வெளிப்படை யாக பயனற்றதாக இருந்தாலும், அந்தத் தியாகத்தின் ஆழம் அவர்களை உண்மையான ஞானிகளாக மாற்றியது.

இது நமக்கு ஒரு முக்கியமான உண்மையை கற்றுக் கொடுக்கிறது. தியாகம் என்பது நமக்குக் கிடைத்தவற்றில் சிறிது கொடுப்பது அல்ல. அது நமக்கு தேவையில்லாததைப் பகிர்வதும் அல்ல. மாறாக, நமக்கு மிகவும் மதிப்புமிக்கதை, பிறரின் நலனுக்காக, எந்த எதிர்பார்ப்பும் இல்லாமல் கொடுப் பதே உண்மையான தியாகம். அன்பு என்பது வார்த்தைகளில் மட்டும் இல்லாமல், செயல்களில் வெளிப்பட வேண்டும்.

கிறிஸ்துமஸ் இந்தத்தியாக அன்பை நினைவூட்டும் நாள். தேவன் உலகத்தை இவ்வளவு அன்புகூர்ந்து, தம்முடைய ஒரே குமாரனை அருளினார் என்று வேதாகமம் சொல்லுகிறது. அது உலகில் நடந்த மிகப்பெரிய தியாகம். மனிதர்களுக்காக, அவர்களுடைய பாவங்களுக்காக, இயேசு கிறிஸ்து தம்மையே

அர்ப்பணித்தார். உலகில் பிறக்கும் மற்ற குழந்தைகள் வாழ்வதற்காக பிறக்கின்றன. ஆனால் இயேசு கிறிஸ்து மட்டும், பிறருக்காக தன் உயிரை அர்ப்பணிக்கவே பிறந்தார்.

இந்த உண்மையை நாம் சிந்திக்க வேண்டும். நாம் கிறிஸ்துமஸை கொண்டாடுகிறோம். ஆனால் அதன் உண்மை யான அர்த்தத்தை புரிந்துகொள்கிறோமா? உணவு, வெளிப்புற அலங்காரம், பரிசுகள் இவை எல்லாம் நல்லவை. ஆனால் அவை கிறிஸ்துமஸின் மையம் அல்ல. அதன் மையம் அன்பு. அதன் அடித்தளம் தியாகம்.

நாம் நம் வாழ்க்கையில் இந்தத் தியாக அன்பை பிரதிபலிக்க வேண்டும். பிறருக்காக வாழ கற்றுக்கொள்ள வேண்டும். அன்பை பகிர வேண்டும். உதவி செய்ய வேண்டும். மன்னிக்க வேண்டும். இதுவே கிறிஸ்துமஸின் உண்மையான கொண்டாட்டம்.

முடிவாக, கிறிஸ்துமஸ் என்பது ஒரு பண்டிகை மட்டும் அல்ல; அது ஒரு வாழ்க்கை முறை. அது தியாக அன்பின் வெளிப்பாடு. டெல்லா மற்றும் ஜிம் காட்டிய அன்பு போல, இயேசு கிறிஸ்து காட்டிய அன்பு போல, நாமும் அன்புடன் வாழ கற்றுக்கொள்ள வேண்டும். அப்போது தான் நம் வாழ்க்கை உண்மையான அர்த்தத்தை பெறும்.

41

தீர விசாரிப்பதே மெய்

ஒரு அமைதியான தெருவில் வாழ்ந்திருந்த ஒரு ஆசிரியர், ஒரு நாள் தனது எதிர்வீட்டு நண்பருடன் பேசிக் கொண்டிருந்தார். அவரது முகத்தில் சிறிய சோர்வு தெரிந்தது. அவர் மெதுவாகக் கூறினார்: "எனக்கு இரண்டு நாட்களாக உடல்நிலை சரியில்லை. நேற்று வாந்தி எடுத்தேன்; அப்போது சளி வெளியே வந்தது. இன்று மருத்துவரிடம் காட்ட வேண்டும் என்று நினைக்கிறேன்." இந்தப் பேச்சு மிகவும் சாதாரணமான ஒன்று. அது ஒரு உடல்நிலை குறைவு பற்றிய நேர்மையான பகிர்வு மட்டுமே.

ஆனால் அந்தப் பேச்சைக் கேட்ட நண்பர், அதை அப்படியே வைத்துக்கொள்ளவில்லை. அவர் உடனே வீட்டிற்குள் சென்று தனது மனைவியிடம் கூறினார்: "எதிர்வீட்டு ஆசிரியருக்கு உடல்நிலை சரியில்லை. அவர் வாந்தி எடுக்கும்போது கருப்பு நிற சளி வந்ததாம்." இங்கேயே சிறிய மாற்றம் ஆரம்பமாகிறது. "சளி" என்ற சொல் "கருப்பு நிற சளி" ஆக மாறுகிறது. உண்மை சிறிது மாற்றம் பெறுகிறது.

அந்த மனைவி அந்த தகவலை மேலும் மாற்றினாள். அவள் பக்கத்து வீட்டுக்காரியிடம் சென்று, “இதை யாரிடமும் சொல்லாதே” என்று ஆரம்பித்தாள். ஆனால் அதற்குப் பிறகு, “எதிர்வீட்டு ஆசிரியர் வாந்தி எடுக்கும்போது, காகம் போல கருப்பு நிறத்தில் ஏதோ வந்ததாம்!” என்று கூறினாள். இப்போது, தகவல் மேலும் பெரிதாக மாறிவிட்டது. உண்மை மற்றும் கற்பனை கலந்துவிட்டது. அந்த பெண் அதை இன்னொருவரிடம் கூறும்போது, அது இன்னும் விசித்திரமாக மாறியது: “ஒரு ரகசியம் சொல்கிறேன், யாரிடமும் சொல்லாதே, அந்த ஆசிரியர் வாந்தி எடுக்கும்போது ஒரு காக்கை வெளியே விழுந்ததாம்!” என்று கூறினாள். இப்போது ஒரு சாதாரண உடல்நிலை குறைவு, ஒரு அதிசயக் கதையாக மாறிவிட்டது. சில மணி நேரங்களிலேயே, அந்த செய்தி கிராமம் முழுவதும் பரவியது.

இந்தச் சம்பவம் நமக்கு சிரிப்பைத் தரலாம். ஆனால் அதற்குள் மறைந்திருக்கும் உண்மை மிகவும் ஆழமானது. ஒரு தகவல் ஒருவரிடமிருந்து மற்றொருவரிடம் செல்லும்போது, அது அப்படியே இருக்காது. ஒவ்வொருவரும் அதில் தங்களுடைய கருத்தையும், கற்பனையையும் சேர்த்து விடுகிறார்கள். அதன் விளைவாக, உண்மை முற்றிலும் மாறிவிடுகிறது. இன்றைய உலகில் இந்த நிலைமை இன்னும் அதிகமாகியுள்ளது. சமூக ஊடகங்கள், மெசேஜ் பயன்பாடுகள், இணையம் இவை அனைத்தும் தகவல்களை வேகமாக பரப்புகின்றன. ஒரு செய்தி வந்தவுடன், அது உண்மையா என்று ஆராயாமல், உடனே அதை பகிர்கிறார்கள். சில நொடிகளில், ஒரு தவறான தகவல் ஆயிரக்கணக்கான மக்களிடம் சென்றுவிடுகிறது. இதனால் ஏற்படும் பாதிப்புகள் மிகப்பெரியது. ஒருவரின் கண்ணியம் காயப்படுகிறது. ஒரு குடும்பம் பாதிக்கப்படுகிறது. சமுதாயத்தில் குழப்பம் உருவாகிறது. சில நேரங்களில், ஒரு தவறான வதந்தி, ஒரு மனிதனின் வாழ்க்கையையே சீரழிக்கக் கூடும். வார்த்தைகள் சிறியவை; ஆனால் அவற்றின் தாக்கம் மிகவும் பெரியது. ஆகையால், நாம் மிகவும் கவனமாக இருக்க வேண்டும். ஒரு தகவல் நமக்கு கிடைத்தால், அதை உடனே

நம்பவோ, அல்லது உணர்ச்சிவசப்பட வேண்டாம். அதை பகிர்வதற்கு முன், நாமே சில கேள்விகளை கேட்க வேண்டும். இது உண்மையா? இதற்கு ஆதாரம் உள்ளதா? நான் இதை பகிர்வதால் யாருக்காவது தீங்கு உண்டாகுமா? இந்தக் கேள்விகள் நம்மை தவறான செயல்களிலிருந்து காப்பாற்றும்.

நம் முன்னோர்கள் கூறிய ஒரு பழமொழி இங்கே மிகவும் பொருத்தமானது: "கண்ணால் காண்பதும் பொய், காதால் கேட்பதும் பொய், தீர விசாரிப்பதே மெய்." இந்த ஒரு வரி நமக்கு வாழ்க்கை முழுவதும் வழிகாட்டியாக இருக்கும். நாம் பார்க்கிறதும், கேட்கிறதும் எல்லாம் உண்மையல்ல. உண்மையை அறிய நிதானமாக ஆராய முயல வேண்டும். இறைவேதமும் இதையே வலியுறுத்துகிறது. *"உன் வார்த்தைகள் சுருக்கமாயிருப்பதாக"* (பிர.5:2) அதாவது, தேவையற்ற வார்த்தைகளைப் பேசாமல் இருக்க வேண்டும்.

மேலும், *"ஆவிக்குரியவன் எல்லாவற்றையும் ஆராய்ந்து நிதானிக்கிறான்"* (1 கொரி.2:15) என்று சொல்லுகிறது. இது நமக்கு ஒரு முக்கியமான உண்மையை கற்றுக்கொடுக்கிறது. நிதானம் மற்றும் ஆர்ராய்ச்சி இல்லாமல் பேசக்கூடாது. வாழ்க்கையில் நாம் மாற்ற முடியாத பல விஷயங்கள் இருக்கலாம். ஆனால் நம்முடைய வார்த்தைகளை நாம் கட்டுப் படுத்த முடியும். நாம் பேசும் ஒவ்வொரு வார்த்தையும், ஒருவரின் மனதை காயப்படுத்தவோ, குணப்படுத்தவோ முடியும். ஆகையால், நாம் பேசுவதற்கு முன் சிந்திக்க வேண்டும். பகிர்வதற்கு முன் உறுதி செய்ய வேண்டும்.

முடிவாக, வதந்தி வேகமாக பரவும்; ஆனால் உண்மை நிலைத்திருக்கும். நாம் எந்தப் பக்கம் நிற்க வேண்டும் என்பது நம்முடைய தேர்வு. உண்மையை மதித்து வாழும் மனிதர்கள், சமுதாயத்தை பாதுகாக்கிறார்கள். ஆகையால், நாம் உண்மையின் பக்கம் நிற்போம். பேச வேண்டியதை மட்டும் பேசுவோம். பகிர வேண்டியதை மட்டும் பகிர்வோம். நமது வார்த்தைகள், நமது மனிதநேயத்தை வெளிப்படுத்தட்டும்.

42

அஞ்சமின்றி அடியெடுத்து வையுங்கள்

“நிலவில் முதன் முதலாக காலடி எடுத்து வைத்தவர் யார்?” என்று கேட்டால், பெரும்பாலானோர் உடனே “நீல் ஆம்ஸ்ட்ராங்” என்று பதிலளிப்பார்கள். அது சரியான பதில் தான். ஆனால் அந்த முதல் அடியை வைக்கும் வாய்ப்பு முதலில் யாருக்குக் கிடைத்தது என்று கேட்டால், பலருக்கும் தெரியாது. அந்த வாய்ப்பு கிடைத்தவர் எட்வின் சி. ஆல்ட்ரின். அவர் அனுபவமிக்க விமானப்படை அதிகாரி. மனிதனை நிலவுக்குக் கொண்டு சென்ற அந்த வரலாற்று பயணத்தில் முக்கிய பங்கு வகித்தவர்.

அப்போலோ விண்கலம் நிலவை அடைந்தது. மனித வரலாற்றில் இதுவரை இல்லாத ஒரு அற்புதமான தருணம் அது. பூமியிலிருந்து ஆயிரக்கணக்கான கிலோமீட்டர் தூரத்தில், அறியப்படாத ஒரு மேற்பரப்பில் மனிதன் காலடி வைக்கப் போகிறான். அந்த நிமிடம் உலகம் முழுவதும் கவனித்துக் கொண்டிருந்தது. நாசாவிலிருந்து கட்டளை வந்தது: “பைலட் முதலில் இறங்குங்க.” அந்த கட்டளை ஆல்ட்ரினுக்காகத்தான்.

அந்த தருணத்தில், ஆல்ட்ரினின் மனதில் பல கேள்விகள் எழுந்தன. “நிலத்தின் தன்மை எப்படி இருக்கும்? அது உறுதியானதா? புதைமணலாக இருந்தால் என்ன செய்வேன்? காலடி வைத்தவுடன் உள்ளே இழுத்துக் கொண்டால்?” என்ற எண்ணங்கள் அவரை ஆட்கொண்டன. அந்த ஒரு நொடியில், அவர் தயங்கினார். அது ஒரு சிறிய தயக்கம்தான். ஆனால், அந்த தயக்கம் வரலாற்றை மாற்றியது.

அடுத்த கட்டளை உடனே வந்தது: "கோ-பைலட் இறங்குங்க." அந்த கட்டளையை கேட்ட உடனே, நீல் ஆம்ஸ்ட்ராங் எந்த தயக்கமும் இல்லாமல் முன்னேறினார். அவர் தனது காலடியை நிலவில் பதித்தார். அந்த ஒரு அடி, மனித வரலாற்றின் பொற்குறிப்பாக மாறியது. உலகம் முழுவதும் அவரது பெயர் நிலைத்தது. பின்னர் ஆல்ட்ரினும் இறங்கினார். ஆனால் "முதல்" என்ற அந்த இடம் ஒருவருக்கே சொந்தமானது.

இந்த சம்பவம் நமக்கு ஒரு ஆழமான உண்மையை கற்றுக்கொடுக்கிறது. வாழ்க்கையில் வாய்ப்புகள் எல்லோரு க்கும் கிடைக்கும். ஆனால் அந்த வாய்ப்புகளை பயன்படு த்துவது சிலரே. பல நேரங்களில் நாம் தோல்வியால் அல்ல, தயக்கத்தால் பின்னுக்கு தள்ளப்படுகிறோம். ஒரு நொடிப் பயம், ஒரு வாழ்க்கை முழுவதும் கிடைக்க வேண்டிய வாய்ப்பை மாற்றிவிடும். நாம் வாழ்க்கையில் பலமுறை இதே நிலையை சந்திக்கிறோம். ஒரு புதிய முயற்சி செய்ய வேண்டிய நேரத்தில், "என்ன ஆகுமோ?", "நான் முடியுமா?", "தவறி விட்டால் என்ன செய்வேன்?" என்ற எண்ணங்கள் நம்மை தடுக்கின்றன. இந்த எண்ணங்கள் வெளியில் தெரியாது. ஆனால் அவை நம்முடைய முன்னேற்றத்தை தடுக்கின்றன. பயம், வெட்கம், தயக்கம் இவை மூன்றும் நம்முடைய மறைமுக எதிரிகள்.

பல நேரங்களில், நாம் தோல்வியைப் பற்றி பயப்படுகிறோம். ஆனால் உண்மையில் தோல்வி நம்மை தடுக்காது. அது நம்மை கற்றுக்கொடுக்கும். ஆனால் பயம் நம்மை ஆரம்பிக்கவே விடாது. அது தான் மிகப்பெரிய தடையாக மாறுகிறது. முயற்சி செய்யாமல் இருப்பதே உண்மையான தோல்வி. இந்த நிலையில்தான் நம்பிக்கை மற்றும் விசுவாசம் முக்கியமாகிறது. நம்மை இதுவரை நடத்தி வந்த தேவன், இனியும் நம்மை நடத்த வல்லவர் என்ற நம்பிக்கை நமக்குள் இருக்க வேண்டும். நாம் நம்முடைய பலத்தையே மட்டும் நம்பாமல், தேவனின் வழிகாட்டுதலையும் நம்ப வேண்டும். அப்போது நம்முடைய பயம் குறையும். தைரியம் அதிகரிக்கும்.

வாழ்க்கையில் முன்னேற வேண்டுமென்றால், முதல் அடியை எடுக்க வேண்டும். அது சிறியதாக இருக்கலாம். ஆனால் அது மிகவும் முக்கியமானது. ஒரு அடியை எடுக்காமல் நின்றால், நாம் எங்கேயும் செல்ல முடியாது. ஆனால் ஒரு தைரியமான அடி, புதிய பாதையைத் திறக்கும். அது ஒரு புதிய வரலாற்றை உருவாக்கும். நாம் நினைவில் கொள்ள வேண்டியது இது: வாய்ப்புகள் நம்மைத் தேடி வராது. அவை வந்தபோது நாம் தயங்காமல் பயன்படுத்த வேண்டும். அந்த ஒரு தருணத்தை நாம் இழந்துவிட்டால், அது மீண்டும் வராமல் போகலாம். அதனால், பயத்தை விட வேண்டும். தயக்கத்தை தாண்ட வேண்டும். நம்பிக்கையுடன் முன்னேற வேண்டும்.

முடிவாக, ஒரு நொடிப் பயம் ஒரு வாழ்க்கையை மாற்றிவிடும். ஆனால் ஒரு நொடித் தைரியம் ஒரு வரலாற்றை உருவாக்கும். ஆகையால், பயத்தை விடுங்கள். விசுவாசத்தைப் பிடியுங்கள். உங்கள் வாழ்க்கையின் முதல் அடியை தைரியமாக எடுக்குங்கள். அந்த ஒரு அடி, உங்களை நீங்கள் நினைத்ததை விட உயரத்திற்கு கொண்டு செல்லும்.

43

சிறிய கனவு

ஒரு காலத்தில் இரண்டு சகோதரர்கள் மிகவும் ஏழ்மை யான சூழலில் வாழ்ந்து வந்தனர். அவர்கள் வாழ்க்கை எளிதானதல்ல. தினமும் உழைத்தால்தான் அன்றைய உணவு கிடைக்கும் நிலை. தெருக்களில் கிடக்கும் துருப்பிடித்த இரும்புத் துண்டுகளையும், எலும்புத் துண்டுகளையும் சேகரித்து விற்று, அந்தச் சிறிய வருமானத்தில் வாழ்க்கையை நடத்தினர். அவர்கள் முயற்சி குறைவானவர்கள் அல்ல; பல வேலை களில் கைகொடுத்தனர். ஆனால் எதிலும் நிலைத்த வெற்றி கிடைக்கவில்லை. தோல்வி அவர்களைத் தொடர்ந்து வந்தது.

ஒரு முயற்சி தோல்வியடைந்ததும், அவர்கள் தளர வில்லை. மற்றொரு முயற்சியைத் தொடங்கினர். ஆனாலும் வெற்றி அவர்களைத் தேடி வரவில்லை. பலர் இத்தகைய சூழ்நிலையில் நம்பிக்கையை இழந்து விடுவார்கள். “இது தான் என் வாழ்க்கை” என்று சமாதானப்பட்டு விடுவார்கள். ஆனால் இந்த சகோதரர்கள் அப்படிச் செய்யவில்லை. அவர்களுக்குள் எங்கோ ஒரு நம்பிக்கை இன்னும் உயிரோடு இருந்தது.

ஒருநாள், அந்த சகோதரர்களில் ஒருவன் ஒரு நூலகத் திற்குச் சென்றான். அங்கு அவன் படித்த ஒரு கதை, அவன் வாழ்க்கையின் திசையை முற்றிலும் மாற்றியது. அந்தக் கதையில், ஒரு மனிதன் ஒரு கருவியின் உதவியால் வானில் பறப்பது போல சித்தரிக்கப்பட்டிருந்தது. அது ஒரு கற்பனைக் கதை தான். ஆனால் அந்தக் கற்பனை, அவன் மனதில் ஒரு புதிய சிந்தனையை உருவாக்கியது. “மனிதன் உண்மையா கவே பறக்க முடியுமா?” என்ற கேள்வி அவன் உள்ளத்தில் தீப்பொறியாக மின்னியது.

அந்த ஒரு கேள்வி அவனுடைய வாழ்க்கையை மாற்றிய தருணமாகியது. அவன் உடனே தனது சகோதரனிடம் இந்த எண்ணத்தைப் பகிர்ந்தான். இருவரும் சேர்ந்து மனிதன் வானில் பறப்பது பற்றிக் கவனமாக சிந்திக்கத் தொடங்கினர். அவர்கள் கனவு காணத் தொடங்கினர். அந்தக் கனவு சாதாரணமானதல்ல; அது உலகம் முழுவதையும் மாற்றக்கூடியது.

அவர்களின் பயணம் மிகவும் கடினமானது. எண்ணற்ற சோதனைகள், தொடர்ந்து ஏற்பட்ட தோல்விகள், பிறர் செய்த கேலிகள், பணமின்மை இவை அனைத்தும் அவர்களை தடுக்க முயன்றன. பலர் அவர்களைப் பார்த்து சிரித்தனர். “மனிதன் பறப்பான் என்று நினைக்கிறீர்களா?” என்று கேலி செய்தனர். ஆனால் அந்த கேலிகள் அவர்களை தளரச் செய்யவில்லை. மாறாக, அவர்களை மேலும் உறுதியானவர்களாக மாற்றின.

அவர்கள் ஒவ்வொரு தோல்வியிலிருந்தும் கற்றுக் கொண்டனர். ஒவ்வொரு முயற்சியும் அவர்களை ஒரு படி முன்னேற்றியது. அவர்கள் விடாமுயற்சியுடன் உழைத்தனர். அவர்களுடைய கனவை விடவில்லை. ஆண்டுகள் கடந்தன. பல சோதனைகளுக்குப் பிறகு, அவர்கள் ஒரு இயந்திரத்தை உருவாக்கினர். அது சாதாரண இயந்திரமல்ல; அது உலக வரலாற்றை மாற்றப்போகும் கண்டுபிடிப்பு.

1903 ஆம் ஆண்டு டிசம்பர் 17ஆம் தேதி, மனித வரலாற்றில் முதன்முறையாக சக்தியூட்டப்பட்ட விமானம் வானில் பறந்தது. அந்த சாதனையை நிகழ்த்தியவர்கள் ரைட் சகோதரர்கள். ஒரு காலத்தில் குப்பைகளை சேகரித்து வாழ்ந் தவர்கள், உலகத்தின் வரலாற்றை மாற்றியவர்களாக மாறினர்.

இந்தக் கதையில் மறைந்திருக்கும் உண்மை மிகவும் ஆழமானது. ஒரு சிறிய எண்ணம், ஒரு கேள்வியாக தொடங் குகிறது. அந்த கேள்வி ஒரு கனவாக மாறுகிறது. அந்தக் கனவு முயற்சியாக மாறுகிறது. அந்த முயற்சி, விடா முயற்சியுடன் தொடர்ந்தால், அது ஒரு பெரிய சாதனையாக மாறுகிறது. உலகத்தை மாற்றும் சக்தி, ஒரு சிறிய சிந்தனை யிலேயே இருக்கிறது.

நாம் பல நேரங்களில் தோல்வியை முடிவாகக் கருதுகிறோம். ஆனால் உண்மையில் தோல்வி என்பது முடிவு அல்ல. அது வெற்றிக்கான ஒரு படிக்கட்டு. ரைட் சகோதரர்கள் தோல்வியை ஏற்றுக்கொண்டு நின்றிருந்தால், இன்று நாம் விமானத்தில் பயணம் செய்திருக்க முடியாது. அவர்கள் தோல்வியை தாண்டி முன்னேறியதால் தான், உலகம் ஒரு புதிய உயரத்தை அடைந்தது.

> *“நன்மைசெய்கிறதில் சோர்ந்துபோகாமல் இருப்போமாக;*
> *நாம் தளர்ந்துபோகாதிருந்தால் ஏற்றகாலத்தில்*
> *அறுப்போம்.” (கலாத்தியர் 6:9)*

இந்த வசனம் நமக்கு ஒரு பெரிய உறுதியை அளிக்கிறது. நாம் செய்யும் உழைப்பு வீணாகாது. நாம் காணும் கனவுகள் வீணாகாது. நாம் செலுத்தும் முயற்சி வீணாகாது. தேவனுடைய காலத்தில் அதன் பலன் நிச்சயமாக வெளிப்படும்.

ஒரு மனிதன் உயர்வதற்கு மூன்று முக்கியமான விஷயங்கள் அவசியம் விசுவாசம், விடாமுயற்சி, உழைப்பு.

இந்த மூன்றும் ஒன்றாக சேர்ந்தால், சாதிக்க முடியாதது எதுவுமில்லை. நம்முடைய வாழ்க்கையிலும் இதே உண்மை பொருந்துகிறது. நாம் காணும் கனவுகளை சிறுமைப்படுத்த க்கூடாது. நாம் சந்திக்கும் தோல்விகளைப் பயப்படக்கூடாது. நாம் எதிர்கொள்ளும் தாமதங்களை மனம் தளராமல் ஏற்றுக்கொள்ள வேண்டும்.

முடிவாக, ஒரு சிறிய எண்ணத்தை அலட்சியப் படுத்தாதீர்கள். அது உங்கள் வாழ்க்கையை மாற்றக்கூடும். ஒரு சிறிய முயற்சியைத் தள்ளிப் போடாதீர்கள். அது ஒரு பெரிய வெற்றியின் தொடக்கமாக இருக்கலாம். விசுவாசத்தில் நிலைத்திருங்கள். சோர்ந்து போகாமல் முயற்சி செய்யுங்கள். கடைசி வரை ஓடுங்கள். நிச்சயமாக, நீங்கள் காணும் கனவு ஒருநாள் நிஜமாகும்.

44

பொறுமை கடலினும் பெரிது

ஒரே மரத்தின் ஒரே கிளையில் இரண்டு மாம்பழங்கள் வளர்ந்து கொண்டிருந்தன. வெளியில் பார்த்தால் இரண்டும் ஒரே மாதிரி தோன்றினாலும், அவற்றின் நிலை ஒரே மாதிரியாக இருக்கவில்லை. அவற்றில் ஒன்று ஏற்கனவே பழுத்து இனிமையடைந்திருந்தது. மற்றொன்று இன்னும் பச்சையாகவே இருந்தது; அது பழுக்க இன்னும் காலம் தேவைப்பட்டது. ஒரே கிளை, ஒரே சூரியன், ஒரே மழை, ஒரே சூழ்நிலை ஆனாலும் வளர்ச்சியின் நேரம் வேறுபட்டது. இந்தச் சிறிய காட்சி, வாழ்க்கையின் மிகப் பெரிய உண்மையை நமக்குக் கற்றுத்தருகிறது: ஒவ்வொருவருக்கும் தன் நேரம் உண்டு.

இறைமக்களே, நம் வாழ்க்கையிலும் இதேபோல பல தருணங்கள் நிகழ்கின்றன. நம்முடன் தொடங்கியவர்கள் சிலர் விரைவில் முன்னேறிவிடுகிறார்கள். அவர்கள் வெற்றி பெறுகிறார்கள். அவர்கள் உயர்கிறார்கள். ஆனால் நாம் இன்னும் காத்திருக்க வேண்டிய நிலை உருவாகிறது. அந்த நேரத்தில் நம் மனதில் பல கேள்விகள் எழுகின்றன. "ஏன் நான்

இல்லை?", "எனக்கு வாய்ப்பு இல்லையா?", "என் வாழ்க்கை ஏன் இப்படித்தான் இருக்கிறது?" என்று நாம் நம்மையே குறை கூறத் தொடங்குகிறோம். ஒப்பீடு நம் மனதை உடைக்கத் தொடங்குகிறது.

ஆனால் உண்மையில், அது தோல்வி அல்ல. அது தாமதமும் அல்ல. அது தேவன் நிர்ணயித்த நேரம் இன்னும் வரவில்லை என்பதே உண்மை. பச்சை மாம்பழம், பழுத்த மாம்பழத்தைப் பார்த்து குறை கூறாது. அது அவசரப்படாது. அது இயற்கையை நம்பி அமைதியாக காத்திருக்கிறது. ஏனெனில் அது அறிவது ஒன்றே: "என் நேரம் வரும்." அதே போல நாமும் நம் வாழ்க்கையில் பொறுமையை கற்றுக்கொள்ள வேண்டும். பிறரைப் பார்த்து தளர வேண்டாம். நம்முடைய பயணம் தனித்துவமானது.

இறைமக்களே, பொறுமை என்பது சும்மா காத்திருப்பது அல்ல. அது நம்பிக்கையுடன் காத்திருப்பது. அது உள்ளத்தில் உறுதியுடன் நிலைத்திருப்பது. நாம் காத்திருக்கும்போது, தேவன் நம்மை தயார் செய்து கொண்டிருக்கிறார். நாம் காணாத இடங்களில் அவர் வேலை செய்து கொண்டிருக்கிறார். நாம் நினைப்பதைவிட அவர் திட்டம் பெரியது.

இதைக் காட்டும் ஒரு சிறிய சம்பவம் இருக்கிறது. ஒரு நாள், ஒரு சிறுமி தோட்டத்தில் ஒரு அழகான பூச்செடியைப் பார்த்தாள். அந்த செடி மிகவும் அழகாக மலர்ந்திருந்தது. ஆனால் அதன் அடிப்பகுதியில் சேறும், மாட்டுச் சாணமும் இருப்பதை அவள் கவனித்தாள். "இவ்வளவு அழகான பூ இவ்வளவு அசுத்தமான இடத்தில் இருக்கக் கூடாது" என்று எண்ணினாள். உடனே அந்தச் செடியை வேரோடு பிடுங்கி எடுத்தாள். அதை தண்ணீரால் சுத்தம் செய்து, சுத்தமான இடத்தில் வைத்தாள்.

சில நேரத்தில் அந்தச் செடி வாடத் தொடங்கியது. அதன் அழகு மறைந்தது. பூ சுருங்கி விழுந்தது. அப்போது

அங்கு வந்த தோட்டக்காரன் அதைப் பார்த்து வருந்தினார். “இந்த செடி என் தோட்டத்தில் மிகவும் சிறந்தது. அதை ஏன் பிடுங்கினாய்?” என்று கேட்டார். சிறுமி தனது காரணத்தை சொன்னாள். அதற்கு தோட்டக்காரன் அமைதியாக பதிலளித்தார்: “இந்த செடியை அந்த இடத்தில் வைத்ததும் நான் தான். அதற்கு சாணம் போட்டதும் நான் தான். எந்த செடி எங்கு வளர வேண்டும் என்பதை நான் அறிவேன்.”

இந்தச் சம்பவம் நமக்கு ஒரு ஆழமான உண்மையை வெளிப்படுத்துகிறது. நாம் பல நேரங்களில் நம் வாழ்க் கையின் சூழ்நிலைகளைப் புரிந்துகொள்ளாமல் குறை கூறுகிறோம். “ஏன் இந்த குடும்பம்?”, “ஏன் இந்த வேலை?”, “ஏன் இந்த சோதனை?” என்று கேட்கிறோம். ஆனால் நாம் அறியாதது என்னவென்றால் தேவன் நோக்கமின்றி எதையும் செய்யமாட்டார். நாம் இருக்கும் இடம் ஒரு தவறு அல்ல; அது ஒரு திட்டம். அது ஒரு தண்டனை அல்ல; அது ஒரு தயார் செய்தல்.

நாம் இருக்கும் சூழ்நிலை சில நேரங்களில் சிரமமாக தோன்றலாம். ஆனால் அந்த சூழ்நிலையே நம்மை வளர்க்கும் உரமாக இருக்கலாம். சாணம் இல்லாமல் செடி வளராது. அதேபோல் சோதனை இல்லாமல் மனிதன் வளர முடியாது. நாம் தவிர்க்க விரும்பும் பல அனுபவங்களே நம்மை உயரத்திற்கு கொண்டு செல்லும் படிக்கட்டுகளாக இருக்கின்றன.

இறைவேதம் கூறுகிறது: “தன் இளம் பிராயத்தில் நுகத்தைச் சுமக்கிறது மனுஷனுக்கு நல்லது.”

இந்த வசனம் நமக்கு சொல்லுவது என்னவென்றால், வாழ்க்கையின் சுமைகள் வீணானவை அல்ல. அவை நம்மை உருவாக்கு கின்றன. அவை நம்மை உறுதியாக்குகின்றன. அவை நம்மை உயரத்திற்கு ஆயத்தப்படுத்துகின்றன.

இறைமக்களே, நம்முடைய வாழ்க்கையை மற்றவர்களுடன் ஒப்பிட வேண்டாம். ஒப்பீடு நம்மை தாழ்வாக உணரச் செய்கிறது. அதே நேரத்தில் நம்பிக்கையை இழக்கச் செய்கிறது. ஒவ்வொருவருக்கும் தேவன் தனித்த திட்டம் வைத்திருக்கிறார். ஒருவரின் நேரம் இன்று வந்திருக்கலாம்; மற்றொருவரின் நேரம் நாளை வரும். ஆனால் தாமதமான வெற்றி கூட, சரியான நேரத்தில் வரும் போது, அது நிலையானதாக இருக்கும்.

முடிவாக நாம் நினைவில் கொள்ள வேண்டியது இதுதான்: நேரம் வராத வெற்றி இல்லை. நோக்கம் இல்லாத வாழ்க்கை இல்லை. தேவன் அமைத்த நேரம் தவறுவதில்லை. ஆகையால் நாம் அவசரப்பட வேண்டாம். நாம் புலம்ப வேண்டாம். நாம் நம்பிக்கையை இழக்க வேண்டாம். பொறுமையுடன் காத்திருக்க வேண்டும். விசுவாசத்தில் நிலைத்திருக்க வேண்டும். ஏனெனில், சரியான நேரத்தில், தேவன் நம்மை உயர்த்துவார். அவர் செய்யும் செயல்கள் தாமதமாக தோன்றலாம்; ஆனால் அவை எப்போதும் துல்லியமானவை. நம் நேரம் வரும். நம் வாழ்க்கையும் இனிமையாய் பழுக்கும்.

45

ஆன்மீகத்தை செயலில் காட்டுங்கள்

ஒருநாள், நான் என் நண்பருடன் பேசிக்கொண்டே சாலையில் நடந்து கொண்டிருந்தேன். திடீரென ஒரு கார் மிக வேகமாக வந்து எங்களை உரசியபடி கடந்து சென்றது. அதிர்ச்சியுடன் திரும்பிப் பார்த்தேன். அந்தக் காரின் பின்புறக் கண்ணாடியில், “என் சமூகம் உனக்கு முன்பாகச் செல்லும்” என்று எழுதப்பட்டிருந்தது. அதோடு ஒரு சிலுவையின் படமும் ஒட்டப்பட்டிருந்தது.

அதைப் பார்த்த என் நண்பர் சிரித்துக் கொண்டு, “சிலுவை படம் போட்டும், வசனம் ஒட்டியும் எப்படி ஓட்டுகிறான் பாருங்க!” என்றார். அதற்கு நான், “வசனங்களை காரில் ஒட்டினால் மட்டும் ஒருவன் நல்லவனாக மாறிவிட முடியாது” என்று பதிலளித்தேன்.

இறைமக்களே, இது ஒரு தனிப்பட்ட சம்பவம் அல்ல; நாம் அன்றாடம் காணும் ஒரு உண்மை. பல வாகனங்களில் ஆன்மீக வாசகங்களும் மதச்சின்னங்களும் காணப்படுகின்றன. ஆனால் அவற்றை ஓட்டுபவர்களின் நடத்தை அதற்கு முற்றிலும் மாறாக இருக்கும். அவசரமாக, ஆவேசமாக, மற்றவர்களை அச்சுறுத்தும் விதமாக வாகனங்கள் பறந்து செல்கின்றன.

இத்தகைய செயல்கள் அந்த மதத்தின் மேல் மரியாதையை வளர்க்காது. மாறாக, மற்றவர்களின் மனதில் கோபத்தையும் வெறுப்பையும் உருவாக்கும். நாம் கூறும் வார்த்தைகளுக்கும், நாம் நடத்தும் வாழ்க்கைக்கும் இடையே பொருந்தாமை இருந்தால், அந்த வார்த்தைகளின் அர்த்தமே மங்கிவிடும்.

நமது ஆன்மீகம் வார்த்தைகளில் அல்ல, செயல்களில் வெளிப்பட வேண்டும். நிதானமாக வண்டி ஓட்டுவது, சாலையை கடக்க நினைப்பவர்களுக்கு வழிவிடுவது, அவசர வாகனங்களுக்கு முன்னுரிமை கொடுப்பது, தவறு செய்தால் புன்னகையுடன் மன்னிப்பு கேட்பது இவை எல்லாம் உண்மை யான ஆன்மீகத்தின் அடையாளங்கள். இந்தச் செயல்கள் சிறியதாக தோன்றினாலும், மனிதநேயத்தையும் இறைபக்தி யையும் வெளிப்படுத்தும் பெரிய சாட்சிகளாகும்.

வசனங்களை கண்ணாடியில் ஒட்டுவது எளிது; சுவரில் எழுதுவதும் எளிது. ஆனால் அவற்றை இதயத்தில் பதிப்பதும், வாழ்க்கையில் நடைமுறைப்படுத்துவதும் தான் முக்கியம். வெளிப்புற அலங்காரமாக அல்ல, உள்ளார்ந்த மாற்றமாக வசனங்கள் நம்மை உருவாக்க வேண்டும்.

கைநிறைய மருந்துகள் இருந்தாலும், அதை உட்கொள்ளா விட்டால் நோய் குணமடையாது. அதுபோலவே, இறை வசனங்களை வைத்திருப்பதால் மட்டும் மாற்றம் வராது.

அவற்றை வாழ்வில் செயல்படுத்தினால்தான் அதன் பயன் நமக்குக் கிடைக்கும்.

இறைவேதம் இவ்வாறு கூறுகிறது: "நீங்கள் இந்தப் பிரபஞ்சத்திற்கு ஒத்த வேஷந்தரியாமல், தேவனுடைய நன்மையும் பிரியமும் பரிபூரணமுமான சித்தம் இன்னதென்று பகுத்தறியத்தக்கதாக, உங்கள் மனம் புதிதாகிறதினாலே மறுரூபமாகுங்கள்" (ரோமர் 12:2).

இந்த வசனம் நமக்கு ஒரு தெளிவான அழைப்பை வழங்குகிறது. வெளிப்புறமாக அல்ல, உள்ளார்ந்த மாற்றம் அவசியம் என்பதை வலியுறுத்துகிறது.

கிறிஸ்தவத்தின் அடிப்படை என்பது வசனங்களை அறிதல் மட்டுமல்ல; கிறிஸ்துவைப் போன்று வாழ்வதாகும். நமது வாழ்க்கைதான் மற்றவர்களுக்கு சாட்சி ஆக வேண்டும். நாம் பேசும் வார்த்தைகள் அல்ல, நாம் நடத்தும் வாழ்க்கையே நம்மை வெளிப்படுத்த வேண்டும். எனவே இறைமக்களே, வேத வார்த்தைகளை வெறும் தாள்களிலும், கண்ணாடிகளிலும் காட்டாமல், தினசரி வாழ்வில் காண்பிப்போம். நமது செயல்களால் இறைஅன்பை வெளிப்படுத்துவோம். அப்பொழுது நாமும் மாற்றம் அடைவோம்; நம்மை சுற்றிய உலகமும் மாற்றம் அடையும். இறை வார்த்தைகளை வாழ்வில் நிறைவேற்றுவோம்; இறையாசீரை அனுபவிப்போம்!

46

திருப்தியின் ரகசியம்

ஒரு நாட்டின் அரசன், தனது அரண்மனையில் வாழ்ந் தாலும் மனநிம்மதியின்றி வாழ்ந்து கொண்டிருந்தான். அவனிடம் செல்வமும், அதிகாரமும், வசதிகளும் அனைத்தும் இருந்தன. ஆனாலும் அவன் உள்ளத்தில் ஒரு வெறுமை இருந்தது. அவன் மகிழ்ச்சியாக இருக்க முடியவில்லை. ஒருநாள், அவன் தனது சேவகர்களின் வாழ்க்கையை கவனித்துக் கொண்டிருந்த போது, ஒருவன் அவன் கவனத்தை ஈர்த்தான். அந்தச் சேவகர் மிகவும் ஏழை. அவனிடம் பெரும் சொத்துகளோ, வசதிகளோ எதுவும் இல்லை. இருந்தாலும் அவன் தினமும் முகம் மலர்ந்தபடி, மகிழ்ச்சியுடன் தனது வேலையைச் செய்து கொண்டிருந்தான்.

அதைப் பார்த்த அரசனுக்கு ஆச்சரியமும், ஒரு விதமான குழப்பமும் ஏற்பட்டது. “எனக்கு எல்லாம் இருக்கிறது; ஆனாலும் எனக்கு அமைதி இல்லை. ஆனால் அவனிடம் எதுவும் இல்லை; இருந்தும் அவன் சந்தோஷமாக இருக்கிறான். இதற்குக் காரணம் என்ன?” என்று அவன்

யோசித்தான். இதற்கான பதிலை அறிய, அவன் தனது மந்திரியை அழைத்து கேட்டான்.

அதற்கு மந்திரி அமைதியாக சிரித்துக் கொண்டு, “அரசே, அந்த சேவகன் இன்னும் ‘99 ஆட்டத்தில்’ சேரவில்லை” என்றான். அரசன் அதைக் கேட்டதும் குழப்பமடைந்தான். “99 ஆட்டம் என்றால் என்ன?” என்று கேட்டான். அதற்கு மந்திரி ஒரு யோசனையைச் சொன்னான்: “99 பொற்காசுகளை ஒரு பையில் போட்டு, அதன் மேல் ‘100 பொற்காசுகள் கொண்ட அன்புப் பரிசு’ என்று எழுதுங்கள். அதை அந்த சேவகனின் வீட்டின் வாசலில் வைத்து விடுங்கள். பிறகு என்ன நடக்கிறது என்று கவனியுங்கள்.”

அரசன் அதைப் போலவே செய்தான். மறுநாள் காலை, அந்த சேவகன் வீட்டின் வாசலில் அந்தப் பையை கண்டான். அதைத் திறந்து பார்த்தவுடன் அவன் மகிழ்ச்சியில் மூழ்கிப் போனான். “எனக்கு இவ்வளவு பெரிய பரிசு!” என்று அவன் ஆச்சரியப்பட்டான். அவன் அவற்றை எண்ணத் தொடங்கினான். எண்ணியபோது 99 பொற்காசுகள் மட்டுமே இருந்தன.

அவன் உடனே நினைத்தான்: “ஒரு காசு எங்காவது தவறி விழுந்திருக்க வேண்டும்.” அந்த ஒரு காசைத் தேட அவன் தொடங்கினான். அவனது மனைவியும், பிள்ளைகளும் அவனுடன் சேர்ந்து தேடினார்கள். வீட்டு மூலைமுடுக்குகள் எல்லாம் தேடப்பட்டன. ஆனால் அந்த ஒரு காசு கிடைக்க வில்லை. தேடல் நீண்டபோது, அவனது மனநிலை மாறத் தொடங்கியது. நேற்று வரை இருந்த மகிழ்ச்சி மெதுவாக மறைந்து, அதற்குப் பதிலாக கவலை, எரிச்சல், மனஅழுத்தம் வந்தது.

அவன் கோபத்துடன் பேசத்தொடங்கினான். குடும்பத் தினர் மீது சினந்தான். அவன் மனநிம்மதி முற்றிலும் குலைந்தது. ஒரே ஒரு காசு இல்லாததால், அவன் கையில் இருந்த 99 காசுகளின் மகிழ்ச்சியையே இழந்துவிட்டான்.

இதையெல்லாம் பார்த்த அரசனுக்கு, “99 ஆட்டம்” என்றதன் அர்த்தம் தெளிவாகப் புரிந்தது. அவன் மனதில் ஒரு உண்மை வெளிப்பட்டது: மனிதன் தன்னிடம் உள்ளவற்றைக் காணாமல், இல்லாத ஒன்றிற்காக ஏங்கும் போது, அவன் சந்தோஷத்தை இழக்கிறான்.

இறைமக்களே, இந்தக் கதை நமது வாழ்க்கையை யும் பிரதிபலிக்கிறது. தேவன் நமக்கு ஏராளமான ஆசீர்வாதங்களை அளித்திருக்கிறார். நமக்குக் கிடைத்திருக்கும் பல நல்லவற்றை நாம் கவனிக்காமல், இல்லாத ஒரு விஷயத்திற்காகவே கவலைப்படுகிறோம். நமக்குக் கிடைத் திருக்கும் ஆரோக்கியம், குடும்பம், உணவு, பாதுகாப்பு இவை அனைத்தும் மிகப் பெரிய ஆசீர்வாதங்கள். ஆனால் நாம் அவற்றை மறந்து, “என்னிடம் அது இல்லை”, “இது கிடைக்கவில்லை” என்று எண்ணி வருந்துகிறோம்.

ஒரு குறை காரணமாக, நமது முழு வாழ்க்கையை யும் இருளாக்கிக் கொள்ளக் கூடாது. திருப்தி இல்லாத மனம் எப்போதும் அமைதியைக் காணாது. எவ்வளவு கிடைத்தாலும், இன்னும் ஒன்று வேண்டும் என்ற எண்ணம் தொடர்ந்து கொண்டே இருக்கும். அதுவே “99 ஆட்டம்”. அது ஒரு போதும் முடிவதில்லை. ஆனால் திருப்தி கொண்ட மனம் மிகப்பெரிய செல்வம். அது வெளிப்புற சூழ்நிலைகளால் வருவதில்லை; அது உள்ளத்திலிருந்து வருகிறது. நன்றி கூறும் மனப்பான்மை, மனிதனை உண்மையான மகிழ்ச்சிக்கு இட்டுச் செல்கிறது.

இறைவேதம் கூறுகிறது: “போதுமென்ற மனதுடனே கூடிய தேவபக்தியே மிகுந்த ஆதாயம்.” இந்த வசனம் நமக்கு ஒரு ஆழமான ரகசியத்தைச் சொல்லுகிறது. உண்மையான செல்வம் என்பது நாம் சேர்த்துக் கொண்ட பொருட்களில் இல்லை; நாம் கொண்டிருக்கும் திருப்தியில் உள்ளது.

இறைமக்களே, நாம் எதை இழந்திருக்கிறோம் என்பதை எண்ணிக் கொண்டே வாழ்ந்தால், நாம் ஒருபோதும் சந்தோஷமாக இருக்க முடியாது. ஆனால் நாம் பெற்றிருக்கும் நன்மைகளை எண்ணி நன்றி கூறத் தொடங்கினால், நம் வாழ்க்கை மாற்றமடையும்.

ஆகையால், இல்லாததை எண்ணி வருந்தாதீர்கள். இருப்பதை எண்ணி நன்றி கூறுங்கள். நம்மிடம் உள்ள சிறிய நன்மைகளும், பலருக்கு கிடைக்காத பெரிய ஆசீர்வாதங்கள் என்பதை உணருங்கள். ஒரு குறையைப் பற்றிக் கவலைப்பட்டு, நூறு நன்மைகளை இழக்காதீர்கள். தொண்ணூறு ஒன்பது ஆசீர்வாதங்களை மறந்து, ஒரு குறையைப் பற்றிக் கவலைப் படாதீர்கள். நன்றி மனப்பான்மையோடு வாழும் வாழ்க்கையே உண்மையான ஆனந்த வாழ்க்கை.

47

அறியாமையில் இழந்த ஆசீர்வாதம்

ஒருவன் தனது வாழ்க்கையை முன்னேற்ற வேண்டும் என்ற தீவிர எண்ணத்துடன் வெளிநாடு செல்லத் தீர்மானித்தான். அவன் வாழ்க்கை எளிதானது அல்ல. இருந்தாலும், “ஒரு நல்ல வாய்ப்பு கிடைத்தால் என் வாழ்க்கை மாறும்” என்ற நம்பிக்கை அவனை உற்சாகப்படுத்தியது. அந்த நம்பிக்கைக்காக அவன் தன்னிடம் இருந்த சொத்துக்கள் அனைத்தையும் விற்றான். இறுதியாக கிடைத்த பணத்தால் ஒரு கப்பல் பயணத்திற்கான டிக்கெட்டை வாங்கினான். அந்த டிக்கெட் அவனுக்கு ஒரு பயண சீட்டாக மட்டும் இல்லை; அது அவனுடைய எதிர்கால கனவுகளுக்கான கதவாக இருந்தது.

ஆனால் அந்த மகிழ்ச்சியின் பின்னால் ஒரு பெரிய பிரச்சனை இருந்தது. டிக்கெட் வாங்கிய பிறகு அவனிடம் ஒரு ரூபாய்கூட மீதியாக இல்லை. உணவு வாங்கிக் கொள்ளவும் பணம் இல்லை. கப்பலில் ஏறியபோது, அவன் மனதில் ஒரு முடிவு எடுத்தான்: “இந்தப் பயணம் முடியும் வரை பட்டினி இருந்தாலும் பரவாயில்லை; அக்கரை சென்றவுடன் வேலை செய்து சாப்பிடலாம்.” அவன் தனது தேவையை ஒதுக்கி, எதிர்காலத்தை நம்பிக் கொண்டு அமைதியாக இருந்தான்.

கப்பல் கடலில் பயணம் செய்தது. மற்ற பயணிகள் உணவகத்திற்குச் சென்று சுவையான உணவுகளை உண்டு மகிழ்ந்தனர். ஆனால் அவன் அந்த இடத்திற்கு செல்லத் தயங்கினான். “என்னிடம் பணம் இல்லை; நான் எப்படி சாப்பிடுவது?” என்ற எண்ணம் அவனைத் தடுத்து நிறுத்தியது. தினமும் அவன் பசியுடன் இருந்தான். முதல் நாள் சற்றே சகித்தான். இரண்டாம் நாள் கஷ்டப்பட்டான். மூன்றாம் நாள்

அவன் உடல் பலவீனமடைந்தது. ஆனாலும் அவன் தன் மனதை கட்டுப்படுத்திக் கொண்டான்.

நாட்கள் கடந்து சென்றன. பசி அவனை மெதுவாக சோர்வடையச் செய்தது. உடல் சக்தி குறைந்தது. மனமும் தளர்ந்தது. ஒரு நாள், அவன் தாங்க முடியாமல் மயங்கி விழுந்தான். அவனைச் சுற்றியிருந்த பயணிகள் அவசரமாக ஓடி வந்து, அவன் முகத்தில் தண்ணீர் தெளித்து அவனை எழுப்பினர். சிறிது நேரம் கழித்து அவன் விழித்துக் கொண்டான்.

அவர்கள் அவனிடம் கவலையுடன் கேட்டார்கள்: “என்ன ஆயிற்று? ஏன் இப்படி மயங்கி விழுந்தாய்?” அப்போது அவன் தன் நிலையை வெளிப்படையாகச் சொன்னான்: “என்னிடம் பணம் இல்லை. இந்தப் பயணத்திற்காக என் எல்லா சொத்து களையும் விற்றுவிட்டேன். அதனால் நான் உணவு வாங்க முடியவில்லை. அக்கரை சென்றபின் தான் சாப்பிட முடியும்.”

அதை கேட்டவர்கள் அனைவரும் அதிர்ச்சியடைந்தனர். அவர்கள் ஒருவரையொருவர் பார்த்துக் கொண்டு, சிரமத்துடன் அவனிடம் சொன்னார்கள்: “அட, உனக்கு இது தெரியாதா? இந்தக் கப்பலில் பயணம் செய்ய டிக்கெட் வாங்கும்போதே,

உணவுக்கான கட்டணமும் அதில் சேர்த்து செலுத்தப்பட்டிருக்கிறது. நீ விரும்பினால் எந்த நேரமும் உணவகத்திற்குச் சென்று சாப்பிடலாம். நீ இத்தனை நாட்களாக தேவையில்லாமல் பட்டினி கிடந்து உன் உடலை கெடுத்துக் கொண்டாயே!"

அந்த வார்த்தைகள் அவன் இதயத்தைத் தாக்கின. அவன் திகைத்துப் போனான். அவன் முகத்தில் ஆச்சரியமும் வருத்தமும் கலந்த உணர்வு தெரிந்தது. "என்னிடம் இருந்த வசதியை நான் அறியாமையால் பயன்படுத்தாமல் இவ்வளவு நாள் துன்பப்பட்டேனா?" என்று அவன் மனதில் வருந்தினான். அவனுக்குக் கிடைத்திருந்த உரிமையை அறியாமை மறைத்துவிட்டது.

இறைமக்களே, இந்தச் சம்பவம் நமது ஆன்மீக வாழ்க்கைக்கும் ஒரு மிகப் பெரிய பாடமாக இருக்கிறது. பல நேரங்களில் நாம் அந்த மனிதனைப் போலவே வாழ்கிறோம். தேவன் நமக்காக ஏற்கனவே ஏற்பாடு செய்திருக்கும் ஆசீர்வாதங்களை அறியாமல், இல்லாததை நினைத்து கவலைப்படுகிறோம். நாம் தேடுகிற சமாதானம், சந்தோஷம், நம்பிக்கை, வழிநடத்தல் இவை அனைத்தும் நமக்குத் தூரத்தில் இல்லை. அவை கிறிஸ்துவுக்குள் ஏற்கனவே நமக்காக வைத்திருக்கப்படுகின்றன.

இறைவேதம் கூறுகிறது: *"அவருக்குள் ஞானமும் அறிவும் ஆகிய பொக்கிஷங்களெல்லாம் அடங்கியிருக்கிறது."* இந்த வசனம் ஒரு ஆழமான உண்மையை வெளிப்படுத்துகிறது. நாம் தேடும் அனைத்தும் கிறிஸ்துவுக்குள் உள்ளது. ஆனால் நாம் அதை அறியாமல், நம்மையே துன்பப்படுத்திக் கொள்கிறோம்.

இறைமக்களே, தேவன் நமக்காக சிலுவையில் ஏற்கனவே பெரிய கிரயத்தை செலுத்திவிட்டார். நாம் வாழ்வில் வெற்றி பெற தேவையான ஆவிக்குரிய ஆசீர்வாதங்கள் அனைத்தும் நமக்குக் கொடுக்கப்பட்டு விட்டன. நாம் செய்ய

வேண்டியது ஒன்றே: அவற்றை அறிந்து, ஏற்றுக் கொண்டு, பயன்படுத்துவது.

நாம் பல நேரங்களில் “எனக்கு இல்லை”, “எனக்கு முடியாது”, “என் வாழ்க்கை இப்படித்தான்” என்று எண்ணி நம்மையே கட்டுப்படுத்திக் கொள்கிறோம். ஆனால் உண்மை என்னவென்றால், தேவன் நமக்குக் கொடுத்திருக்கிற கிருபை நம்மை முன்னேற்ற வல்லது. நாம் அறியாமையில் வாழ்ந்தால், ஆசீர்வாதம் இருந்தாலும் அனுபவிக்க முடியாது.

ஆகையால், இறைமக்களே, தேவன் கொடுத்த வாய்ப்பு களை அறிந்துகொள்ளுங்கள். உங்களுக்கு அளிக்கப்பட்ட கிருபையை மதித்து பயன்படுத்துங்கள். உங்கள் வாழ்க் கையின் மையமாக இயேசு கிறிஸ்துவை வைத்துக் கொள்ளுங்கள். அவருக்குள் நிலைத்திருக்கிறவர்களுக்கு, வாழ்க்கை வெறுமையாய் இருக்காது; அது நிறைவாகவும் அர்த்தமுள்ளதாகவும் இருக்கும்.

முடிவாக நாம் நினைவில் கொள்ள வேண்டியது இதுதான்: நமக்குக் கிடைத்திருப்பதை அறியாமை இழக்கச் செய்யும்; அறிவு அதை அனுபவிக்கச் செய்யும்.

- தேவன் கொடுத்ததை அறிந்துகொள்ளுங்கள்
- கிடைத்த கிருபையை பயன்படுத்துங்கள்
- கிறிஸ்துவில் நிறைந்த வாழ்க்கையை வாழுங்கள்

அப்பொழுது தான், நாம் பட்டினியில் அல்ல நிறைவில் வாழக்கற்றுக்கொள்வோம்.

48

தேவையானது ஒரு தீர்மானம்

எந்தக் கருவி தனது பார்வையைப் பறித்ததோ, அதே கருவியை மனிதகுலத்தின் பார்வையாக மாற்றிய ஒரு வாழ்க்கைக் கதை இது. ஒரு விபத்து, ஒரு இழப்பு, ஒரு துன்பம் அவை எல்லாம் சேர்ந்து உலகத்தின் வரலாற்றையே மாற்றிய தருணம். அந்த மாற்றத்தின் மையத்தில் இருந்தவர் லூயிஸ் பிரெய்லி.

பார்வை இல்லாதவர்கள் என்றாலே ஒருகாலத்தில் சமூகத்தில் ஒரு குறிப்பிட்ட படிமமே இருந்தது. கல்வி, அறிவு, முன்னேற்றம் இவையெல்லாம் அவர்களுக்குச் சாத்தியமில்லை என்ற எண்ணம் ஆழமாக வேரூன்றியிருந்தது. பேச முடியாதவர்களுக்கு சைகை மொழி இருந்தது; கேட்க முடியாதவர்களுக்கு பார்வை இருந்தது. ஆனால் பார்வை இல்லாதவர்களுக்கு? கல்வி என்பது கனவாகவே இருந்த காலம் அது. அத்தகைய சூழலில், அவர்களின் எதிர்காலமே கேள்விக்குறியாக இருந்த சமயத்தில், ஒரு குழந்தையின் வாழ்க்கை உலகின் விதியையே மாற்றத் தொடங்கியது.

1809 ஆம் ஆண்டு பிரான்சில் பிறந்த அந்தக் குழந்தை, தந்தையின் பட்டறையில் விளையாடிக்கொண்டிருந்தபோது, ஒரு கூர்மையான கருவியால் கண் காயம் அடைந்தது. மூன்று வயதில் ஒரு கண்ணையும், ஐந்து வயதில் முழுப்பார்வையையும் இழந்தது. ஆனால் அந்த இழப்பே அவனது பார்வையை உலகம் முழுவதும் விரிய வைத்தது. துன்பத்தில் துவண்டு போகவில்லை அந்தக் குடும்பம். பார்வையற்றோருக்கான ஒரே பள்ளியில் அந்தக் குழந்தை சேர்க்கப்பட்டது. அங்கு கற்றுக் கொடுக்கப்பட்ட கல்விமுறை அவனுக்கு திருப்தி அளிக்க

வில்லை. “இது போதாது” என்ற உள்ளூர் குரல் அவனை இடைவிடாது தொந்தரவு செய்தது.

பதினைந்து வயதிலேயே, “பார்வையற்றோர் பிறரின் இரக்கத்தில் அல்ல, தங்கள் அறிவின் பலத்தில் வாழ வேண்டும்” என்ற தீர்மானத்துடன் அவர் ஆராய்ச்சியில் இறங்கினார். இரவும் பகலும், சிந்தனையும் முயற்சியும் இணைந்து, ஆறு புள்ளிகளை அடிப்படையாகக் கொண்ட ஒரு புதிய எழுத்து முறை உருவானது. அந்த ஆறு புள்ளிகள் மொழியாக மாறின; அறிவாக மாறின; வாழ்க் கையாக மாறின. இலக்கியம், கணிதம், அறிவியல், இசை என எல்லாம் அந்த புள்ளிகளுக்குள் அடங்கின.

ஆரம்பத்தில் அந்தக் கண்டுபிடிப்பு நிராகரிக்கப்பட்டது. அவமதிப்பும், அலட்சியமும் சந்தித்தது. ஆனால் அவர் நின்றுவிடவில்லை. தொடர்ந்து உழைத்தார். இறுதியில், உலகம் ஏற்றுக்கொண்டது. இன்று நூற்றுக்கும் மேற்பட்ட மொழிகளில் அந்த முறை பயன்படுத்தப்படுகிறது. கோடிக் கணக்கான பார்வைச் சவால் உள்ளவர்களுக்கு அது கண்களாக மாறியு ள்ளது. மருத்துவர், வழக்கறிஞர், பேராசிரியர், நிர்வாகி என எல்லாத் துறைகளிலும் அவர்கள் சாதிக்க முடியும் என்பதை அந்த ஆறு புள்ளிகள் நிரூபித்துள்ளன.

இறைமக்களே, தேவன் ஒவ்வொரு தலைமுறையிலும் சிலரை எழுப்புகிறார். அவர்கள் பெரிதாகப் பேசுவதில்லை; ஆனால் அவர்கள் வாழ்வின் மூலம் வரலாறு பேசுகிறது. அவர்கள் வசதியைத் தேடுவதில்லை; பொறுப்பை ஏற்றுக்கொள் கிறார்கள். அவர்கள் "எனக்கு என்ன?" என்று கேட்பதில்லை; "என் மூலம் யாருக்கு என்ன?" என்று சிந்திக்கிறார்கள்.

இன்றைய கிறிஸ்தவ வாழ்வு நமக்கு ஒரு வசதியான மத அனுபவமாக மாறிவிட்டதா என்ற கேள்வி நம்மை நேரடியாக எதிர்கொள்கிறது. ஆராதனை, ஜெபம், பாடல்கள் இவை எல்லாம் நம் உள்ளத்தைத் திருப்திப்படுத்துவதற்காக மட்டுமா? பிறரின் இருளை அகற்ற தேவன் நம்மை பயன் படுத்த வேண்டிய கருவிகளாக நாம் மாறுகிறோமா?

கிறிஸ்தவன் என்பவன் பார்வையாளனாக அல்ல, பங்கேற்பாளனாக இருக்க வேண்டும். நம்பிக்கை என்பது பேச்சில் அல்ல, நம் நடக்கையிலுள்ளது. சுவிசேஷம் சொற்களில் அல்ல, நம் தியாகத்தில் தெரிய வேண்டும்.

லூயிஸ் பிரெய்லி தனது பார்வையை இழந்தார். ஆனால் மனிதகுலத்திற்கு பார்வை கொடுத்தார். ஆம், ஒரு தலைமுறை யின் கண்ணீர், இன்னொரு தலைமுறையின் சாட்சியாக மாற வேண்டும். அதற்கு யாரோ ஒருவர் இன்றே விலை கொடுக்க வேண்டும். அந்த "யாரோ ஒருவர்" நீங்களாக இருக்கலாமே?

நம் நேரம், நம் அறிவு, நம் வளங்கள், நம் திறமைகள் இவையெல்லாம் தேவனுடைய ராஜ்யத்துக்காக பயன்படுத்தப் படுகிறதா? அல்லது நம் சுய முன்னேற்றத்திலேயே முடங்கிக் கிடக்கிறதா?

தேவன் உன்னை ஆசீர்வதிப்பதற்காக மட்டும் அழைக்கவில்லை; மற்றவர்களுக்கு ஆசீர்வாதமாக மாற்றவே அழைத்தார். உன் கைகளில் இருக்கும் சிறியது, தேவனுடைய கைகளில் போனால் பெரிய மாற்றமாகும். நீ வசதியாக

வாழலாம்; ஆனால் நீ தியாகமாக வாழ்ந்தால்தான் வரலாறு மாறும்.

இன்றைய கிறிஸ்தவர்களுக்கு தேவையானது இன்னொரு உபதேசம் அல்ல. இன்னொரு மாநாடும் அல்ல. தேவையானது ஒரு தீர்மானம்.

“கர்த்தாவே, என் வாழ்க்கை எனக்காக மட்டுமல்ல, என் உழைப்பு என் குடும்பத்திற்காக மட்டுமல்ல, என் அழைப்பு இந்த தலைமுறைக்காக, என் தியாகம் வருகிற சந்ததிக்காக.”

ஒளி காண விரும்பும் உலகிற்கு, நீ ஒளியாய் மாறத் தயாரா? கேள்விகள் நிறைந்த சமுதாயத்திற்கு, நீ பதிலாக மாற விரும்புகிறாயா? தேவன் எழுதும் வரலாற்றில், உன் வாழ்க்கையும் ஒரு பக்கமாக இடம் பெற வேண்டாமா?

“கோதுமை மணியானது நிலத்தில் விழுந்து சாகாவிட்டால் தனித்திருக்கும், செத்ததேயாகில் மிகுந்த பலனைக்கொடுக்கும்.” (யோவான் 12:24)

இன்றே தீர்மானிப்போம்! வாழ்வதற்காக மட்டும் அல்ல; ஒரு தலைமுறையை வாழ வைப்பதற்காக.

49

உண்மையை சொல்லும் தைரியம்

இளைஞர்களின் மனவலிமையைச் சோதிப்பதற்காக பத்து இளைஞர்களை ஒரு அறையில் அமரவைத்தார்கள். அந்த அறையில் இருந்த கரும்பலகையில் மூன்று கோடுகள் வரையப் பட்டிருந்தன. நீளமாக ஒன்று, அதைவிடச் சிறிதாக இன்னொன்று, மிகவும் சிறிதாக மூன்றாவது.

அந்த அறையிலிருந்த பத்து இளைஞர்களில் ஒன்பது பேருக்கு ரகசியமாய் ஒரு செய்தி தரப்பட்டிருந்தது. வரையப் பட்டிருக்கும் கோடுகளில் பெரிய கோடு எது என்று கேட்டால் இரண்டாவது பெரிய கோட்டைக் காட்ட வேண்டும் என்பதே அது. ஆனால் இந்த ரகசிய ஏற்பாடு பத்தாவது நபருக்குத் தெரியப்படுத்தப்படவில்லை.

பயிற்சியாளர் வந்து அவர்கள் முன் நின்றார். இந்த கரும்பலகையில் வரையப்பட்டிருக்கும் கோடுகளில் பெரிய

கோடு எது என்று கேட்டார். அறையிலிருந்த அனைவருமே இரண்டாவது பெரிய கோட்டைக் காட்டி அது தான் பெரிய கோடு என்றார்கள்.

பத்தாவது நபருக்கு ஆச்சரியம்! இதெப்படி முதல் கோடுதானே பெரியது? ஏன் இரண்டாவது கோட்டைக் காட்டு கிறார்கள்? அல்லது என் பார்வையில் ஏதேனும் திடீர் பழுதா? குழம்பிக் கொண்டிருந்தவரைப் பார்த்து பயிற்சியாளர் கேட்டார்.! "எது பெரிய கோடு? முதலாவதா, இரண்டாவதா அல்லது மூன்றாவது கோடா?" அந்த இளைஞர் சில வினாடிகள் மௌனமாய் நின்றான். பின் சொன்னான். இரண்டாவது கோடுதான் பெரியது.!

இன்றைய இளைஞர்களுக்கு உண்மையை உரக்கச் சொல்லும் தைரியம் பலவேளைகளில் வருவதில்லை. கூடியிருப் பவர்கள் தவறுசெய்தால் அந்த தவறோடு ஒன்றிப் போய்விடும் பழக்கம் உடையவர்களாகத் தான் அவர்கள் பலவேளை களில் இருக்கிறார்கள். தம்முடைய செயல்களை நிர்ணயம் செய்ய அடுத்தவர்களின் செயல்களை ஒப்பீடு செய்கிறார்கள்.

சுற்றியிருப்பவர்கள் எல்லோரும் ஏதேனும் ஒரு பைனான்சியரிடம் பணம் சேமித்தால், இவர்களும் அங்கேயே சேமிப்பு நிதியை செலுத்துகிறார்கள். எல்லோரும் சேர்ந்து தோற்றுப்போவது தனியாய் தோற்றுப்போவதை விட நல்லது என்று பலர் கருதுகிறார்கள். இந்த தயக்கமும், உண்மையை உண்மை என்று ஒத்துக்கொள்ள மறுக்கின்ற மனபலகீனமும் சமுதாயத்தின் மாபெரும் சரிவுகள்.

உண்மையை உண்மை என்று சொல்லும் தைரியம் ஒருவகை என்றால், தவறிழைத்தால் நான் தவறுசெய்தேன் என்று ஒத்துக் கொள்தல் அதைவிடப் பெரிய நிலை. பிறருடைய விமர்சன அம்புகளோ, ஏளன வார்த்தைகளோ நம்மை சவக்குழிக்கு அனுப்புவதில்லை என்னும் உள்ள உறுதி உடையவர்களே நிமிர்ந்து நிற்கிறார்கள்.

நாம் எப்படி நம் வாழ்க்கையை அமைத்துக் கொள்கிறோம்? நம்மைச் சுற்றி இருப்பவர்கள் செய்வதை நாமும் செய்கிறோமா? இல்லை எது சிறந்ததோ, எது சரியானதோ அதைச் செய்கிறோமா? சுற்றியிருப்பவர்கள் தவறான திசையை நோக்கிச் செல்கிறார்கள் எனில் சரியான திசை தெரிந்திருந்தாலும் நாம் தவறான திசைக்குச் செல்லத் துணிவோமா? இயேசு துணிச்சலாய் இருந்தார். ஆலயத்தில் கடைகளை விரித்திருந்தவர்களிடம் “இது அனைவருக்கும் ஜெப இல்லம். கடைவிரிக்கும் இடமல்ல’ (ஏசா.56:7, மத்.21:13, மாற்.11:17) என்று கர்ஜித்தார். இதுதான் உண்மைக்குச் சான்று பகரும் துணிச்சல். இதைத் தான் கடவுள் நம்மிடமும் எதிர்பார்க்கிறார்.

“உண்மைக்குச் சான்று பகர்தலே எனது பணி” என்ற இறைவாக்குக்கு ஏற்ப துணிந்து நிற்க முயல்வோம். கூடியிருப் பவர்கள் விஷம் குடிக்கிறார்கள் என்பதற்காக நாமும் குடிக்க வேண்டியதில்லை. எது நல்லது எது கெட்டது என்பதைப் பகுத்தறியும் வலிமை நம் ஒவ்வொருவருக்கும் இருக்கிறது. எனவே உண்மையை உண்மை என்று சொல்லும் மன தைரியத்துடன் செயல்படுவோம்!

50

எப்பொழுதும் நன்மை செய்ய நாடுங்கள்

பரமக்குடியை சேர்ந்த எபிரேய பண்டிதர் ஜுப்ளின் ஜோசப் அவர்களின் மூத்த சகோதரர் பிலிப் ஜோசப். இவரைப் பற்றிய ஓர் உண்மை சம்பவத்தை ஜுப்ளின் அவர்கள் பகிர்ந்து கொண்டார். 1990 ம் ஆண்டு பிலிப் ஜோசப் கத்தார் எனும் அரபு தேசத்தில் ஒரு எண்ணெய் நிறுவனத்தில் பணிபுரிந்து வந்தார். ஒரு நாள் தன் வாகனத்தில் சென்று கொண்டிருந்த போது ஒரு காவல்துறை அதிகாரி வழிமறித்தார். காரின் முன் சீட்டில் வைத்திருந்த பைபிளை பார்த்து "இது என்ன?" எனக் கேட்டார்.

பிலிப் "இது கடவுளின் வார்த்தைகள் அடங்கிய பைபிள்" என்றார். அந்த அதிகாரி வாக்குவாதம் செய்து பெரும் கூட்டத்தை கூட்டிவிட்டார். போலியான குற்றசாட்டால் பிலிப் சிறையில் அடைக்கப்பட்டார். பின்னர் கத்தார் மன்னர் பிலிப்பை நாடு கடத்த உத்தரவிட்டார்.

அதிகாரிகள் பிலிப்பை தன் மேல்சட்டையை கூட அணிய விடாமல் அவமானப்படுத்தி விமானத்தில் ஏற்றி நாடு கடத்தினர். அவர் குடும்பத்தினர் யாவருடைய கண்களில் கண்ணீர் வழிந்தோட, பிலிப் தன் ஆண்டவருக்காக எல்லா நிந்தையையும் சகித்து பொறுமையாக விமானத்தில் ஏறி குடும்பத்துடன் சிங்கப்பூர் சென்று ஓர் பணி தேடி அங்கே வசித்து வந்தார். அங்கேயும் ஓய்வு நேரங்களில் ஆண்டவரைப் பற்றிய கைப்பிரதிகளை விநியோகித்து நற்செய்திப் பணி செய்து வந்தார்.

ஒரு நாள் மெட்ரோ ரெயிலில் ஓர் நடுத்தர வயது பெண்மணி கவலையாக அழுது கொண்டிருந்ததைப் பார்த்தவர் அந்த பெண்மணியிடம் சென்று கைப்பிரதி கொடுத்து ஆறுதலாக பேசினார். லில்லி எனும் அந்த பெண்மணி தன் கணவர் தன்னை விவாகரத்து செய்துவிட்டு வேறொரு திருமணம் செய்யப்போவதாகவும் தன் பிள்ளைகள் எதிர்காலம் குறித்து தான் மிகவும் கலங்குவதாகவும் தெரிவித்தார். பிலிப் அவருக்கு ஆறுதல் கூறி அவருக்காக ஜெபித்து தன் முகவரியையும் கூறி சென்றார்.

சுமார் ஒரு மாதம் கழித்து அதே பெண்மணி போனில் தொடர்பு கொண்டு மிகவும் மகிழ்ச்சியுடன் பிலிப் என் கணவர் தன் எண்ணத்தை மாற்றிக் கொண்டார், அதுமட்டுமல்ல இங்குள்ள அமெரிக்க அலுவலகத்திலிருந்து அமெரிக்காவின் வெள்ளை மாளிகைக்கு பணிமாறுதல் கிடைத்து விட்டதாகவும் குடும்பத்துடன் அங்கே செல்லப் போவதாகவும் தெரிவித்தார்.

இப்போது ஆண்டவர் தன்பிள்ளையான பிலிப்பிற்காக எண்ணமுடியாத ஓர் பெரிய காரியத்தை செய்ய ஆரம்பிக்கிறார். அந்த பெண்மணி லில்லி அமெரிக்க வெள்ளை மாளிகையில் பணியில் சேர்ந்த அதே மாதம் அன்றைய அதிபர் ஜார்ஜ் புஸ்ஸிடம் அரபு நாடுகளில் கிறிஸ்தவர்கள் நடத்தப்படும் விதம் குறித்தும் தெரிவித்து பிலிப்புக்கு நடந்த நிந்தையையும் தெரிவிக்கிறார். அதே நேரம் புஷ் சாப்பிட்டுக் கொண்டிருந்த மேஜையில் கத்தார் நாட்டிற்கான அமெரிக்காவின் போர் ஆயுத உதவிகளுக்கான 10 பேர் கொண்ட ஆய்வுக்குழுவின் ஆவணம் ஒப்புதலுக்காக வைக்கப்பட்டிருந்தது. அதைப் பார்த்த புஷ் லில்லியிடம் "அவன் பெயர் என்ன சொன்னாய்?" எனக்கேட்டுக் கொண்டே அந்த குழுவின் தலைவராக பிலிப் ஜோசப் என்பரை அனுப்புங்கள் என வலது கையால் சாப்பிட்டுக் கொண்டே இடது கையால் (இடது கை பழக்கமுள்ளவர்) எழுதினார்.

இதற்கு அடுத்த மாதத்தில் எந்த கத்தார் விமான நிலையத்தில் மேல்சட்டையை கூட அணிய விடாமல் நாடு

கடத்தப்பட்டாரோ அதே விமான நிலையத்தில் சிவப்புக்கம்பள விரிப்புடன் குழு தலைவரான பிலிப்பை வரவேற்க கத்தார் மன்னர் நின்று கொண்டிருந்தார். அப்போது மன்னர் அருகிலிருந்த மெய் காப்பாளன் அவர் காதில் ஏதோ முணுமுணுத்தான். மன்னர் முகம் மாறியது. நாம் நாட்டை விரட்டிய நபரை வரவேற்கவா பூங்கொத்தோடு வந்திருக்கிறேன்' என அதிர்ச்சி அடைந்தார்.

வரவேற்பு முடிந்து ஆய்வு கூட்டம் ஆரம்பித்தது. மன்னர் இருக்கைக்கு அருகே அமர வைக்கப்பட்டார் பிலிப். கூட்டத்தில் மன்னர் பிலிப்பிடம் காதருகே குனிந்து ஏதோ சொல்கிறார். பிலிப் தன் மொழி பெயர்ப்பாளரை பார்க்க, மொழி பெயர்ப்பாளர் சொல்கிறார், 'தயவு பண்ணி எம் நாட்டிற்கு உதவிகளை வழங்குங்கள்' என கெஞ்சி கேட்கிறார் என்றார். பிலிப் அவர்கள் செய்த சித்திரவதைகளையெல்லாம் மறந்து முழு உதவிகளையும் செய்ய அமெரிக்காவுக்கு பரிந்துரை செய்தார்.

மன்னர், பிலிப்பின் இருகரங்களையும் பற்றியவாறு மன நெகிழ்வுடன் "கிறிஸ்தவர்கள் தீமைக்குப் பதிலாக நன்மை செய்கிறவர்கள் என இன்று அறிந்து கொண்டேன்'' என்றார்.

"ஒருவனும் மற்றொருவன் செய்யும் தீமைக்குத் தீமை செய்யாதபடி பாருங்கள்; உங்களுக்குள்ளும் மற்றயாவருக் குள்ளும் எப்பொழுதும் நன்மைசெய்யநாடுங்கள்". (1 தெச.5:15) என்ற வேத வசனத்தின்படி எப்பொழுதும் நன்மை செய்ய நாடுங்கள்.

51

இரட்டை வேடம்

ஒரு கிராமத்தில் சடையன் என்ற ஆடு வியாபாரி வாழ்ந்து வந்தான். அவன் வாழ்க்கை மிகவும் எளிமையானது. ஆட்டுக் குட்டிகளை வாங்கி விற்று தான் அவன் குடும்பத்தை நடத்திக் கொண்டிருந்தான். ஒரு நாள் அவசரமாக ஒரு ஆட்டுக்குட்டி வாங்க வேண்டிய சூழ்நிலை ஏற்பட்டது. அதனால், அவன் தனது பன்னிரெண்டு வயது மகனிடம் பணம் கொடுத்து, பக்கத்து கிராமத்திற்குச் சென்று உடனடியாக ஒரு ஆட்டுக்குட்டி வாங்கி வரும்படி அனுப்பினான்.

சிறுவன் தந்தையின் வார்த்தையை ஏற்று, அந்த கிராமத் திற்குச் சென்று ஒரு நல்ல ஆட்டுக்குட்டியை வாங்கினான். அதை ஒரு சிறிய சாக்குப் பையில் வைத்து மகிழ்ச்சியுடன் வீட்டிற்கு திரும்பிக் கொண்டிருந்தான். அவன் தனது கடமையை நிறைவே ற்றியதாக எண்ணி மனதளவில் சந்தோஷமாக இருந்தான்.

ஆனால் வீட்டிற்கு திரும்பும் வழியில், ஒரு இடத்தில் கால்பந்தாட்டம் நடைபெற்றுக் கொண்டிருந்தது. அந்த விளையாட்டின் உற்சாகம் அவனை கவர்ந்தது. சிறுவன் தன் கையில் இருந்த பையை கீழே வைத்துவிட்டு, அந்த விளையாட்டைப் பார்ப்பதில் முழுமையாக மூழ்கிப் போனான். தந்தை அவசரமாக கொடுத்த பணியும், அவன் மேற்கொண்ட பொறுப்பும் அவன் மனதில் இருந்து முற்றிலும் மறைந்துவிட்டது.

அந்த நேரத்தில், அங்கு இருந்த ஒரு குறும்புக் குழந்தை இந்தச் சூழ்நிலையை கவனித்தான். அவன் மெதுவாக அந்தச் சாக்குப் பையைத் திறந்து, உள்ளிருந்த ஆட்டுக் குட்டியை எடுத்துவிட்டு, அதற்குப் பதிலாக ஒரு நாய்க் குட்டியை

வைத்து விட்டான். விளையாட்டு முடிந்ததும், சிறுவன் எதுவும் அறியாமல் பையை எடுத்துக் கொண்டு வீட்டிற்கு திரும்பினான்.

வீட்டிற்கு வந்தவுடன், அவன் பையைத் தந்தையிடம் கொடுத்தான். அதைத் திறந்து பார்த்த சடையன், அதில் நாய்க்குட்டி இருப்பதை கண்டு கடும் கோபமடைந்தான். அவன் மகனை திட்டியும் அடித்தும், "மீண்டும் சென்று சரியான ஆட்டுக் குட்டியை வாங்கி வா" என்று அனுப்பினான்.

சிறுவன் மீண்டும் அதே பாதையில் சென்றான். அங்கே இன்னும் கால்பந்தாட்டம் நடைபெற்றுக் கொண்டிருந்தது. அவன் மீண்டும் அதே தவறை செய்தான். பையை கீழே வைத்து, விளையாட்டைப் பார்க்கத் தொடங்கினான். மீண்டும் அதே குறும்புக் குழந்தை, நாய்க்குட்டியை எடுத்துவிட்டு, ஒரு ஆட்டுக்குட்டியை வைத்துவிட்டான். விளையாட்டு முடிந்ததும், சிறுவன் பையை எடுத்துக்கொண்டு வியாபாரியிடம் சென்று, "என்னை ஏமாற்றி விட்டார்கள்" என்று கோபத்துடன் கூறினான். ஆனால் பையைத் திறந்து பார்த்த வியாபாரி, அதில் ஆட்டுக்குட்டி இருப்பதை கண்டு, சிறுவனின் வார்த்தையை நம்பவில்லை. அவன் மீண்டும் மன வேதனையுடன் திரும்பி வந்தான். இங்கேயும் அவன் பாடம் கற்றுக்கொள்ளவில்லை. மீண்டும் விளையாட்டின் மீது ஈர்க்கப்பட்டு, பையை கீழே

வைத்து விளையாட்டைப் பார்க்க ஆரம்பித்தான். இந்த முறை அந்த குறும்புக் குழந்தை, ஆட்டுக்குட்டியை எடுத்து விட்டு மீண்டும் நாய்க்குட்டியை வைத்துவிட்டான்.

வீட்டிற்கு வந்தபோது, பையைத் திறந்து பார்த்த தந்தை மீண்டும் கோபத்தில் வெடித்தான். சிறுவனை கடுமை யாகத் திட்டினான். இப்போது சிறுவனுக்கு எங்கு தவறு நடந்தது என்பது புரியவில்லை. அவன் குழப்பத்துடன், துன்ப த்துடன் நாய்க்குட்டியை நோக்கி, “ஏய் நாய்க்குட்டி! நீ நாய்க் குட்டியாகவே இரு, அல்லது ஆட்டுக்குட்டியாகவே இரு; இப்படி இரட்டை வேடம் போடாதே!” என்று கூறினான்.

இறைமக்களே, இந்தச் சம்பவம் சிரிப்பைத் தரக் கூடியதாக இருந்தாலும், அதில் மறைந்திருக்கும் உண்மை மிகவும் ஆழமானது. இங்கே இரண்டு முக்கியமான பாடங்கள் நமக்கு கிடைக்கின்றன.

முதலாவது பொறுப்பின்மை. அந்தச் சிறுவனுக்கு ஒரு பொறுப்பு கொடுக்கப்பட்டது. ஆனால் அவன் அதை அலட்சியப் படுத்தினான். வேலைக்கு பதிலாக வேடிக்கையை முன்னிலைப் படுத்தினான். அதன் விளைவாக, அவன் தொடர்ந்து பிரச்ச னைகளில் சிக்கிக்கொண்டான். வாழ்க்கையிலும் இதே போல் தான். நமக்கு கொடுக்கப்பட்ட பொறுப்புகளை நாம் கவனிக் காமல் விட்டால், அதன் விளைவுகளை நாமே அனுபவிக்க வேண்டி வரும்.

இரண்டாவது இரட்டை வாழ்க்கை. அந்தச் சிறுவன் நாய்க்குட்டியை நோக்கி சொன்ன வார்த்தைகள், நம்மை சிந்திக்க வைக்கின்றன. நம்மில் பலர் வாழ்க்கையில் இரட்டை வேடம் போடுகிறோம். ஆலயத்தில் நாம் மிகவும் அமைதியானவ ர்களாகவும், பக்தியுள்ளவர்களாகவும் தோன்றுகிறோம். ஆனால் வீட்டிலும், வேலை இடங்களிலும் முற்றிலும் மாறுபட்ட வர்களாக நடக்கிறோம்.

நம் வெளிப்புற வாழ்க்கையும், உள்ளார்ந்த வாழ்க்கையும் ஒன்றாக இல்லையென்றால், அது உண்மையான வாழ்க்கை அல்ல. அது ஒரு நடிப்பு. தேவன் இப்படிப்பட்ட வாழ்க்கையை விரும்புவதில்லை. அவர் விரும்புவது நம் உள்ளமும், நம் செயல்களும் ஒன்றாய் இருப்பது. இறைவேதம் கூறுகிறது: *"தன் வேலையில் ஜாக்கிரதையாயிருக்கிறவனை நீ கண்டால், அவன் நீசருக்கு முன்பாக நில்லாமல், ராஜாக்களுக்கு முன்பாக நிற்பான்."* இந்த வசனம் நமக்கு பொறுப்புடனும் நேர்மையுடனும் வாழவேண்டிய அவசியத்தை நினைவூட்டுகிறது.

இறைமக்களே, நாம் எங்கு இருந்தாலும் ஒரே சுபாவத்துடன் இருக்க வேண்டும். வீட்டில் ஒரு விதம், வெளியே ஒரு விதம் என்ற வாழ்க்கை தேவனுக்குப் பிரியமல்ல. உண்மையான மாற்றம் உள்ளத்திலிருந்து தொடங்க வேண்டும். ஆகையால், உங்கள் பொறுப்புகளை மதியுங்கள். உங்களுக்கு கொடுக்கப்பட்ட காரியங்களில் கவனமாக இருங்கள். உங்கள் வாழ்க்கையில் இரட்டை வேடம் இருக்காதபடி காத்துக் கொள்ளுங்கள். உள்ளமும் செயல்களும் ஒன்றாய் இருக்கும் நேர்மையான வாழ்க்கையை வாழுங்கள்.

முடிவாக, நாம் நினைவில் கொள்ள வேண்டியது இதுதான்:

- பொறுப்பின்மை பிரச்சினைகளை உருவாக்கும்
- இரட்டை வாழ்க்கை அமைதியை கெடுக்கும்

ஆனால், நேர்மையான மனமும், பொறுப்பான வாழ்க்கையும் நம்மை ஆசீர்வாதமான பாதைக்கு நடத்தும்.

52

வாழ்க்கையை காப்பாற்றும் விசை

ஒரு கருவுற்ற மான், தன் மகவை ஈனும் நேரம் நெருங்கியதை உணர்ந்தது. தன்னையும் தன் குட்டியையும் பாதுகாக்க ஏற்ற இடமொன்றைத் தேடி அது அலைந்தது. நீண்ட தேடலுக்குப் பிறகு, அது ஒரு அடர்ந்த புல்வெளியை கண்டது. அந்த இடத்தின் அருகில் ஒரு ஆறு ஓடிக் கொண்டிருந்தது. சுற்றிலும் அமைதி நிலவியது. “இது தான் சரியான இடம்” என்று எண்ணி, மான் அங்கே நின்றது.

ஆனால் சில நொடிகளில் அந்த அமைதி சிதறியது. வானம் திடீரென கருமேகங்களால் மூடப்பட்டது. மின்னலும் இடியும் முழங்க ஆரம்பித்தன. இயற்கையே கொந்தளிப்பது போல் தோன்றியது. அந்த சூழ்நிலையில் மான் அச்சத்தில் மூழ்கியது. அது தன் இடப்பக்கத்தை நோக்கிப் பார்த்தது. அங்கே ஒரு வேடன் நின்றிருந்தான். அவன் தனது வில்லில் அம்பை ஏற்றி, மானை குறிவைத்து எய்யத் தயாராக இருந்தான்.

"இப்பொழுது தான் என் உயிர் போகிறது" என்ற பயம் மானின் உள்ளத்தை ஆட்கொண்டது. உடனே அது வலப்பக்கத்தை நோக்கிப் பார்த்தது. அங்கே இன்னும் ஒரு ஆபத்து காத்திருந்தது. ஒரு பசி கொண்ட புலி மெதுவாக மானை நோக்கி நெருங்கிக் கொண்டிருந்தது. இப்போது மான் இரு பக்கங்களிலும் சிக்கிக் கொண்டது. தப்பிக்க எந்த வழியும் தெரியவில்லை.

இதற்கிடையில், தூரத்தில் ஏற்பட்ட காட்டுத் தீ வேகமாக பரவி மானை நோக்கி வந்துகொண்டிருந்தது. மறுபுறம் பெருக்கெடுத்த ஆறு. ஒரு பக்கம் தீ, மற்றொரு பக்கம் நீர், இருபுறமும் மரணத்தை ஏற்படுத்தும் சூழ்நிலைகள். இதற்கிடையில் வேடனின் அம்பும், புலியின் தாக்குதலும் காத்திருந்தன.

அந்த நேரத்தில், மானுக்கு பிரசவ வலி ஏற்பட்டது. அது தாங்க முடியாத அளவுக்கு வலியுற்றது. இப்போது அது ஒரு கடினமான முடிவின் முன் நின்றது. "உயிர் காக்க வேண்டுமா? அல்லது பிறக்கப்போகும் குட்டியை காப்பாற்ற வேண்டுமா?" என்ற கேள்வி எழுந்தது.

அந்த நொடியில், மான் ஒரு தீர்மானம் எடுத்தது. தன் சுற்றியுள்ள அனைத்து ஆபத்துகளையும் மறந்து, தன் முழு கவனத்தையும் ஒரே விஷயத்தில் செலுத்தியது தன் மகவைப் பெற்றெடுப்பதில். அது பயத்தை ஒதுக்கி, கடமையில் கவனம் செலுத்தியது. வெளிப்புற சூழ்நிலைகள் எவ்வளவு ஆபத்தான தாக இருந்தாலும், அது தனது உள்ளத்தை நிலைநிறுத்தியது.

அந்த நேரத்தில் ஆச்சரியமான நிகழ்வுகள் நடந்தன. வானத்தில் மின்னல் தாக்கியது. அந்த மின்னல் வேடனை தாக்கியதால், அவன் பார்வையை இழந்தான். அவன் எய்த அம்பு குறி தவறி புலியைத் தாக்கியது. புலி அங்கேயே சாய்ந்தது. அதே சமயம், வானம் திறந்து மழை பெய்யத்

தொடங்கியது. அந்த மழை வேகமாக பரவி வந்த காட்டுத் தீயை அணைத்துவிட்டது.

இந்த எல்லா நிகழ்வுகளும் நடந்துகொண்டிருக்கும் போது, மான் அமைதியாக தனது கடமையை நிறைவேற்றியது. அது ஒரு அழகான குட்டி மானை ஈன்றது. அனைத்துப் பேராபத்துகளும் விலகின. வாழ்க்கை வெற்றி பெற்றது.

இறைமக்களே, இந்தச் சம்பவம் நமக்கு ஒரு ஆழமான வாழ்க்கைப் பாடத்தை கற்றுக்கொடுக்கிறது. நமது வாழ்க்கையிலும் இதுபோன்ற சூழ்நிலைகள் உருவாகின்றன. ஒரே நேரத்தில் பல பிரச்சனைகள் நம்மைச் சூழ்கின்றன. பொருளாதார சிக்கல்கள், உடல்நலப் பிரச்சனைகள், குடும்ப சிக்கல்கள், மன அழுத்தங்கள் இவை அனைத்தும் ஒன்றாக சேர்ந்து நம்மை அழுத்துகின்றன.

அந்த நேரத்தில் நாம் என்ன செய்கிறோம்? நாம் பயப்படுகிறோம். நாம் குழப்பமடைகிறோம். “என்ன ஆகும்?”, “எப்படி சமாளிப்பேன்?”, “நான் தோல்வியடைவேனா?” என்ற எண்ணங்கள் நம்மை பலவீனப்படுத்துகின்றன. நாம் எல்லா பிரச்சனைகளையும் ஒரே நேரத்தில் சிந்தித்து, நம்மையே சோர்வடையச் செய்கிறோம்.

ஆனால் இந்த மான் நமக்கு ஒரு முக்கியமான உண்மையை கற்றுக்கொடுக்கிறது. எல்லா பிரச்சனைகளையும் ஒரே நேரத்தில் தீர்க்க முடியாது. ஆனால் நமக்குக் கொடுக்கப்பட்ட கடமையை நாம் செய்ய முடியும். நம் கவனத்தை சரியான இடத்தில் வைத்தால், மற்றதை தேவன் கவனிப்பார்.

மானின் கவனம் ஒரு விஷயத்தில் மட்டும் இருந்தது தன் கடமையை நிறைவேற்றுவது. அதனால்தான் அது உயிரையும் காப்பாற்றியது; புதிய உயிரையும் பெற்றெடுத்தது.

அது பயத்தை விட கடமையைத் தேர்ந்தெடுத்தது. அதுவே அதன் வெற்றிக்குக் காரணமானது.

இறைமக்களே, வாழ்க்கையின் புயல்களில் நாம் செய்ய வேண்டியது இதுதான்: நமக்குக் கொடுக்கப்பட்ட பொறுப்பில் கவனம் செலுத்த வேண்டும். நம்மால் செய்யக் கூடியதை நாம் செய்ய வேண்டும். நம்மால் செய்ய முடியாததை தேவனிடம் ஒப்படைக்க வேண்டும்.

இறைவன் நம்மை ஒருபோதும் கைவிடமாட்டார். நாம் பார்க்காத வழிகளில் அவர் செயல்படுகிறார். நாம் புரியாத சூழ்நிலைகளிலும் அவர் நமக்காக வேலை செய்கிறார். நாம் நம் பங்கைச் செய்தால், அவர் தனது பங்கை நிச்சயமாகச் செய்வார்.

ஆகையால், உங்கள் பயங்களில் அல்ல உங்கள் கடமையில் கவனம் செலுத்துங்கள். உங்கள் சிக்கல்களில் அல்ல இறைவனில் நம்பிக்கை வையுங்கள். நீங்கள் செய்ய வேண்டியதைச் செய்தால், மீதியதை தேவன் செய்து முடிப்பார்.

முடிவாக, நாம் நினைவில் கொள்ள வேண்டியது இதுதான்:

- கவனம் வாழ்க்கையை காப்பாற்றும்
- நம்பிக்கை வாழ்க்கையை முன்னேற்றும்

நாம் கவனத்துடன் வாழ்ந்தால், தேவன் நம்மை வெற்றியடையச் செய்வார்.

53

சர்வ ஞானி

ஒரு அடர்ந்த காட்டில், உயரமான ஒரு மரத்தின் கிளைகளில் ஒரு சேட்டைக்கார குரங்கு வாழ்ந்து வந்தது. அந்த மரத்தின் அடியில், காட்டின் அரசனாகிய சிங்கம் தினமும் வந்து ஓய்வு எடுத்து உறங்குவது வழக்கம். அதன் பெருமையும் வலிமையும் எல்லா விலங்குகளுக்கும் பயத்தை உண்டாக்கினாலும், அது உறங்கும் நேரங்களில் மிகவும் அமைதியாகவும் அசைவின்றியும் கிடந்தது.

இந்தச் சூழ்நிலையை கவனித்த குரங்கு, ஒரு நாள் ஒரு சேட்டையைச் செய்யத் தொடங்கியது. சிங்கம் ஆழ்ந்த உறக்கத்தில் இருக்கும் நேரத்தில், அது மெதுவாக கீழே இறங்கி, சிங்கத்தின் அருகில் சென்று, அதன் காதில் மெதுவாக தட்டிவிட்டு, உடனே வேகமாக ஓடிச் சென்று மறைந்து விடும். திடீரென ஏற்பட்ட தொந்தரவால் சிங்கம் எழுந்து சுற்றிப் பார்த்தாலும், யாரையும் காணாது மீண்டும் அமைதியாக படுத்துக்கொள்ளும்.

இவ்வாறு குரங்கு தினமும் அதே சேட்டையைத் தொடர்ந்து செய்தது. ஆரம்பத்தில் அது ஒரு விளையாட்டாக இருந்தது. ஆனால் காலப்போக்கில், அது குரங்கின் அகந்தை யாக மாறியது. “காட்டின் ராஜாவையே நான் ஏமாற்றுகிறேன்” என்ற பெருமிதம் அதன் உள்ளத்தில் உருவானது. “இத்தனை நாட்களாக சிங்கம் என்னை கண்டுபிடிக்கவே இல்லை” என்று அது தன்னைத் தானே உயர்த்திக் கொண்டது.

இந்த எல்லாவற்றையும் ஒரு நரி அமைதியாகக் கவனித்துக் கொண்டிருந்தது. குரங்கின் அசட்டுத்தனமும், சிங்கத்தின் அமைதியும் அதற்கு ஒரு வாய்ப்பாகத் தோன்றியது. ஒருநாள் அது ஒரு சூழ்ச்சி தீட்டியது. சிங்கம் உறங்கும் நேரத்தில், மரத்தின் அருகிலுள்ள புதரின் பின்னால் பதுங்கி, குரங்கின் வருகைக்காக காத்திருந்தது.

வழக்கம்போல், குரங்கு தனது சேட்டையைச் செய்ய மரத்திலிருந்து இறங்கியது. அது சிங்கத்தை நெருங்கி, அதன் காதில் தட்டப் போகும் தருணத்தில், நரி புதரிலிருந்து பாய்ந்து அதை பிடிக்க முயன்றது. குரங்கு திடுக்கிட்டது. அது தப்பிக்க முயன்றது. ஆனால் அதற்கு முன்பே எதிர்பாராத ஒன்று நடந்தது.

அதுவரை அமைதியாக படுத்திருந்த சிங்கம், மின்னல் வேகத்தில் எழுந்து, தனது வலிமையான காலால் நரியை ஓங்கி அடித்தது. அந்த அடியின் பலத்தால் நரி தூரம் தள்ளி வீழ்ந்தது. சில நொடிகளில் அந்தச் சூழ்நிலை அமைதியாகி விட்டது. சிங்கம் மீண்டும் எதுவும் நடக்காதது போல அமைதியாக படுத்துக் கொண்டது.

இந்த எல்லாவற்றையும் பார்த்த குரங்கு அதிர்ச்சி யிலும் பயத்திலும் நடுங்கியது. “இத்தனை நாட்களாக நான் செய்ததை சிங்கம் அறியவில்லையா?” என்ற கேள்வி அதன் உள்ளத்தில் எழுந்தது. இப்போது அது உணர்ந்தது சிங்கம் அறியாமல் இருந்ததல்ல; அது பொறுமையாக இருந்தது. அந்த உணர்வு குரங்கின் மனதை உலுக்கியது. அது உடனே

மரத்தின் மேல் ஏறி ஒளிந்து கொண்டது. அதன் அகந்தை ஒரு நொடியில் உடைந்து போனது. அமைதியின் பின்னால் இருந்த உண்மை அதற்கு வெளிப்பட்டது.

இறைமக்களே, இந்தச் சம்பவம் நமக்கு ஒரு ஆழமான ஆன்மீக உண்மையை எடுத்துரைக்கிறது. நம்முடைய வாழ்க்கையிலும் பல நேரங்களில் இதுபோன்ற நிலைகள் உருவாகின்றன. நாம் சில தவறுகளைச் செய்கிறோம். சில நேரங்களில் பிறரை ஏமாற்றுகிறோம். சில சமயங்களில் நம் வாழ்க்கையில் தவறான பாதையில் நடக்கிறோம். ஆனால் உடனே எந்த விளைவும் வராததால், "யாரும் பார்க்கவில்லை", "எதுவும் நடக்கவில்லை" என்று எண்ணத் தொடங்குகிறோம். ஆனால் உண்மை என்ன? தேவன் அனைத்தையும் காண்கிறார். அவர் அறியாதது ஒன்றுமில்லை. நாம் நினைக்கும் எண்ணங்களையும் கூட அவர் அறிந்திருக்கிறார். நாம் செய்யும் செயல்கள் எதுவும் அவருக்குத் தெரியாமல் போகாது.

தேவன் அமைதியாக இருப்பது, அவர் செயல்படவில்லை என்பதற்கான அறிகுறி அல்ல. அது அவர் சரியான நேரத்தை காத்திருக்கிறார் என்பதற்கான அடையாளம். சிங்கம் சரியான தருணத்தில் எழுந்தது போல, தேவனும் ஏற்றகாலத்தில் செயல்படுகிறார். அவர் செயல் தாமதமாக தோன்றலாம்; ஆனால் அது தவறாக இருக்காது. மேலும், தேவன் உடனே தண்டிக்காமல் இருப்பதன் காரணம், நம்மை அழிக்க அல்ல; நம்மை திருத்துவதற்காக. அவர் நமக்கு மனந்திரும்பும் வாய்ப்பை அளிக்கிறார். அவர் கிருபையால் நம்மை அழைக்கிறார். "நீ திரும்பி வா" என்று அமைதியாக காத்திருக்கிறார்.

இறைவேதம் நமக்கு இதை நினைவூட்டுகிறது: தேவன் நம் இருதயத்திலும் பெரியவர்; அவர் சகலத்தையும் அறிந்தவர். ஆகையால், நாம் அவரை ஏமாற்ற முடியாது. நாம் மறைக்க முயற்சிக்கும் விஷயங்களும் அவருக்கு வெளிப்படையாக இருக்கின்றன.

இறைமக்களே, தேவனுடைய அமைதியை நாம் தவறாகப் புரிந்து கொள்ளக்கூடாது. அது ஒரு எச்சரிக்கை. அது ஒரு அழைப்பு. அது ஒரு வாய்ப்பு. நாம் நம்முடைய வாழ்க்கையை ஆராய்ந்து, தவறுகளை உணர்ந்து, திருந்திக் கொள்ள வேண்டிய நேரம் அது. நாம் செய்ய வேண்டியது தெளிவாக உள்ளது: நமது வாழ்க்கையை சோதித்து பார்க்க வேண்டும். தவறுகளை உணர்ந்து மனந்திரும்ப வேண்டும். நேர்மையான வாழ்க்கையைத் தேர்ந்தெடுக்க வேண்டும். தேவனுடைய சித்தத்திற்கு ஏற்ப வாழ வேண்டும்.

முடிவாக, நாம் நினைவில் கொள்ள வேண்டியது இதுதான்:

- தேவன் தாமதிக்கலாம், ஆனால் தவறுவதில்லை
- அவர் அமைதியாக இருக்கலாம், ஆனால் செயலற்றவர் அல்ல

அவர் செயல் எப்போதும் சரியான நேரத்தில், சரியான முறையில், நியாயத்துடன் நிகழும். ஆகையால் இறைமக்களே, அமைதியை அலட்சியமாக எண்ணாதீர்கள்; அதன் பின்னால் இருக்கும் உண்மையை உணர்ந்து, தேவனுடைய வழியில் நடக்கத் தொடங்குங்கள்.

54

உறவுகளின் உண்மை

சிலருக்கு நாம் அவசியமல்ல; ஆனால் நாம் செய்யும் உதவிகள் மட்டும் அவர்களுக்கு அவசியமாக இருக்கிறது இந்த உலகத்தில் நாம் வாழும் வாழ்க்கை, பல உறவுகளின் நடுவில் நகர்கிறது. அந்த உறவுகளில் சில உண்மையானவை; சில தோற்றமளிப்பவை; சில காலப்போக்கில் மாறுபடும். வாழ்க்கையின் ஒரு கட்டத்தில் நாம் அனைவரும் உணர வேண்டிய ஒரு கசப்பான உண்மை இருக்கிறது: சிலருக்கு நாம் அவசியமல்ல; ஆனால் நாம் செய்யும் உதவிகள் மட்டும் அவர்களுக்கு அவசியமாக இருக்கிறது.

இந்த உண்மை ஒரே நாளில் புரியாது. அனுபவங்கள் அதை நமக்கு கற்றுக்கொடுக்கும். பசித்த வயிறு, பொய்யான உறவு, நம்பியவர் செய்த துரோகம், கடனுடன் வாழும் வாழ்க்கை இவை அனைத்தும் வாழ்க்கையின் கடினமான ஆசிரியர்கள். எந்தப் புத்தகமும் கற்பிக்க முடியாத பாடங்களை, இந்த அனுபவங்கள் நம்முள் ஆழமாக பதிக்கின்றன.

ஒவ்வொரு மனிதனின் இதயத்திலும் ஒரு வலி இருக்கிறது. சிலர் அந்த வலியை கண்ணீரால் வெளிப்படுத்துகிறார்கள்; சிலர் அதை புன்னகையால் மறைக்கிறார்கள். நாம் சந்திக்கும் ஒவ்வொருவரின் பின்னாலும் ஒரு கதையுண்டு என்பதை நாம் மறந்துவிடக் கூடாது. வெளியில் காண்பது முழு உண்மை அல்ல; உள்ளத்தில் நடப்பது தான் உண்மை.

வாழ்க்கையில் தொலைந்துபோன உண்மையான உறவுகளை தேடிச் செல்லுவது நல்லது. ஆனால் நம்மை விட்டு விலகிச் சென்ற உறவுகளை பிடித்துக் கொண்டு, நம்மையே இழந்து விடக்கூடாது. எல்லா உறவுகளும் மீண்டும் திரும்பி வருவதில்லை. சிலவற்றை விடுவதே நமக்கு அமைதியைத்தரும்.

மகிழ்ச்சி என்பது பணத்தால் வாங்க முடியாத ஒன்று. நம்மை உண்மையாக நேசிக்கும் ஒருவரின் இருப்பு, நம் தவறுகளை திருத்திச் சொல்லும் ஒருவர், நம் கஷ்ட நேரங்களில் நம்மோடு நிற்கும் ஒருவர் இத்தகைய உறவுகள் இருந்தால், வாழ்க்கை எப்போதும் நிறைவானதாக இருக்கும்.

சில நேரங்களில் நாம் ஒருவரை நம்பிக்கையின் உச்சமாக நினைக்கிறோம். அவர்களை நம் வாழ்க்கையின் முக்கியமான உறவாகக் கருதுகிறோம். ஆனால் காலப் போக்கில், அவர்கள் தங்கள் செயல்களால் வேறொரு உண்மையை வெளிப்படுத்துகிறார்கள். அவர்கள் உண்மையானவர்கள் அல்ல; நல்ல நடிகர்கள் என்பதை வாழ்க்கை நமக்கு காட்டுகிறது. இது வலிக்கிறது; ஆனால் அது நம்மை விழிப்புணர்வுக்கு கொண்டு வருகிறது.

சிலருக்கு நாம் அவசியமில்லை; ஆனால் நம்மால் கிடைக்கும் உதவி மட்டுமே அவசியமாக இருக்கிறது. இப்படிப்பட்டவர்களை நாம் வாழ்க்கையில் சந்திப்போம். அவர்களின் உண்மையான முகம் தெரிந்தாலும், அவர்களை வெறுக்க முடியாமல் இருப்பது நமது இதயத்தின் நன்மை. நம்முள் இருக்கும் அந்த நன்மையை இழக்கக் கூடாது;

ஆனால் அதைப் பயன்படுத்திக் கொள்ள அனுமதிக்கவும் கூடாது. இன்று அவர்கள் நமது அன்பை அலட்சியம் செய்யலாம். ஆனால் ஒருநாள் அந்த அன்பு கிடைக்காதா என்று அவர்கள் ஏங்குவார்கள். அன்பின் மதிப்பு, அது இல்லாதபோது தான் உணரப்படுகிறது.

இந்த உலகத்தின் அளவுகோல் விசித்திரமானது. தேடிச் சென்று பேசினால் அது "பொய்" என்று சொல்லப் படும். விட்டுக் கொடுத்து நடந்தால் அது "பலவீனம்" என்று கருதப்படும். வெறுத்து ஒதுக்கும் இடத்தில் அன்பு காட்டினால் அது "நாடகம்" என்று பார்க்கப்படும். ஆனால் இனிமையாக பேசினால் மட்டும் அது "உண்மை" என்று நம்பப்படும். இதுவே உலகத்தின் பார்வை.

உறவுகளின் உண்மை, நெருக்கத்தின் நாட்களில் அல்ல; சோதனையின் நாட்களில் வெளிப்படும். வாழ்க்கையில் எல்லாம் சரியாக இருக்கும் போது, அனைவரும் அன்பாக இருப்பது போல தோன்றும். ஆனால் குறைவு, சிரமம், தாழ்வு, துன்பம் ஆகியவை வந்தபோது தான் உண்மையான அன்பு யாரிடம் இருக்கிறது என்பதை நாம் அறிய முடியும்.

இறைவேதம் எச்சரிக்கிறது: சோதனைகள் அதிகரிக்கும் போது, அநேகருடைய அன்பு தணிந்து போகும். இது இன்று நம் கண்களுக்கு முன்னால் நடைபெறும் உண்மை. மனிதர் களின் அன்பு சூழ்நிலைகளுக்கு ஏற்ப மாறக்கூடும். ஆனால் இறைமக்களே, தேவனில் நிலைத்திருப்பவர்கள் இவ்வுலக மனிதர்களைப் போல இருக்கக் கூடாது. அவர்கள் அன்பு சூழ்நிலைக்கு ஏற்ப மாறக்கூடாது. அது நிலையானதாக இருக்க வேண்டும். அது நிபந்தனைகளால் கட்டுப்படாததாக இருக்க வேண்டும். நாம் தேவ அன்பில் நாளுக்கு நாள் வளர வேண்டும். அந்த அன்பை மற்றவர்களுடன் பகிர வேண்டும். நம்மை காயப் படுத்தியவர்களுக்குக் கூட நன்மை செய்யும் மனதை வளர்க்க வேண்டும். அதுவே உண்மையான கிறிஸ்துவின் சாயல்.

இக்காலங்களில் மனிதர்கள் நன்றியறியாதவர்களாகவும், பரிசுத்தமில்லாதவர்களாகவும், சுபாவ அன்பில்லாதவர்களாகவும் மாறுவார்கள் என்று இறைவேதம் முன்கூட்டியே கூறுகிறது. தேவபக்தியின் வெளிப்புற தோற்றம் இருக்கும்; ஆனால் அதன் சக்தி மறுக்கப்படும்.

எனவே நாம் நம்மையே ஆராய்ந்து கொள்ள வேண்டும்: நம் அன்பு சூழ்நிலைக்கு ஏற்ப மாறுகிறதா? நம் உறவுகள் நிபந்தனைகளின் அடிப்படையிலா இருக்கின்றன? அல்லது தேவ அன்பைப் போல நிலைத்திருக்கிறதா?

நாம் இயேசு கிறிஸ்துவின் சாயலில் வளர்கிறவர்களாக இருந்தால், நம் அன்பு நிலையானதாக இருக்கும். நம் மனம் மாறாததாக இருக்கும். நம் உறவுகள் உண்மையானதாக இருக்கும்.

முடிவாக, நாம் நினைவில் கொள்ள வேண்டியது இதுதான்: சூழ்நிலைகள் மாறலாம்; மனிதர்கள் மாறலாம்; உறவுகள் மாறலாம். ஆனால் அன்பு மாறாமல் இருந்தால் தான் அது உண்மையான அன்பு. அந்த அன்பில் நிலைத்திருப்போம்; அதுவே நம் வாழ்க்கையை உயர்த்தும்.

55

மனதைக் கையாளப் பழகுவோம்!

குடும்ப வாழ்க்கை மேற்கொண்ட ஒருவர் அவ்வூரை சேர்ந்த ஒரு ஞானியிடம் வந்தார். தன் வாழ்வில் இன்பமும் துன்பமும் இசிஜி ரிப்போர்ட் போல ஏற்ற இறக்கத்துடன் காணப்படுவதை சுட்டிக்காட்டி, இத்தகைய தருணங்களால் எனது மனது மிகவும் சோர்வடைவதுடன் உணர்ச்சிகளும் தடம் பிறழ்கிறது. எனவே தாங்கள் தயவாய் ஞானத்தை ஈந்து உதவிட வேண்டுமென ஞானியிடம் கேட்டான்.

வாய்மொழி ஆலோசனைகளால் ஞானத்தை இந்த குடும்பஸ்தருக்கு அறிய வைக்க முடியாது என உணர்ந்த ஞானி அவரிடம், "நாளையதினம் உன் வீட்டின் முன்னால் திண்ணையில் அமர்ந்து, உன் வீட்டை கடந்து சலவை தொழிலாளி கழுதையின் மீது பொதிகளை காலையில் ஏற்றி வரும்போதும் மாலையில் திரும்பும்போதும் கழுதையை உற்று கவனி, பின்பு என்னிடம் வா" எனக் கூறினார்.

மறுதினம் பொழுது விடிந்தது. குடும்பஸ்தர் திண்ணையில் அமர்ந்து, அவ்வழியாய் சலவை தொழிலாளி அழுக்கு பொதிகளை கழுதை மேல் ஏற்றி வந்ததையும், மீண்டும் மாலையில் சலவை செய்த துணிகளையும் ஏற்றி சென்றதையும் உற்றுக்கவனித்துவிட்டு, மறுநாள் ஞானியிடம் சென்றான், நீங்கள் சொன்னது போல் கலையிலும் மாலையிலும் கழுதைகள் சென்றதையும் திரும்பியதையும் கவனித்தேன், ஆனால் அதில் ஞானம் தொடர்பான செய்தி இருப்பதுபோல் தெரியவில்லையே எனக் கூறினான்.

அன்பான குடும்பஸ்தரே! காலையில் கழுதைகள் அழுக்கு துணிகளை சுமந்து சென்றன. அப்போது "அழுக்கு துணிகளை சுமக்கிறோம் என்ற வருத்தம் இல்லை." அதே போல் மாலையில் "சலவை செய்த துணியை சுமக்கிறோம் என்ற மகிழ்ச்சியும் இல்லை" அதுபோல துன்பம் வரும்போது அதிக துன்பமின்மையும், இன்பம் வரும்போது மிதமிஞ்சிய சந்தோஷம் இல்லாமலும், இன்பம் துன்பம் இரண்டையும் நடுநிலையான மனதுடன் ஏற்றுக் கொள்ள பழகிக்கொள்ள வேண்டும். பகுத்தறிவு இல்லாத கழுதை தன் உணர்வை நிலையாக வைத்திருக்கும் போது, ஆறு அறிவு பெற்ற நாம் எங்கனம் நடந்துகொள்ள வேண்டும்? எனக்கூறி குடியான வருக்கு ஆலோசனை வழங்கினார்.

இறைமக்களே, "வசதி வந்தால் ஆடாதே, வறுமை வந்தால் வாடாதே" என்பது பொதுமொழி. வசதி வாய்ப்புகள் இருக்கின்ற போது தலை, கால் புரியாமல் ஆடுவதும், வறுமை காலங்களில் துவண்டு போய் தலைநிமிர சக்தியற்று காணப்படு வதும் சமூகத்தில் தினசரி காட்சியாக காணப்படுகிறது.

சிலர் கொஞ்சம் வசதி அல்லது உயர் பதவி கிடைத்ததும் அவர்களை எல்லோரும் மதிக்க வேண்டும், மரியாதை கொடுக்க வேண்டும் என்று நினைப்பர். தவறில்லை ஆனால் அதற்காக மற்றவர்களை அடிமைகளாக நினைக்கக் கூடாது. வேறுசிலர் தங்கள் வறுமை நிலை எண்ணி எண்ணி

வருந்திக்கொண்டே இருப்பர். அதனால் எந்த லாபமும் இல்லை, நஷ்டமும் இல்லை. வறுமை உடலுக்கு தானே தவிர, உள்ளத்திற்கு அல்ல. வறுமை உடலில் இருக்கும் வரை எந்தவித பாதிப்பும் இல்லை அதுவே உள்ளத்தில் வறுமை வந்துவிட்டால் பின்பு எந்த விதத்திலும் நீங்கள் ஆசீர்வதிக் கப்பட முடியாது. வசதியும் அதுபோலத்தான் உள்ளத்தில் சென்றுவிட்டால் பெரிய பாதிப்பை ஏற்படுத்தும்.

இதற்கு வேதாகமத்தில் மிகச்சிறந்த உதாரணம் இளையகுமாரன் கதை. தன் தகப்பன் சம்பாதித்த பணத்தை பெற்றுக்கொண்டு தன் தகப்பன் சொல்லை அலட்சியம்பண்ணி மனப்போக்கில் செலவழித்து, இறுதியில் வறுமை அடைந்தான். வறுமை அடைந்தபோது பன்றிகளின் உணவை நாடும் அளவிற்கு வாடிப்போனான். நல்லசெய்தி என்னவெனில் அத்தகைய தருணத்தில் அவன் புத்திதெளிந்ததால் தன் தகப்பன் வீட்டிற்கு வந்து தன் ஜீவனை லாபப்படுத்திக் கொண்டான்.

"நீங்கள் இந்தப் பிரபஞ்சத்திற்கு ஒத்த வேஷந்தரியாமல், தேவனுடைய நன்மையும் பிரியமும் பரிபூரணமுமான சித்தம் இன்னதென்று பகுத்தறியத்தக்கதாக, உங்கள் மனம் புதிதாகிறதினாலே மறுரூபமாகுங்கள்" (ரோமர் 12:2)

இறைமக்களே, இன்பமோ துன்பமோ, நன்மையோ தீமையோ, லாபமோ நஷ்டமோ, வெயிலோ மழையோ நாம் தேவசித்தம் உணர்ந்து நம் மனதை கிறிஸ்துவுக்குள் கையாள பக்குவப்படுத்திக்கொள்ள வேண்டும்.

56

மறைந்து கிடக்கும் புதையல்கள்

ஒரு வாலிபன் தனது வயலில் தினமும் உழைத்து வந்தான். வெயிலும் மழையும் பொருட்படுத்தாமல் உழைப்பதே அவன் வாழ்க்கை. ஒருநாள், வழக்கம்போல் மண்ணை உழுது கொண்டிருந்தபோது, அவனுக்கு ஒரு ஆச்சரியமான அனுபவம் கிடைத்தது. மண்ணுக்குள் சில வெள்ளிக்காசுகள் கிடைத்தன. அந்தச் சிறிய கண்டுபிடிப்பு அவனை மிகுந்த மகிழ்ச்சியில் ஆழ்த்தியது.

“இந்த நிலத்தின் அடியில் ஒரு பெரிய புதையல் இருக்கிறது!” என்ற எண்ணம் அவனுடைய மனதில் உருவானது. அந்த எண்ணமே அவனுக்கு புதிய உற்சாகத்தை அளித்தது. இதுவரை சாதாரண வேலை என எண்ணிய உழைப்பு, இப்போது ஒரு பெரும் எதிர்பார்ப்புடன் கூடிய தேடலாக மாறியது.

அவன் இன்னும் தீவிரமாக தோண்டத் தொடங்கினான். ஒவ்வொரு அடி தோண்டும்போதும், “இன்னும் பெரிய செல்வம் கிடைக்கும்” என்ற நம்பிக்கை அவனுள் பெருகிக் கொண்டே

இருந்தது. காசுகள் மீண்டும் மீண்டும் கிடைத்த போது, அவனுடைய நம்பிக்கை மேலும் உறுதியானது.

ஆனால் சில நேரம் கழித்து, அவன் தன்னிடமே ஒரு கேள்வியை எழுப்பினான்: "இந்தக் காசுகள் இங்கே எப்படி வருகிறது?" என்ற சந்தேகம் அவனை சிந்திக்க வைத்தது. அவன் தன் உடலை, தன் சுற்றுப்புறத்தை கவனமாக பார்த்தான். பின்னர் தன் சட்டைப்பையை தடவி பார்த்தான்.

அந்த நொடியில் உண்மை வெளிச்சம் பெற்றது. அவனுடைய சட்டைப்பை ஓட்டையாக இருந்தது. அவனுடைய பையில் இருந்த காசுகள் கீழே விழுந்து, மண்ணில் கலந்து விட்டன. அவற்றையே புதையல் என்று நினைத்து அவன் தோண்டிக் கொண்டிருந்தான். அவன் தேடிய புதையல், வெளியில் இல்லை; அவனுக்குள்ளே இருந்தது.

இறைமக்களே, இந்தச் சிறிய சம்பவம் நமக்கென்று ஒரு ஆழமான வாழ்க்கை உண்மையை எடுத்துரைக்கிறது. நாம் பல நேரங்களில் ஆசீர்வாதங்களையும், வெற்றியையும், சந்தோஷத்தையும் வெளியில் தேடி அலைகிறோம். "அங்கே சென்றால் வெற்றி கிடைக்கும்", "இதைக் பெற்றால் சந்தோஷம் வரும்", "அவரைப் போல இருந்தால் வாழ்க்கை மாறும்" என்று எண்ணிக்கொண்டு, வெளிப்புற விஷயங்களைத் தொடர்ந்து தேடிக் கொண்டிருக்கிறோம்.

ஆனால் உண்மை என்னவென்றால் நாம் தேடுகிற பல விஷயங்கள் ஏற்கனவே நமக்குள் இருக்கின்றன. தேவன் ஒவ்வொருவரையும் வெறுமையாக படைக்கவில்லை. அவர் ஒவ்வொருவருக்கும் தனித்துவமான வரங்களையும் திறமைக ளையும் வைத்திருக்கிறார். விசுவாசம், தைரியம், நம்பிக்கை, பொறுமை, ஞானம், அன்பு, சேவை மனம் இவை எல்லாம் வெளியில் வாங்கிக் கொள்ள வேண்டியவை அல்ல; நமக்குள் விதைக்கப்பட்டவை.

உலகம் எப்போதும் "வெளியில் தேடு" என்று சொல்லும். ஆனால் தேவன் "உன்னுள் இருப்பதை அறிந்துகொள்" என்று அழைக்கிறார். ஒருவருக்கு பாடும் திறன் இருக்கலாம். மற்றொருவருக்கு பேசும் திறன் இருக்கலாம். இன்னொருவருக்கு உதவி செய்யும் மனம் இருக்கலாம். சிலருக்கு வழிகாட்டும் ஞானம் இருக்கும். சிலருக்கு ஆறுதல் அளிக்கும் இதயம் இருக்கும். இவை அனைத்தும் சாதாரண விஷயங்கள் அல்ல; தேவன் நமக்குள் வைத்திருக்கும் புதையல்கள்.

ஆனால் ஒரு உண்மை இருக்கிறது: பயன்படுத்தப் படாத திறமை, புதையலாகவே மறைந்து விடும். நமக்குள் இருக்கும் வரங்களை நாம் அறியாமல் விட்டுவிட்டால், அது இல்லாதது போலவே ஆகிவிடும். திறமை இருந்தும் அதை பயன்படுத்தாதவன், செல்வம் இருந்தும் அதை அனுபவிக் காதவன் போன்றவன்.

இறைமக்களே, நாம் வெளியில் ஓடிக்கொண்டே நமது வாழ்க்கையை இழக்க வேண்டியதில்லை. "இந்த இடம்தான் வெற்றி தரும்", "அந்த வாய்ப்புதான் வாழ்க்கையை மாற்றும்" என்று ஓடிக்கொண்டே இருந்தால், நமக்குள் இருக்கும் பெரும் வலிமையை நாம் மறந்துவிடுவோம். புதையல்கள் மண்ணுக்குள் மட்டும் கிடைப்பதில்லை. அவை நம் உள்ளத்திலும், நம் மனதிலும், நம் ஆவியிலும் மறைந்து கிடக்கின்றன. அவற்றை கண்டுபிடிக்க வேண்டும். அவற்றை வளர்த்தெடுக்க வேண்டும். அவற்றை பிறருக்குப் பயனாக மாற்ற வேண்டும்.

நாம் இன்று ஒரு தீர்மானம் எடுக்க வேண்டும்:

- *நான் வெளியில் மட்டும் தேடமாட்டேன்*
- *என்னுள் இருக்கும் வரங்களை அறிந்து வளர்ப்பேன்*
- *தேவன் கொடுத்த தாலந்துகளை பயன்படுத்துவேன்*

நாம் நமக்குள் இருக்கும் திறமைகளை உணர்ந்து, அதை வளர்த்து, செயல்படுத்தும்போது, நம்முடைய வாழ்க்கை

மட்டும் அல்ல; நம்மைச் சுற்றியுள்ளவர்களின் வாழ்க்கையும் ஆசீர்வாதமாக மாறும்.

முடிவாக, நாம் நினைவில் கொள்ள வேண்டியது இதுதான்: நாம் தேடுகிற புதையல் தொலைவில் இல்லை. அது நமக்குள் தான் உள்ளது. அதை கண்டுபிடியுங்கள்; அதை பயன்படுத்துங்கள்; உங்கள் வாழ்க்கையை அர்த்தமுள்ளதாக மாற்றுங்கள்.

57

அவசரப்பட்டால் காரியம் ஆகாது

ஒருவன் தனது வண்டியில் நிறைய தேங்காய்களை ஏற்றி, வேறு ஒரு ஊரில் உள்ள கடைக்குக் கொண்டு செல்லப் பயணம் செய்தான். அவன் மனதில் ஒரே எண்ணம் "எப்படி இருந்தாலும் சீக்கிரமாகச் சென்று சேர வேண்டும்." ஆனால் அவன் செல்ல வேண்டிய வழி அவனுக்கு சரியாகத் தெரியாது. எனவே, வழியிலே யாரிடமாவது கேட்டு செல்ல வேண்டிய நிலை ஏற்பட்டது.

ஒரு இடத்தில் அவன் வண்டியை நிறுத்தி, அங்கு நின்றிருந்த ஒரு பெரியவரிடம் வழி கேட்டான். அந்த பெரியவர் அமைதியாக ஒரு நேரான சாலையைச் சுட்டிக் காட்டி, "இந்த வழியாகச் சென்றால் முக்கால் மணி நேரத்தில் அந்த ஊரை அடைந்து விடலாம்" என்றார். அதை கேட்ட வண்டியோட்டி உடனே ஒரு கேள்வி கேட்டான்: "நான் வேகமாக ஓட்டினால் இன்னும் சீக்கிரம் சென்று விடலாமே?" அதற்கு அந்த பெரியவர் சிரித்தபடி, "இல்லை, வேகமாக சென்றால் ஒன்றரை மணி நேரமாகிவிடும்" என்று கூறினார்.

இந்த பதில் அவனுக்கு புரியவில்லை. "இவர் என்னை கிண்டல் செய்கிறார்" என்று எண்ணிக் கொண்டான். அந்த அறிவுரையை பொருட்படுத்தாமல், வண்டியை வேகமாக ஓட்டத் தொடங்கினான். சாலை கரடுமுரடாக இருந்தது. வழியில் குழிகளும் பள்ளங்களும் இருந்தன. ஆனால் அவன் அவற்றைப் பொருட்படுத்தவில்லை. "வேகமாக சென்றால் சீக்கிரம் சென்று விடலாம்" என்ற எண்ணம் அவனை கட்டுப்படுத்தியது.

ஒரு திருப்பத்தில் பெரிய பள்ளம் ஒன்று இருந்தது. அவன் வேகமாக வந்ததால், வண்டியை கட்டுப்படுத்த முடியவில்லை. ஒரு சக்கரம் பள்ளத்தில் இறங்க, வண்டி சாய்ந்தது. அதில் இருந்த தேங்காய்கள் அனைத்தும் சாலையில் சிதறி விழுந்தன.

இப்போது அவனுக்கு வேறு வழியில்லை. அவன் வண்டியை நிறுத்தி, கீழே இறங்கி, சிதறிக் கிடந்த தேங்காய்களை ஒன்றன்பின் ஒன்றாக எடுத்து மீண்டும் அடுக்க வேண்டிய நிலை ஏற்பட்டது. அந்த வேலைக்கே அரை மணி நேரத்திற்கும் மேலாக ஆகிவிட்டது. அப்போது தான் அவனுக்கு அந்த பெரியவரின் வார்த்தையின் அர்த்தம் புரிந்தது. "வேகமாக சென்றால் தாமதமாகிவிடும்" என்றது கிண்டல் அல்ல; அனுபவத்திலிருந்து வந்த உண்மை.

இறைமக்களே, இந்தச் சம்பவம் நமது வாழ்க்கையையும் பிரதிபலிக்கிறது. இன்றைய உலகில் மனிதர்கள் எல்லோரும் ஓடிக்கொண்டிருக்கிறார்கள். ஒவ்வொருவருக்கும் அவசரம். எல்லாவற்றையும் சீக்கிரமாகப் பெற வேண்டும் என்ற எண்ணம் அனைவரையும் ஆள்கிறது. மாணவர்கள் சீக்கிரம் படித்து முடிக்க விரும்புகிறார்கள். படித்து முடித்தவர்கள் சீக்கிரம் வேலை கிடைக்க வேண்டும் என்று விரும்புகிறார்கள். வேலை செய்பவர்கள் சீக்கிரம் பணம் சம்பாதித்து வாழ்க்கையில் உயர வேண்டும் என்று ஓடுகிறார்கள். வாழ்க்கையின் ஒவ்வொரு கட்டத்திலும் "சீக்கிரம்" என்ற வார்த்தை நம்மை துரத்திக்கொண்டே இருக்கிறது. ஆனால்

ஒரு விஷயத்தில் மட்டும் யாருக்கும் அவசரம் இல்லை வயதாக வேண்டும் என்பதில். ஏனெனில் வயதுடன் பலம் குறையும், சுதந்திரம் குறையும் என்பதை நாம் அறிவோம்.

இறைமக்களே, வாழ்க்கையில் எல்லாவற்றையும் சீக்கிரமாகப் பெற வேண்டும் என்று நினைக்கும் போது, நாம் ஒரு முக்கியமான விஷயத்தை மறந்து விடுகிறோம் அது அனுபவம்.

அனுபவம் என்பது காலத்தால் மட்டுமே கிடைக்கும் ஒரு செல்வம். அதை எந்த வழியிலும் விரைவாகப் பெற முடியாது. அனுபவமின்றி கிடைக்கும் வெற்றி, நீடிக்காது. ஒரு வேதாகம உவமை இதை தெளிவாகக் காட்டுகிறது. ஒரு இளைஞன் தன் தகப்பனின் சொத்திலிருந்து தன் பங்கை முன்கூட்டியே பெற்று, "நான் சீக்கிரம் வாழ்க்கையை அனுபவிக்க வேண்டும்" என்ற எண்ணத்தில் தனியாகச் சென்றான். ஆனால் அனுபவமின்மையால், அவன் பெற்ற அனைத்தையும் விரைவாக இழந்துவிட்டான்.

இதிலிருந்து நாம் கற்றுக்கொள்ள வேண்டியது தெளிவாக உள்ளது: அவசரம் முன்னேற்றம் அல்ல; அது பல நேரங்களில் பின்னடைவை ஏற்படுத்தும். நிதானமாக வளர்ந்தது மட்டுமே நிலைத்திருக்கும்.

ஒரு மரம் மெதுவாக வளரும்போது அதன் வேர்கள் ஆழமாகப் பதியும். அதனால் அது நீண்ட காலம் நிலைத் திருக்கும். அதேபோல், வாழ்க்கையிலும் நிதானமாக பெற்ற முன்னேற்றம் தான் உறுதியானதாக இருக்கும்.

நாம் வாழ்க்கையில் சந்திக்கும் ஒவ்வொரு சூழ்நிலை யும், ஒவ்வொரு மனிதரும், ஒவ்வொரு சோதனையும் நமக்கு ஒரு பாடம் கற்றுக்கொடுக்கிறது. அந்த அனுபவங்கள் தான் நம்மை உருவாக்குகின்றன. ஆனால் நாம் எல்லாவற் றையும்

சீக்கிரத்தில் பெற்றுவிட்டால், அந்த அனுபவத்தை நாம் இழந்து விடுவோம்.

இறைவேதம் கூறுகிறது: *"நிதானமாய் நடக்கிறவன் கர்த்தருக்குப் பயப்படுகிறான்; தன் வழிகளில் தாறுமாறா னவனோ அவரை அலட்சியம்பண்ணுகிறான்."* இந்த வசனம் நமக்கு நிதானத்தின் மதிப்பை நினைவூட்டுகிறது. ஆகையால் இறைமக்களே, வாழ்க்கையில் அவசரப்படாதீர்கள். ஒவ்வொரு படியையும் சிந்தித்து எடுத்து வையுங்கள். தேவன் நிர்ணயித்த காலத்தை மதியுங்கள். அவர் கொடுத்த பாதையில் நிதானமாக முன்னேறுங்கள்.

வேகம் சில நேரங்களில் வெற்றியைத் தரலாம்; ஆனால் அது நிலைத்திருக்காது. நிதானம் தான் நிலையான வெற்றியைத் தரும்.

முடிவாக நாம் நினைவில் கொள்ள வேண்டியது இதுதான்:

- அவசரம் தாமதத்தை உண்டாக்கும்
- நிதானம் வெற்றியை உருவாக்கும்

எனவே, அவசரத்தை விடுங்கள்; நிதானத்தைத் தேர்ந்தெ - டுங்கள்; அப்பொழுது உங்கள் வாழ்க்கை நிலையான ஆசீர்வாதமாக மாறும்.

58

அன்புச் செடியில் பூக்கும் மன்னிப்பு

இயேசு கிறிஸ்து சிலுவையில் செய்த முதல் செயல், தன்னை சிலுவையில் அறைந்தவர்களையும் தன்னை ஏற்றுக் கொள்ளாதவர்களையும் மன்னித்ததாகும். இயேசு ஏன் நம்மை மன்னிக்கிறார்? அதற்கு ஒரே காரணம் அவர் நம்மில் வைத்த அன்பு ஒன்றே பிரதானமானதாகும்.

தவறு செய்யும் தன் பிள்ளையை தகப்பன் கொன்று போடுவதில்லை. ஏனென்றால், அது அவனுடைய பிள்ளை. ஆகையால்அவன்அந்தபிள்ளையைமன்னித்து திருத்து கிறான். அதே வண்ணம், இயேசுவும் சிலுவையில் அதையே செய்தார். அன்று இயேசு சிலுவையில் வெளிப்படுத்திய மன்னிப்பை இன்று நாம் பிறருக்கு வெளிப்படுத்த கடமைப் பட்டுள்ளோம்.

"தவறு செய்வது மனித இயல்பு என்றால், மன்னிப்பது இறை இயல்பாகும்" தவறு செய்யும் நாம் மன்னிப்பு கேட்டிருக்

கின்றோமா? அல்லது பிறர் செய்த தவறைத்தான் மன்னித்திருக்கின்றோமா? இதுதான் இன்றைய சமூகத்தின் இன்றியமையாத தேவையாகும்.

தவறு செய்யும் பெரும்பாலானோர் மன்னிப்பு கேட்பதில்லை. மன்னிப்பு கேட்க யோசிக்கிறார்கள். காரணம், நான் பிரச்சனைக்கு காரணம் இல்லையே, பிரச்சனையை நான் ஆரம்பிக்கவில்லையே, அதனால் நான் மன்னிப்பு கேட்க மாட்டேன். வேண்டுமானால் பிரச்சனையை ஆரம்பித்த அவன்(ள்) என்னிடம் மன்னிப்பு கேட்கட்டும் என்ற ஈகோ மனம் படைத்தவர்களாய் இருப்பதே.

பிரச்சனையை யார் ஆரம்பித்தால் என்ன? கணவன், மனைவி, தாய், தந்தை, அண்ணன், அக்கா, தம்பி, தங்கை, நண்பன் என உறவுகள் எப்படிப்பட்டதாய் இருந்தாலும் அவர்களிடையே இருக்கும் உறவு உண்மையானதாய் இருந்தால், அந்த உறவை அவர்கள் மதிக்கிறார்கள் எனில் தவறு யார் பக்கம் இருந்தாலும் மன்னிப்பு கேட்கவும், மன்னிக்கவும் தயங்கமாட்டார்கள். அந்த உறவு மீண்டும் நீடிக்கும்.

ஆனால், ஒரு சிலர் தான் செய்த தவறுக்காக மன்னிப்புக் கேட்டுவிட்டு மீண்டும் அதே தவறை செய்யத் துணிவார்கள், செய்வார்கள். இதனால் அவர்களிடையே இருக்கும் நம்பிக்கை உடைக்கப்படுகிறது. உறவும் பாதிக்கப்படுகிறது.

மன்னிப்பு என்பது உறவில் ஏற்பட்ட விரிசலை இணைக்கும் பாலமாக அமைகிறது. அதே நேரத்தில் அவர்களிடையே இருக்கும் நம்பிக்கையும் அதிகரிக்கிறது. மன்னிப்புக் கேட்பதன் வழியாகவும், மன்னிப்பதன் வழியாகவும் அவர்களிடையே இருக்கும் பிரச்சனை கலந்தாலோசிக்கப்பட்டு தீர்க்கப்படுகிறது. மன்னிப்புக் கேட்காமல் மன்னிக்காமல் இருப்பதால் அந்தப் பிரச்சனை மீண்டும் மீண்டும் அவர்கள்

வாழ்வில் பெரியத் தாக்கங்களை ஏற்படுத்தி அவர்களின் உறவில் மிகப்பெரிய விரிசலை ஏற்படுத்தும்.

"பிரச்சனை என்பது உறவு வாயிலைப் பூட்டும் சாவி, மன்னிப்பு என்பது பிரச்சனையால் பூட்டப்பட்ட உறவு வாயிலைத் திறக்கும் சாவியாகும்".

ஒருமுறை சாவியைப் பார்த்து சுத்தியல் கேட்டது, நான் உன்னை விட வலிமையானவனாக இருக்கிறேன். ஆனாலும் ஒரு பூட்டைத் திறக்க நான் மிகவும் சிரமம்படுகிறேன். ஆனால் நீ சீக்கிரம் திறந்துவிடுகிறாயே! அது எப்படி? என்று. அதற்கு சாவி சொன்னது, நீ என்னைவிட பலசாலிதான். அதை நானும் ஏற்றுக்கொள்கிறேன். பூட்டைதிறக்க நீ அதன் தலையில் அடிக்கிறாய். ஆனால் நான் பூட்டின் இதயத்தை தொடுகிறேன் என்றதாம்.

ஒருவன் செய்த தவறுக்காக அவனை பழிவாங்கு வதனாலோ, தண்டிக்கப்படுவதாலோ அந்தத் தவறிலிருந்து அவனை திருத்த இயலாது. மன்னிப்பு என்ற ஒன்று மட்டுமே அவன் உள்ள உணர்வைத் தூண்டி அந்தத் தவறிலிருந்து திருந்தி வாழ வைக்கும். எனவே அன்பு என்ற செடியிலிருந்து மன்னிப்பு என்ற வாசனை பூ பூப்பதாக. ஆமென்.

59

காயப்பட்ட அழகான கரங்கள்

தாய் தனக்குச் சோறு போடும் போது ரூபன் அவளது கரங்களையே பார்த்துக்கொண்டிருந்தான். எப்போதும் அப்படித் தான் செய்வான். குஷ்டரோகம் போன்ற அவளது நெளிந்த விரல்களும் வெள்ளையும் கருப்புமான தழும்புகளும் அவனுக்கு அருவருப்பாக தெரிந்தது. கரண்டி இல்லாத போது, அவள் தன் கையினால் சாதத்தை எடுத்துப் போடும்போது அதைச் சாப்பிட முடியாமல் தவிப்பான். அவளது அரவணைப்பு இவனுக்கு கோபமூட்டியது. அவள் குளிப்பாட்டி விடுவதை வெறுத்தான். அவள் தன்னோடிருப்பதை தன் நண்பர்கள் பார்ப்பதை அவன் விரும்பவில்லை.

அவன் வளர வளர தாயை குறித்த அருவருப்பு எண்ணம் சிந்தனை முழுவதையும் ஆக்கிரமித்தது. ஆயினும் தன் உணர்வுகளைத் தன் தாயிடம் சொல்ல அவனுக்குத் தைரியமில்லை. ஒரு நாள் தாங்க முடியாமல் தன் தாயிடம் கேட்டுவிடுவது என்று தீர்மானித்தான். அவளைப் புண்படுத் தாமல் மென்மையாக இனி தனக்கு அவள் கைகளால் சாதம்

போடவேண்டாமென சொல்லத் திட்டமிட்டான். ரூபனுக்கு வயது ஆறு. யாரும் அவனுக்கு அவனது தாயின் கரங்களைக் குறித்துச் சொன்னதில்லை. இறுதியில் தைரியத்தை வரவழைத்துக் கொண்டு கேட்டு விட்டான்: "மம்மி, உங்கள் கைகளுக்கு என்ன ஆனது? ஏதாவது வியாதியா அல்லது என்ன?" அவனது தாய் புன்முறுவல் பூத்தார்கள். "நான் உனக்குச் சாதம் போடும்போது நீ முகம் சுளிப்பதை நான் கவனித்தபடியால் நானே ஒரு நாள் உன்னிடம் பேசவேண்டுமென்று இருந்தேன்.

கதையைக் கேள், இந்த வீட்டிற்கு வருமுன்பாக நாம் ஒரு குடிசையில் வாழ்ந்து கொண்டிருந்தோம். நீ அப்போது ஆறு மாதக்குழந்தை. உன்னை பாயில் தூங்க வைத்துவிட்டு மாட்டைக் கவனிக்கச் சென்றேன். திடீரென்று கூக்குரல் கேட்டு ஓடி வந்தபோதுதான் நமது வீடு தீப்பற்றி எரிந்து கொண்டிருப்பதைக் கண்டேன். வீட்டைச் சுற்றி பலரும் நின்று நெருப்பை அணைப்பதற்காக தண்ணீரும் மணலும் வீசிக் கொண்டிருந்தனர். நான் உள்ளே பாய்ந்து சென்று உன்னை எடுத்து வர விரும்பினாலும் மக்கள் என்னை அனுமதிக்க வில்லை. ஆனால் அவர்கள் பிடியிலிருந்து எப்படியோ என்னை விடுவித்துக் கொண்டு உள்ளே பாய்ந்தேன். நீ படுத்திருந்த பாய் தீப்பற்றத் துவங்கியிருந்தது. உஷ்ணத்தினால் நீ கண் விழித்து அழுது கொண்டிருந்தாய். உன்னை அணுகும் முன்பாக தீப்பிழம்புகளை அணைக்க வேண்டியிருந்தது. என் கைகளினால் தீயை அணைத்து உன்னைத் தூக்கிக்கொண்டு வெளியே ஓடிவந்தேன்.

"வெளியே வந்த பிறகுதான் என் கைகள் வெந்து போயிருந்ததைக் கண்டேன். ஆனால் நீ பிழைத்துக் கொண்டாய் என்ற நிம்மதி எனக்கு. என்னை மருத்துவ மனைக்குக் கொண்டுசென்று சிகிச்சை செய்தனர். அறுவை சிகிச்சையும் பெற்றேன். கர்த்தருக்கு ஸ்தோத்திரம், என் கைகள் ஆறினதால் அவற்றைப் பயன்படுத்த முடிகிறது" என்றார்கள். இதற்குள் ரூபனின் கண்களில் நீர் வழியத்துவங்கியிருந்தது. ஏங்கி ஏங்கி அழுதான். தாயின் கரங்களைத் தன் கைகளில்

எடுத்து முத்தமிட்டான். "அம்மா, நான் பார்த்ததிலேயே மிகவும் அழகிய கரங்கள் இவைகள்தான்" என்று சொல்லி தாயைக் கட்டிப்பிடித்துக் கொண்டான். அவர்களுடைய கரங்களைத் தன் நண்பர்களுக்குக் காட்டித் தழும்புகளின் கதையை விவரித்துக் கூறினான். தாயின்மேல் அவன் கொண்டிருந்த அன்பு அணை கட்ட முடியாததானது. தாய் அவனது தலையைக் கோதினாள். அவளது மடி அவனுக்கு மோட்சமாக இருந்தது.

இறைமக்களே, இயேசு கிறிஸ்து நமக்கு செய்ததும் இதுவேதான். நம்மை நரக அக்கினிக்குத் தப்புவிக்கும்படியாக அவர் தமது முகம், கைகள், கால்கள் மற்றும் முதுகைக் காயப்படவும் புண்ணாகவும் ஒப்புக்கொடுத்தார். நமது இதயப் பூர்வமான அன்புக்கு அவர் தகுதியானவர் அன்றோ? இச்சம்பவத்தை வாசித்த நீங்கள் நமக்காக பலியான இயேசுவின் அன்பை எண்ணி நன்றி கூறுவீர்களா? வாழ்நாள் முழுவதும் கல்வாரியின் அன்புக்கு கட்டுப்பட்ட வர்களாக வாழ தேவன் நமக்கு கிருபையளிப்பாராக. *தம்முடைய ஒரேபேறான குமாரனாலே நாம் பிழைக்கும்படிக்கு தேவன் அவரை இவ்வுலகத்திலே அனுப்பினதினால் தேவன் நம்மேல் வைத்த அன்பு வெளிப்பட்டது. (1 யோவான் 4:9)*

60

காலத்தின் மதிப்பு

விஜயபுரி என்ற நாட்டை விவேகவர்மன் என்ற அரசன் ஆட்சி செய்து வந்தான். அவன் அறிவும் ஆர்வமும் நிறைந்த அரசன். தனது நாட்டை நல்ல முறையில் நடத்த வேண்டும் என்ற எண்ணத்துடன், பல துறைகளில் தேர்ந்த அறிஞர்களை தனது அரசவையில் வைத்திருந்தான். அவர்களுடன் விவாதிக் கவும், புதிய உண்மைகளை அறியவும் அவனுக்கு மிகவும் விருப்பம்.

ஒருநாள் அரசன் தனது அரசவையில் இருந்த அறிஞர் களை நோக்கி ஒரு முக்கியமான கேள்வியை முன் வைத்தான்: "வாழ்க்கையில் மிகவும் மதிப்பு வாய்ந்தது எது?" என்று கேட்டான். இந்தக் கேள்வி சாதாரணமாக தோன்றினாலும், அதன் உள்ளடக்கம் மிகவும் ஆழமானது.

முதல் அறிஞர் எழுந்து, "அரசே! வாழ்க்கையில் மிகவும் மதிப்பு வாய்ந்தது உயிர்தான். உயிரில்லை என்றால் மனிதன் எதையும் அனுபவிக்க முடியாது. எல்லா அனுபவங்களுக்கும்

அடிப்படை உயிரே. எனவே உயிரே மிக உயர்ந்தது” என்று கூறினார்.

அதற்கு அடுத்ததாக இரண்டாவது அறிஞர் எழுந்து, “மன்னா! உயிர் இருந்தாலும் அறிவு இல்லையெனில் மனிதன் வாழ்வதற்கு அர்த்தமில்லை. அறிவே மனிதனை மற்ற உயிர்களிலிருந்துவேறுபடுத்துகிறது. அறிவே முன்னேற்றத்தின் காரணம். எனவே அறிவே மிக முக்கியமானது” என்றார்.

மூன்றாவது அறிஞர் எழுந்து, “அரசே! பொறுமை இல்லாமல் மனிதன் ஒரு கணம் கூட அமைதியாக வாழ முடியாது. எந்த சாதனையும் ஒரே நாளில் கிடைப்பதில்லை. எல்லாவற்றிற்கும் பொறுமை அடிப்படை. எனவே பொறுமையே மிக உயர்ந்தது” என்று கூறினார்.

நான்காவது அறிஞர் எழுந்து, “அரசே! இந்த உலகில் உள்ள அனைத்து உயிர்களும் சூரியனின் ஒளி மற்றும் ஆற்றலால் வாழ்கின்றன. சூரியன் இல்லையெனில் உயிரே இருக்காது. எனவே சூரியனே அனைத்திற்கும் அடிப்படை” என்று விளக்கினார்.

ஐந்தாவது அறிஞர் எழுந்து, “அரசே! வாழ்க்கையில் அன்பு இல்லையெனில், எதுவும் இருந்தாலும் அது வெறுமை-யாகிவிடும். அன்பே உறவுகளை உருவாக்குகிறது. அன்பே மனிதனை மனிதனாக்குகிறது. எனவே அன்பே மிக மதிப்பு வாய்ந்தது” என்று கூறினார்.

அனைவரும் தங்கள் கருத்துகளைப் பகிர்ந்த பிறகு, ஆறாவது அறிஞர் மெதுவாக எழுந்தார். அவர் அமைதியாக பேசத் தொடங்கினார்: “அரசே! இவர்கள் கூறிய அனைத்தும் உண்மையே. ஆனால் இவையனைத்தையும் விட மேலானது ஒன்று உள்ளது அது காலம்.”

அவர் தொடர்ந்தார்: "நமக்குக் காலம் இல்லையெனில், உயிர் இருந்தாலும் அதன் பயன் என்ன? அறிவை பயன்படுத்த எந்த நேரம் கிடைக்கும்? பொறுமையை கடைப் பிடிக்க அவகாசம் எது? சூரியனின் பலனை அனுபவிக்க எந்த வாய்ப்பு? அன்பை வெளிப்படுத்த எந்த நேரம்? எனவே இவையனைத்தையும் செயல்படுத்தும் அடிப்படை காலமே."

இந்த ஆழமான விளக்கத்தை கேட்ட அரசன் மிகவும் மகிழ்ந்தான். ஆறாவது அறிஞரின் கருத்து தான் உண்மைக்கு மிக அருகில் உள்ளது என்பதை உணர்ந்தான். அவரது அறிவை பாராட்டி, அவர் விரும்பிய அளவிற்கு பரிசுகளை வழங்கி கௌரவித்தான்.

இறைமக்களே, நாம் பொதுவாக "காலம் பொன்னாகும்" என்று சொல்வோம். ஆனால் உண்மையில் காலம் பொன்னை விட மதிப்புமிக்கது. இழந்த பொன்னை நாம் மீண்டும் சம்பாதிக்கலாம். ஆனால் இழந்த காலத்தை எவ்வளவு செல்வம் கொடுத்தாலும் திரும்பப் பெற முடியாது.

ஒரு கணம் கடந்துவிட்டால், அது என்றென்றைக்கும் கடந்த காலமாகி விடுகிறது. அதை மீண்டும் வாங்கவும் முடியாது; திருப்பியும் கொண்டு வர முடியாது. அதனால்தான் காலம் வாழ்க்கையின் மிக உயர்ந்த சொத்து என்று கூறப்படுகிறது.

நாம் பல நேரங்களில் காலத்தின் மதிப்பை உணராமல், அதை வீணாக்கி விடுகிறோம். தேவையற்ற பேச்சுகள், பயனற்ற செயல்கள், அர்த்தமில்லாத சிந்தனைகள் இவற்றில் நமது நேரத்தை செலவழிக்கிறோம். பின்னர் "நேரம் போய் விட்டது" என்று வருந்துகிறோம்.

ஆனால் உண்மையில், நேரம் போகவில்லை; நாம் தான் அதை சரியாக பயன்படுத்தவில்லை.

தேவன் நமக்குக் கொடுத்துள்ள ஆயுள் காலம் ஒரு பெரிய பரிசு. அந்த நேரத்தை நாம் எப்படிப் பயன்படுத்துகிறோம் என்பதே நமது வாழ்க்கையின் தரத்தை நிர்ணயிக்கிறது. ஒரு மனிதன் தனது நேரத்தை மதிக்கத் தொடங்கினால், அவன் வாழ்க்கையும் மதிப்புமிக்கதாக மாறும்.

ஒவ்வொரு நாளும் நமக்கு ஒரு புதிய வாய்ப்பு. அந்த நாளை அர்த்தமுள்ளதாக மாற்றுவது நமது பொறுப்பு. நாம் பேசும் வார்த்தைகளிலும், செய்யும் செயல்களிலும், செலவிடும் நேரத்திலும் கவனமாக இருக்க வேண்டும்.

இறைவேதம் இதை தெளிவாக அறிவுறுத்துகிறது: *“நாட்கள் பொல்லாதவைகளானதால் காலத்தைப் பிரயோஜனப் படுத்திக்கொள்ளுங்கள்.”* இந்த வசனம் நமக்கு ஒரு தெளிவான அழைப்பை அளிக்கிறது - நேரத்தை வீணாக்காமல், அதை நன்மைக்காக பயன்படுத்த வேண்டும்.

இறைமக்களே, நாம் நேரத்தை மதிக்கிறோமா? நாம் அதை பயனுள்ளதாக பயன்படுத்துகிறோமா? அல்லது அதை வீணாக்குகிறோமா? நாம் நம்மையே கேட்க வேண்டும்.

முடிவாக, நாம் நினைவில் கொள்ள வேண்டியது இதுதான்: காலத்தை மதிப்பவன் வாழ்க்கையை மதிப்பான். காலத்தை வீணாக்குபவன் வாழ்க்கையையே இழக்கிறான்.

ஆகையால்,
ஒவ்வொரு நொடியையும் மதித்து வாழுங்கள்;
ஒவ்வொரு நாளையும் அர்த்தமுள்ளதாக மாற்றுங்கள்;
தேவன் கொடுத்த நேரத்தை ஆசீர்வாதமாக்குங்கள்.

61

உண்ட வீட்டுக்கே இரண்டகம்

குறிப்பிட்ட ஒரு கழுதையும் ஒரு நரியும் நெருக்கமான நண்பர்களாக இருந்தனர். இருவரும் சேர்ந்து ஒரு ஒப்பந்தம் செய்தனர். அதாவது வாழ்நாள் முழுவதும் இருவரும் ஒற்று மையாக இருப்பதுடன், நம்மில் யாருக்கேனும் ஆபத்து வந்தால் இன்னொருவர் அவங்களை காப்பாற்ற முன்வர வேண்டும் என ஒப்பந்தம் போட்டனர்.

சில காலம் நன்றாக தான் இருந்தனர். ஒரு நாள் இருவரும் பேசிக்கொண்டே காட்டுப்பாதையில் நடந்து சென்றனர். அப்பொழுது எதிரே சற்று தூரத்தில் ஒரு சிங்கம் வருவதை இருவரும் கண்டு அதிர்ச்சியடைந்தனர். நரி தனக்கு ஆபத்து நெருங்கியிருப்பதை உணர்ந்து, தன்னை எப்படியாவது தற்காத்துக்கொள்ள வேண்டும் என தனது தந்திர யோசனையை கிளறிக்கொண்டிருந்தது.

தான் காப்பாற்றப்படுவதற்கு கழுதைய காட்டிக் கொடுத்தாவது தப்பித்துவிட நினைத்தது அந்த தந்திர நரி.

இதனால் நரி கழுதையிடம், "நண்பா.. நான் போய் அந்த சிங்கத்திடம் பேசுகிறேன். நீ கவலைப்படாதே.. நான் உன்னை எந்த நிலையிலும் காப்பாற்றுவேன்" என வாக்கு கொடுக்கவே, கழுதையும் நரி சொல்வதை அப்படியே நம்பியது.

நரி, தனியாக சிங்கத்தை சந்திக்க சென்றது. "சிங்க ராஜாவே. வணக்கம். இன்று உமக்காக நான் ஒரு கழுதையை உணவாகக் கொண்டு வந்திருக்கிறேன். அதைச் சாப்பிட்டு என்னை விட்டு விடுங்கள்" என்றது. சிங்கமும் சரி என தலையசைக்கவே, இங்கேயே இருங்கள் அக்கழுதையை அழைத்து வருகிறேன் என கழுதையை நோக்கி விரைந்தது.

நரி கழுதையிடம் வந்தது. "நண்பா.. உன்னைக் கொல்லாதிருக்கும்படி சிங்கத்திடம் கெஞ்சிக் கேட்டுக் கொண்டேன். அதுவும் சரியென்றது. மேலும் நரி அருகிலிருந்த பள்ளத்தை காண்பித்து, நீ உடனே இந்த பள்ளத்தில் குதித்து ஒளிந்து கொள். சிங்கம் உன்னை ஒன்றும் செய்யாது என்றது. கழுதையும் நரி நண்பன் சொல்வது உண்மை என நம்பி பள்ளத்தில் குதித்தது.

பின்னர் நரி சிங்கத்திடம் சென்று "சிங்க ராஜாவே, அதோ அந்த பள்ளத்தில் கழுதையை உமக்கு இரையாக இறக்கி வைத்திருக்கிறேன். நீங்கள் வந்து புசித்து மகிழுங்கள் என்றது அந்த தந்திர நரி.

சிங்கம் சற்றே நகர்ந்து யோசிக்கிறது. பள்ளத்தில் இருக்கும் கழுதை அவ்வளவு விரைவாக மேலே வரமுடியாது. எனவே இந்த நரியை முதலில் அடித்து உண்போம். பிறகு நிதானமாக கழுதையை அடித்து உண்ணலாம் என்று நினைத்த சிங்கம் எதிர்பாராத நேரத்தில் நரியை முதலில் அடித்துக் கொன்று தின்றது. நண்பனை நம்பவைத்து துரோகம் செய்த நரி முதல் பலி ஆயிற்று.

இறைமக்களே, கதை சொல்லும் கருத்தை உங்களால் உணர முடிகின்றதா? "கெடுவான் கேடு நினைப்பான்... நம்ப வைத்து துரோகம் செய்பவன் நாசமாவான்" என்றனர் முன்னோர்கள்.

இறைவேதத்தில் நம்பிக்கை துரோகம் என்பது கடுமையாக கண்டிக்கப்படும் ஒரு பாவச்செயலாகக் கூறப் படுகிறது. பல வசனங்களில் இது நேரடியாகவும், மறைமுக மாகவும் குறிப்பிடப்படுகிறது.

"துரோகியை நம்புவது உடைந்த பல்லுக்கும் மொழி புரண்ட காலுக்கும் சமானம்" (நீதி. 25:19) என்றும், "துரோகிகளை நான் கண்டபோது, எனக்கு அருவருப்பாயிருந்தது" (சங்.119: 158) என்றும் "துரோகிகள் பூமியில் இராதபடிக்கு நிர்மூலமாவார் கள்" (நீதி.2:22) என்றும் இறைவேதம் கூறுகிறது. இயேசுவின் சீடன் யூதாஸ் 30 வெள்ளிக் காசுகளுக்காக தனது குருவுக்கே துரோகம் செய்தது மிக முக்கியமான பைபிள் நிகழ்வாகும். “உண்ட வீட்டுக்கே இரண்டகம்” என்பது ஒரு தமிழ்ப் பழமொழி. இதில் ஒளிந்திருக்கும் அர்த்தம் மிகவும் ஆழமானது.

ஒருவரின் சொந்த வீடு, குடும்பம் அல்லது நெருங்கிய சுற்றத்திலும் நம்பிக்கைக்கே துரோகம் நடக்கலாம் என்ற உண்மையை இந்த பழமொழி தெரிவிக்கிறது. உணவளிக்கும், பாதுகாப்பளிக்கும் இடத்தில் கூட துரோகம், ஈர்ப்பு, இரட்டை முகம் காணப்படலாம் என்பது இந்தக்கூறின் வருத்தமிக்க உண்மை. கணவனுக்கு மனைவி உண்மையாக இல்லை, மனைவிக்கு கணவன் உண்மையாக இல்லை. பெற்றெடுத்த பிள்ளைகள் தாய் தகப்பனுக்கு நம்பிக்கை துரோகம் செய்வதும், பெற்றோர் பிள்ளைக்கு துரோகம் செய்யும் அவலநிலை சமூகத்தில் பெரும் குற்றமாக அரங்கேறி வருவதை அனுதின செய்திகளில் வாசிக்கிறோம்.

நம்மை உண்மையாக நம்புபவர்களின் நம்பிக்கைக்கு பாத்திரவான்களாக நாம் நடந்துகொள்ள வேண்டும். எந்த

நிலையிலும் உங்கள் மீது பிறர் வைத்திருக்கும் நம்பிக்கைக்கு துரோகம் இழைத்து விடாதிருங்கள்.

பைபிள் நம்பிக்கை துரோகம் செய்வதை கடுமையாக கண்டிக்கிறது. நம்பிக்கையுடன் வாழவும், உண்மையாய் நடக்கவும், விசுவாசத்தை காப்பதின் முக்கியத்துவத்தையும் பல இடங்களில் வலியுறுத்துகிறது. எனவே நம்முடைய வாழ்க்கையில் நம்பிக்கை பெறுவதை விட, அதை பாதுகாப்பதுதான் மிகவும் முக்கியம்.

62

உண்மை தெரியாமல் நியாயம் தீர்க்காதே!

ஒரு செல்வந்த முதலாளியின் வீட்டில் ஒருவர் காவலாளியாக வேலை பார்த்து வந்தார். முதலாளி தினமும் வீட்டுக்கு வரும் போது ஓடோடிச் சென்று வீதிக்கதவை திறந்து அவருக்கு வணக்கம் சொல்வது அவனது வழக்கம். ஆனாலும் ஒரு நாளேனும் அந்த முதலாளி பதில் கூறியதும் கிடையாது; காவலாளி முகத்தை ஏறெடுத்து பார்ப்பதும் கிடையாது.

ஒரு நாள் பசியோடிருந்த அந்தக் காவலாளி வீட்டுக்கு வெளியே உள்ள குப்பத்தொட்டியில் வீசப்பட்ட உணவுகள் ஏதும் இருந்தால் எடுத்து சாப்பிடுவோம் என குப்பத்தொட்டியை கிளரும் போது முதலாளி அதனைக் கண்டார். ஆனாலும் வழக்கம் போல எதையுமே கண்டுகொள்ளாமல் சென்று விட்டார்.

அடுத்த நாள் அதே இடத்தில் காவலாளி உணவைத் தேடும் போது புதிதாக தயாரிக்கப்பட்ட சுத்தமான உணவுகள் ஒரு பையினுள் காணப்பட்டது. காவலாளி சந்தோஷத்தில் எங்கிருந்து வந்தது என்றெல்லாம் பார்க்காமல் எடுத்துச் சென்றான்.

இவ்வாறே தினமும் அதே இடத்தில் ஒரு பையிருக்கும், அந்தப் பை நிறைய உணவுப்பொருட்கள் இருக்கும். அவனும் அதை தவறாமல் எடுத்து தன் மனைவி, குழந்தைகளுக்கு கொடுத்து வந்தான். இருந்தாலும் எந்த முட்டாள் இப்படி தினமும் பொருட்களை வாங்கி இங்கே விட்டுச்செல்கிறான் என மனதுக்குள் ஒரு நகைப்புடன் கூடிய கேள்வியும் இருக்கும்.

திடிரென ஒரு நாள் முதலாளி இறந்துவிட்டார். வீடு நிறைய முதலாளியின் உறவினர்களும், நண்பர்களும் வந்தனர். அன்று அதே இடத்தில் உணவுப்பொதியை தேடினான். உணவு இருக்கவில்லை. ஒருவேளை பார்க்க வந்தவர் யாரேனும் எடுத்திருக்க முடியும் என நினைத்து விட்டுவிட்டான். இரண்டாம் நாள் பார்க்கிறான், அந்த இடத்தில் உணவுப்பை இல்லை; மூன்றாம் நாள், நான்காம் நாள் என பார்க்கிறான். உணவுப்பை இருக்கவில்லை.

இப்படியே சென்றதால் அந்தக் காவலாளிக்கு தன் குடும்பத்துக்கு உணவளிக்க பெரும் சிரமமாய் போயிற்று. உடனே தனது முதலாளியம்மாவிடம் போய் சம்பளத்தை உயர்த்தவும் இல்லையாயின் வேலையை விட்டு விடுவதாகவும் கூறினான். அதற்கு முதலாளியம்மா மறுத்துவிட்டார்.

வேறு வழியில்லாமல் வீதியோரம் எடுக்கும் உணவுப்பை கதையையும், அது இல்லாததால் தன் குடும்பம் படும் அவஸ்தையையும் சொன்னான். உடனே முதலாளியம்மா கேட்டார்; எப்போதிலிருந்து உணவுப்பை இல்லாமல் போனதென்று. அதற்கு அவனும் முதலாளி இறந்த நாளிலிருந்து என சொன்னதும், முதலாளியம்மா ‘ஓ’ என அழத் தொடங்கி

னார். இதனைப் பார்த்து கவலையடைந்த காவலாளி சம்பள உயர்வு வேண்டாம், நான் இங்கேயே வேலை செய்கிறேன், அழுவதை நிறுத்துங்கள் என கூறினான்.

அதற்கு முதலாளியம்மா, நான் அதற்கு அழவில்லை. என் கணவர் தினமும் ஏழு பேருக்கு உணவளித்து வந்தார். அதில் ஆறு பேரை ஏற்கனவே இனம் கண்டுவிட்டேன். ஏழாம் நபரைத்தான் இத்தனை நாளாய் தேடிக்கொண்டிருந்தேன். ஏழாவது நபர் நீதான் என தெரிந்து கொண்டதும் சந்தோஷத்தில் அழுகிறேன் என்றாள்.

நான் தினமும் தவறாமல் வணக்கம் சொல்லியும் ஏறெடுத்தும் கூட பார்க்காத நம்ம முதலாளியா இப்படி நமக்கு உணவு தந்தார் என நம்பியும் நம்பாமலும் யோசித்தபடியே அவன் சென்றான்.

அடுத்த நாளிலிருந்து முதலாளியின் மகன் தினமும் காவலாளியின் வீடு தேடி வந்து உணவுப்பையை காவலாளியின் கையிலே கொடுத்துச் சென்றான். காவலாளி நன்றி சொல்லியும் முதலாளி மகன் அதற்கு பதில் சொல்லாமலே செல்வான், அவனது தந்தையைப் போல.

ஒரு நாள் இப்படித்தான் முதலாளியின் மகன் வீடு தேடிவந்து கையில் உணவுப்பையை கொடுக்கும்போது வழக்கம் போல நன்றி சொன்னான் காவலாளி. அதற்கு அங்கிருந்து எந்த பதிலும் இல்லை. பொறுமையை இழந்த காவலாளி மிகவும் உரத்த குரலில் நன்றி சொன்னான். திரும்பிப்பார்த்த அந்த சிறுவன் “எனக்கும் என் தந்தையைப் போல் காது இரண்டும் கேட்காது” என்று சொல்லிவிட்டு திரும்பிப்போனான்.

இறைமக்களே, நாமும் இவ்வாறு தான் அடுத்தவரது நிலைமைகள் புரியாது பார்த்த மாத்திரத்திலே அவர்களை தவறாக முடிவெடுத்துவிடுகிறோம். இந்தக் கதையிலிருந்து

இரண்டு விடயங்களை எடுத்துக்கொள்ளலாம். முதலாவது எதையும், யாரையும் பார்த்த உடனே நம்பி முடிவெடுக்கக் கூடாது.

இரண்டாவது நாம் சந்திக்கும் ஒவ்வொரு மனிதர்களும் வெவ்வேறு போராட்டக்களத்திலே வாழ்ந்து கொண்டிருக்கிறார் கள். எனவே, அடுத்தவரது நடவடிக்கைகளுக்கு பின்னால் ஒளிந்துள்ள உண்மைத்தன்மையை அறிய முயல்வது மிக அவசியமானது.

"ஆகையால், மற்றவர்களைக் குற்றவாளியாகத் தீர்க்கிறவனே, நீ யாரானாலும் சரி, போக்குச்சொல்ல உனக்கு இடமில்லை; நீ குற்றமாகத் தீர்க்கிறவைகள் எவைகளோ, அவைகளை நீயே செய்கிறபடியால், நீ மற்றவர்களைக் குறித்துச் சொல்லுகிற தீர்ப்பினாலே உன்னைத்தானே குற்ற வாளியாகத்தீர்க்கிறாய். இப்படிப்பட்டவைகளைச் செய்கிற வர்களுக்குத் தேவனுடைய நியாயத்தீர்ப்பு சத்தியத்தின்படியே இருக்கிறதென்று அறிந்திருக்கிறோம்" (ரோமர் 2:1, 2).

63

மிகச் சிறந்த குணம்

ஒரு ஊரில் மன்னர் ஒருவர் வாழ்ந்து வந்தார். அவருக்கு வேட்டையாடுவதில் அதிக இன்பம். அவர் தமது ஆயுதங்களுடன் காட்டில் கொடிய மிருகங்களை வேட்டையாடி விட்டு நகருக்கு எல்லையில் உள்ள கோயில் மரத்தின் நிழலில் சிறிது நேரம் ஓய்வாக உறங்கிக் கொண்டிருந்தார்.

திடீரென்று எங்கிருந்தோ ஒரு கல் வந்து மன்னரை காயப்படுத்தி, அவர் தூக்கத்தை கலைத்தது. சுற்றி இருந்த காவலர்கள் நாலா பக்கமும் சென்று, ஒரு நடுத்தர வயது பெண்ணை பிடித்து, அழைத்து வந்து மன்னர் முன் நிறுத்தினார்கள்.

மன்னர் அந்த பெண்மணியை பார்த்து, "ஏனம்மா என் மீது கல்லை எறிந்தாய்? அது என் தூக்கத்தை கலைத்ததுடன் என்னையும் காயப்படுத்தி விட்டது" என்றார். அதற்கு அந்த பெண் அரசரை பார்த்து, "மன்னர் பெருமகனே, நான் காட்டில் விறகு வெட்டியும், அவைகளை பொறுக்கியும், நாட்டில்

விலைக்கு விற்று அதில் கிடைக்கும் வருமானத்தில் என் குழந்தைகளுக்கு உணவு அளிக்கிறேன்.

வரும் வழியில் மரத்தில் பழங்கள் இருப்பதை பார்த்தேன். என் குழந்தைகளின் நினைவு வந்தது. பிள்ளைகளின் பசியை போக்குவது பெற்றவள் கடமை அல்லவா? அந்த பழங்களை பறிப்பதற்காக ஒரு கல்லை எடுத்து மரத்தில் எறிந்தேன். தாங்கள் மர நிழலில் உறங்கிக் கொண்டிருந்தது தூரத்தில் இருந்து எனக்கு தெரியவில்லை.

நான் எறிந்த அந்த கல்லானது உங்கள் மீது பட்டு உங்கள் தூக்கத்தை கலைத்ததுடன், உங்களையும் காயப் படுத்தி விட்டது. இந்த தவறுக்கு நான் தான் காரணம் தயவு செய்து என்னை மன்னித்து விடுங்கள்" என்று வேண்டி நின்றாள். மன்னர் அந்த பெண்மணியை பார்த்து, "பெண்ணே, நீ செய்த தவறுக்கு மன்னிப்பு கேட்கின்றாய். அது உன் சிறந்த பண்பு. உன்னை மன்னித்து விட்டேன்", என்று கூறியதோட அப்பெண்ணுக்கு இரண்டு பசுக்களையும், கை செலவுக்கு பணத்தையும் கொடுக்க ஆணையிட்டார்.

சுற்றி இருந்த காவலர்கள் மன்னரை நோக்கி, "அரசே, தங்களை கல்லால் அடித்தவளை மன்னித்ததுடன் அவளுக்கு பரிசும் தருகிறீர்கள் இச்செயல் எங்களுக்கு வியப்பு அளிக்கிறது" என்றனர். காவலர்களை பார்த்து மன்னர், "காவலர்களே, அறிவற்ற மரம் கல்லால் அடித்தால் பழம் தருகிறது. அவ்வாறு இருக்க அறிவுள்ள நாம் எப்படி நடந்து கொள்ள வேண்டும்?. மேலும் அவள் வேண்டுமென்று என்னை கல்லால் அடிக்க வில்லை. அவள் தன் பிள்ளைகளின் பசியை போக்கவே மரத்தின் மீது கல் எறிந்தாள். அது தாயாகிய அவள் கடமை அல்லவா?. அவள் அவளுடைய பிள்ளைகளின் நலனை சிந்திக்கும் போது, நான் என் குடிமக்களின் நலன் கருதியே அவளுக்கு பரிசு வழங்கினேன்" என்றார். காவலர்கள் மன்னரின் விளக்கம் கேட்டு பெரு மகிழ்ச்சி அடைந்தனர்.

இறைமக்களே, செய்த தவறுக்கு மனம் வருந்தி மன்னிப்பு கேட்பது மிகச் சிறந்த குணமாகும். இக்காலத்தில் சிலர் செய்வதையெல்லாம் செய்து விட்டு "தெரியாமல் செய்து விட்டேன் என்னை மன்னித்துக் கொள்ளுங்கள்" என உதட் டளவில் சொல்லிவிட்டு போவதையும், "இதிலென்ன தவறு இருக்கிறது? யாரும் செய்யாததையா நான் செய்து விட்டேன்" என தங்கள் தவறினை நியாயப்படுத்துவோரும் பெருகி விட்டனர்.

மனித வாழ்வில் தவறுகள் நிகழ்வது இயல்பே. ஒவ்வொருவரும் ஒரு நேரத்தில் ஏதோ ஒரு தவறு செய்கிறோம். ஆனால் அந்த தவறை உணர்ந்து, மனப்பூர்வமாக மன்னிப்பு கேட்பது, மிக உயர்ந்த மனிதத்துவ குணமாகும். மன்னிப்பு கேட்பதும் மன்னிப்பதும் மனஅமைதியை தருவதுடன் உறவுகளையும் பாதுகாக்கச் செய்கிறது.

"ஆகையால் நீ பலிபீடத்துக்கு உன் காணிக்கையை கொண்டு வரும்போது, உன் சகோதரனுக்கு உன்மேல் ஏதாவது குறை உண்டு என்று அங்கே நினைவுக்கு வந்தால், உன் காணிக்கையை அங்கேயே பலிபீடத்தின் முன் விட்டுவிட்டு, போய்ச் சகோதரனோடு முன்னதாக சமாதானம் செய்து, பின்பு வந்து உன் காணிக்கையை அர்ப்பணி" (மத்தேயு 5:23, 24)

என்று இறைவேதம் கூறுகிறது. இந்த வசனங்கள், மன முறிவுடனும் சமாதானமில்லாத மனநிலையுடனும் தேவனை சேவிக்க முடியாது என்பதையும், மனித உறவில் சமாதானம் என்பது இறைவேண்டுதலில் மிக முக்கியமானது என்பதையும் வலியுறுத்துகின்றன. எனவே மன்னிப்பு கேட்பதோ, அல்லது மன்னிப்பதோ உதட்டளவில் இல்லாமல் உள்ளார்ந்த மனதுடன் செய்து இறைவனை தேடுவோம்.

64

வேலி அடைத்து காத்துக்கொள்

ஒரு கிராமத்தில் இரண்டு விவசாய நண்பர்கள் வாழ்ந்து வந்தனர். அவர்களிடம் நீண்ட நாட்களாகப் பயிரிடப் படாமல் இருந்த ஒரு தரிசு நிலம் இருந்தது. அந்த ஆண்டில் நல்ல மழை பெய்ததால், அந்த நிலத்தில் ஏதாவது பயிரிட்டால் நல்ல விளைச்சல் கிடைக்கும் என அவர்கள் எண்ணினர். ஆலோசித்த பின் தக்காளி பயிரிட முடிவு செய்து மறுநாளே உற்சாகமாக வேலையைத் தொடங்கினர். நிலத்தை தயார் செய்து விதைகளை விதைத்தனர். சில நாட்களில் செடிகள் முளைத்து வளரத் தொடங்கின.

அப்போது முதல் விவசாயி தனது தோட்டத்தை மிகுந்த கவனத்துடன் பராமரிக்கத் தொடங்கினான். தோட்டத்தைச் சுற்றி வலுவான வேலியைக் கட்டினான். அவ்வப்போது வந்து களைகளை பிடுங்கி அகற்றினான். தினமும் சரியான நேரத்தில் நீர் பாய்ச்சினான். அவன் உழைப்பும் பொறுப்பும் அந்த தோட்டத்தில் தெளிவாக வெளிப்பட்டது.

ஆனால் இரண்டாவது விவசாயி இவற்றைக் கண்டு கிண்டலாகப் பேசினான். "இதற்கெல்லாம் இவ்வளவு சிரமம் வேண்டுமா? வேலி போட வேண்டுமா? களை பிடுங்க வேண்டுமா? தண்ணீர் ஊற்றினால் போதுமே!" என்று அவன் அடிக்கடி முதல் விவசாயியை ஏளனப்படுத்தினான். அவன் தனது தோட்டத்தை குறைந்த கவனத்தோடு வைத்திருந்தான்.

காலம் கடந்தது. இரண்டு தோட்டங்களிலும் தக்காளி செடிகள் நன்றாக வளர்ந்து காய்த்து குலுங்கின. தினமும் மாலை இருவரும் தோட்டங்களைப் பார்வையிட்டனர். அப்போது இரண்டாவது விவசாயி பெருமையாக, "பார்! நான் வேலி போடவில்லை, களை பிடுங்கவில்லை. ஆனாலும் என்னுடைய தோட்டமும் உன்னுடையதைப் போலவே காய்த்திருக்கிறது. நீ செய்த உழைப்பு வீணானது" என்று மீண்டும் ஏளனம் செய்தான்.

ஒருநாள் அவர்கள் ஆலோசித்து, "இப்போது காய்கள் முழுவதும் முற்றிவிட்டன. நாளை அதிகாலையில் வந்து பறித்து சந்தைக்கு கொண்டு போவோம்" என்று முடிவு செய்தனர். மறுநாள் அதிகாலையில் சாக்குகளுடன் தோட்டத்திற்கு வந்த போது, அவர்களை ஒரு அதிர்ச்சியான காட்சி எதிர்கொண்டது. வேலி இல்லாத இரண்டாவது விவசாயியின் தோட்டம் முழுவதும் சிதைந்திருந்தது. அதில் இருந்த அனைத்து தக்காளிகளும் யாரோ வந்து பறித்து கொண்டு போயிருந்தனர். தோட்டம் அலங்கோலமாக கிடந்தது.

நெடுநாளாக அந்த தோட்டத்தை யாரோ கவனித்து, சரியான நேரத்தில் வந்து அனைத்தையும் எடுத்துச்சென்றிருந்தனர். வேலி இல்லாததால் எந்த தடையும் இல்லாமல் அவர்கள் தங்கள் காரியத்தைச் செய்துவிட்டனர். இதைக் கண்ட இரண்டாவது விவசாயி மிகுந்த துக்கமடைந்தான். தன் அலட்சியத்தின் விளைவாக இழந்ததை உணர்ந்து மன வேதனையுடன் அங்கிருந்து திரும்பினான்.

இறைமக்களே, இந்தச் சம்பவம் நமக்கு ஒரு ஆழமான ஆன்மீக உண்மையை உணர்த்துகிறது. இறைவேதம், *"எல்லாக் காவலோடும் உன் இருதயத்தைக் காத்துக்கொள்; அதனிடத்தினின்று ஜீவஊற்று புறப்படும்" (நீதிமொழிகள் 4:23)* என்று கூறுகிறது. நம் இருதயத்தை காக்க வேண்டியது மிக முக்கியமானது. தேவனுடைய வார்த்தைகளை நம் உள்ளத்தில் பதித்து வைத்திருக்க வேண்டும். சோதனைகள் வரும் போது அவற்றை பயன்படுத்தி நம்மை காத்துக் கொள்ள வேண்டும்.

இயேசு கிறிஸ்து கூட பிசாசின் சோதனைகளை எதிர் கொண்டபோது, தனது வல்லமையால் அல்ல, தேவனுடைய வார்த்தைகளால் அதை வென்றார். "மனுஷன் அப்பத்தினாலே மாத்திரமல்ல, தேவனுடைய வாயிலிருந்து புறப்படும் ஒவ்வொரு வார்த்தையினாலும் பிழைப்பான்" என்று சொல்லி சோதனையை ஜெயித்தார். இதுவே நமக்கும் ஒரு முன்னுதாரணம்.

நல்ல அறுவடையைப் பாதுகாக்க வேலி அவசியமானது போல, நமது வாழ்க்கையையும் காக்க ஆன்மீக வேலி அவசியமாகிறது. நமது சிந்தனை, கண்கள், காதுகள், வார்த்தைகள், செயல்கள் இவற்றையெல்லாம் கட்டுப்பாட்டுடன் காக்க வேண்டும். கட்டுப்பாடின்றி விடப்பட்ட மனம் எளிதில் சோதனைகளுக்கு இரையாகிவிடும்.

ஆகையால், தேவனுடைய வசனம் என்னும் வேலியினால் நம்மை பாதுகாப்போம். நமது வாழ்க்கையை பரிசுத்தமாக வைத்துக் கொள்வோம். அப்போது நம்முடைய வாழ்க்கை பலருக்கும் சாட்சியாக மாறும். தேவன் நம்மை உயர்த்துவார். அவரை பின்பற்றி தீமையிலிருந்து விலகி வாழும் நமக்கு, முடிவு நிச்சயமாக ஜீவ ஊற்றைப்போல ஆசீர்வாதமாக இருக்கும்.

65

நிராகரிப்பின் மறுபக்கம்

வாழ்க்கையில் நாம் பல நேரங்களில் நிராகரிப்பைச் சந்திக்க நேரிடுகிறது. ஒருவரின் "இல்லை" என்ற ஒரு வார்த்தை கூட சில சமயங்களில் நம்மை மனதளவில் அதிர்ச்சியடையச் செய்யலாம். குறிப்பாக காதல், வேலை, நட்பு போன்ற முக்கியமான உறவுகள் மற்றும் வாய்ப்புகளில் ஏற்படும் நிராகரிப்புகள், உள்ளத்தை ஆழமாகப் புண்படுத்தக்கூடியவை. அந்த வலி சில நேரங்களில் நம்முடைய மதிப்பையே சந்தேகிக்கச் செய்கிறது. ஆனால், ஒவ்வொரு நிராகரிப்பிற்குப் பின்னாலும் ஒரு ஆழமான உண்மை மறைந்திருக்கிறது என்பதை நாம் உணர வேண்டும்.

ஒரு துணிக்கடையில் அடுக்கி வைக்கப்பட்டிருக்கும் நூற்றுக்கணக்கான ஆடைகளில், சிலவற்றே நம் கவனத்தை ஈர்க்கின்றன. மற்ற ஆடைகள் அழகாக இருந்தாலும், அவை நமக்கானதாக இருக்காது. அவை யாரோ மற்றொருவருக்காகத் தான் உருவாக்கப்பட்டவை. இதுபோலத்தான் வாழ்க்கையும். யாரோ ஒருவர் உங்களை நிராகரிக்கிறார் என்றால், அது

நீங்கள் குறைவானவர் என்பதற்கான அடையாளமல்ல; மாறாக, நீங்கள் அவர்களுக்கு பொருத்தமானவர் அல்ல என்பதற்கான ஒரு எளிய உண்மை மட்டுமே.

அந்த நிராகரிப்பை ஒரு தோல்வியாகக் கருதாமல், ஒரு புதிய தொடக்கத்தின் வாய்ப்பாகக் காண வேண்டும். ஒதுக்கப்பட்ட ஒரு துணி யாருக்கோ சரியாக பொருந்துவது போல, உங்களையும் முழுமையாக ஏற்றுக்கொள்ளும் ஒருவர் இந்த உலகத்தில் இருக்கிறார். உங்கள் தனித்துவத்தையும் திறமைகளையும் மதிக்கத் தெரியாதவர்களுக்காக துக்கப்பட வேண்டியதில்லை. உங்கள் மதிப்பு, பிறர் ஏற்றுக்கொள்ளும் அளவினால் நிர்ணயிக்கப்படுவதில்லை.

நீங்கள் உங்கள் மீது நம்பிக்கை வையுங்கள். உங்கள் இலக்குகளை நோக்கி தொடர்ந்து முன்னேறுங்கள். வாழ்க்கையின் பாதையில் சில கதவுகள் மூடப்படுவது, மற்ற சிறந்த கதவுகள் திறக்கப்படுவதற்கான முன்னோட்டமாக இருக்கலாம். ஒரு நாள், உங்களை முழு மனதுடன் ஏற்றுக் கொள்ளும் நபரோ அல்லது உங்களுக்கு உரிய வாய்ப்போ உங்களைத் தேடி வரும். எனவே நிராகரிப்புகளை தடைகளாக அல்ல, வழி காட்டும் அடையாளங்களாகப் பார்க்கக் கற்றுக் கொள்ளுங்கள்.

இறைமக்களே, நிராகரிப்பின் வலியை மிகவும் ஆழமாக அனுபவித்தவர் இயேசு கிறிஸ்து தான். இறைவேதம், *"இயேசு தம்முடையவரிடத்தில் வந்தார்; ஆனால் அவருடையவர்கள் அவரை ஏற்கவில்லை" (யோவான் 1:11)* என்று கூறுகிறது. உலகத்தை நேசித்தவரையே உலகம் நிராகரித்தது. ஆகையால் உங்கள் ஏமாற்றங்களையும், அவமானங்களையும், தோல்விகளையும் நீங்கள் சொல்லுவதற்குமுன்பே, அவற்றின் பாரத்தை இயேசு அறிந்திருக்கிறார்.

சில நேரங்களில் உங்கள் வாழ்க்கைப் பயணத்தில் உங்களுடன் இருந்தவர்கள், சோதனைக் காலத்தில் உங்களை மறந்துவிடலாம். சிலர் மறந்தது போல நடிக்கவும் கூடலாம்.

ஆனால் அதற்காக மனம் உடைய வேண்டாம். இறைவன் கொடுத்த வாக்குறுதி உறுதியானது:

> *"நீ உயிரோடிருக்கும் நாளெல்லாம் ஒருவனும் உனக்கு முன்பாக எதிர்த்து நிற்பதில்லை நான் உன்னைவிட்டு விலகுவதுமில்லை, உன்னைக் கைவிடுவதுமில்லை" (யோசுவா 1:5).*

மனிதர்கள் தங்கள் வாக்குறுதிகளை மறந்துவிடலாம். ஆனால் நேற்றும் இன்றும் என்றும் மாறாத இறைவன் இயேசு, உங்களை ஒருபோதும் மறப்பதில்லை; உங்களை விட்டுப் பிரிவதுமில்லை. ஆகையால் நிராகரிப்பின் மறுபக்கத்தில் இறைவனின் அன்பை காண கற்றுக்கொள்ளுங்கள். இன்று நீங்கள் நிராகரிக்கப்பட்ட இடத்திலேயே, ஒருநாள் நீங்கள் மதிக்கப்படும் நிலைக்கு உயர்த்தப்படுவீர்கள்.

நினைவில் கொள்ளுங்கள் வலி என்பது வீழ்ச்சிக்கான காரணம் அல்ல; அது வலிமைக்கு வழிவகுக்கும் ஒரு பயிற்சி. காயப்படுத்தும் அனுபவங்களே, நம்மை உறுதியானவர்களாக மாற்றுகின்றன. ஆகவே தளராதீர்கள். உங்கள் பயணத்தை தொடருங்கள். தேவன் உங்களை சரியான நேரத்தில் சரியான இடத்தில் நிலைநிறுத்துவார்.

66

வார்த்தையின் ஞானம்

ஒரு காட்டில் ஒரு சிங்கம் வாழ்ந்து வந்தது. ஒருநாள் அது ஒரு ஆட்டை அழைத்து, "என் வாய் நாற்றமடிக்கிறதா என்று பார்த்துச் சொல்" என்று கேட்டது. ஆடு தயக்கமின்றி சிங்கத்தின் வாயை முகர்ந்து பார்த்து, "ஆமாம், நாற்றமடிக்கிறது" என்று நேர்மையாகப் பதிலளித்தது. உடனே சிங்கம் கோபமடைந்து, "முட்டாளே! உனக்கு எவ்வளவு திமிர்!" என்று சொல்லி அதன்மேல் பாய்ந்து அதை கொன்று விட்டது.

அதற்குப் பிறகு சிங்கம் ஒரு ஓநாயை அழைத்து அதே கேள்வியை கேட்டது. ஓநாய் சிங்கத்தின் வாயை முகர்ந்து பார்த்துவிட்டு, "எந்த நாற்றமும் இல்லை" என்று பொய்யாகச் சொன்னது. உடனே சிங்கம், "மூடனே! பொய்யாகப் பேசுகிறாயா?" என்று கூறி அதையும் கொன்று விட்டது.

பின்னர் சிங்கம் ஒரு நரியை அழைத்து அதே கேள்வியை கேட்டது. நரி சற்று யோசித்து, "அரசே, கடந்த சில நாட்களாக எனக்கு கடுமையான ஜலதோஷம். அதனால் எனக்கு எந்த

வாசனையும் உணர முடியவில்லை” என்று சாமர்த்தியமாகப் பதிலளித்தது. நரியின் புத்திசாலித்தனமான பதிலை கேட்ட சிங்கம் அதை விட்டுவிட்டது. ஆபத்தான சூழ்நிலையை நன்கு உணர்ந்து, சரியான முறையில் பதிலளித்ததால் நரி தனது உயிரை காப்பாற்றிக் கொண்டது.

இறைமக்களே, இந்தச் சம்பவம் நமக்கு ஒரு முக்கியமான வாழ்க்கைப் பாடத்தை கற்பிக்கிறது. எந்த நேரத்தில், எந்த நபரிடம், எதைப் பேசுகிறோம் என்பது மிகவும் முக்கியமானது. ஒரே வார்த்தை வெவ்வேறு சூழ்நிலைகளில் வெவ்வேறு பொருள்களைக் கொடுக்கக் கூடும். இன்று நல்ல பொருளில் புரிந்துகொள்ளப்படும் ஒரு சொல், நாளை வேறொரு சூழ்நிலையில் தவறாகப் புரிந்துகொள்ளப்படலாம்.

எனவே நாம் பேசுவது என்ன என்பதைக் கவனிப்பதோடு மட்டுமல்லாமல், யாரிடம் பேசுகிறோம், எந்த சூழ்நிலையில் பேசுகிறோம் என்பதையும் கவனமாக ஆராய வேண்டும். நம் முன்னோர்கள், “ஒரு சொல் கொல்லும், இன்னொரு சொல் வெல்லும்” என்று சொல்லியிருக்கிறார்கள். அதோடு, “ஆழம் தெரியாமல் காலை விடாதே” என்றும் எச்சரித்துள்ளனர். சூழ்நிலையை அறியாமல் வார்த்தைகளை வெளிப்படுத்துவது பல நேரங்களில் ஆபத்தான விளைவுகளை ஏற்படுத்தும்.

இயேசு கிறிஸ்துவின் வாழ்க்கையிலும் இதே ஞானத்தை நாம் காண முடிகிறது. உண்மையான மனதுடன் வந்தவர் களுக்கு அவர் தெளிவான பதில்களை அளித்தார். சிலரிடம் அவர் அமைதியாக இருந்தார். இன்னும் சிலருக்கு, அவர்களிடமிருந்தே பதிலை வெளிப்படுத்தச் செய்தார். சில சமயங்களில் கேள்விக்கே கேள்வியால் பதிலளித்து, கேட்பவரையே சிந்திக்க வைத்தார். இதன் மூலம், எந்த சூழ்நிலையில் எப்படி பேச வேண்டும் என்பதற்கான சிறந்த முன்னுதாரணத்தை அவர் நமக்குக் காட்டியுள்ளார்.

ஆகையால், எல்லா இடங்களிலும் பேச வேண்டியதில்லை. எல்லோரிடமும் பேச வேண்டியதில்லை. சரியான நேரத்திலும், சரியான நபரிடமும், சரியான வார்த்தையைப் பேசும் ஞானத்தை நாம் வளர்த்துக்கொள்ள வேண்டும்.

இறைவேதம் இதனை வலியுறுத்துகிறது: *"ஆடுகளை ஓநாய்களுக்குள்ளே அனுப்புகிறதுபோல, இதோ, நான் உங்களை அனுப்புகிறேன்; ஆகையால், சர்ப்பங்களைப்போல வினாவுள்ளவர்களும், புறாக்களைப்போலக் கபடமற்றவர்களுமாய் இருங்கள். மனுஷரைக்குறித்து எச்சரிக்கையாயிருங்கள்" (மத்தேயு 10:16,17).*

இந்த வசனங்கள் நம் இதயத்தில் ஆழமாக பதிய வேண்டும். வெளியில் காணப்படும் எல்லாமே உண்மையல்ல. எல்லோரும் நல்லவர்களாக இருக்கவேண்டும் என்ற அவசியமில்லை. எனவே எவரிடமும் எல்லாவற்றையும் பகிர்ந்து பேசுவதில் எச்சரிக்கையாக இருக்க வேண்டும்.

மதிப்புள்ள வார்த்தைகள் முத்துக்களைப் போன்றவை. அவற்றை யாரிடமும் எளிதாகச் சிதறவிடக் கூடாது. ஞானத்தோடும், நிதானத்தோடும், சூழ்நிலையை உணர்ந்து பேசுவோம். அப்பொழுது நம்முடைய வார்த்தைகள் நம்மை பாதுகாப்பதோடு, மற்றவர்களையும் ஆசீர்வதிக்கும்.

67

மனக்காயங்களின் மறுபக்கம்

முதுகில் குத்தப்பட்ட முதல் கத்தியை பிடுங்கிப் பார்த்தேன். அதில் "நட்பு" என்ற பெயரில் நாடகமாடியவர்களின் பெயர்கள் பொறிக்கப்பட்டிருந்தது. இதனை நான் ஓரளவு முன்கூட்டியே உணர்ந்திருந்தேன். ஆகையால் அந்த வலியை அமைதியாக ஏற்றுக்கொண்டு, மனதை சற்றே அடக்கிக் கொண்டேன்.

இரண்டாவது கத்தியை பிடுங்கிப் பார்த்தேன். ஆபத்திலும் அவசரத்திலும் நான் உதவி செய்தவர்களின் பெயர்கள் அதில் தெளிவாக எழுதப்பட்டிருந்தது. இது எனக்கு முற்றிலும் எதிர்பாராத அதிர்ச்சியாக இருந்தது. இருப்பினும் என் இதயத் துடிப்பை கட்டுப்படுத்தி, என் உணர்ச்சிகளை சமநிலைப்படுத்த முயன்றேன்.

மூன்றாவது கத்தியை பிடுங்கிப் பார்த்தேன். நான் உயர்த்தி வைத்தவர்களும், நேசித்து மதித்தவர்களும் சிரித்த முகத்தோடு என்னை நோக்கிக் கொண்டிருந்தனர். அந்தக் காட்சி

என் உள்ளத்தை நொறுக்கிவிட்டது. இதயம் உடைந்ததுபோல ஒரு ஆழ்ந்த வலி என்னுள் எழுந்தது.

இறைமக்களே, வாழ்க்கையில் நம்மை காயப்படுத்தும் இத்தகைய மூன்று வகையான அனுபவங்கள் நிச்சயமாக வரும். நட்பின் பெயரில் வரும் துரோகம், நம் நன்மையை மறக்கும் மனிதர்கள், நாம் உயர்த்தியவர்களிடமிருந்து வரும் ஏமாற்றம் இவையனைத்தும் மனதை ஆழமாக காயப்படுத்தக் கூடியவை. ஆகையால் இத்தகைய மனக்காயங்களைப் பற்றி விழிப்புணர்வும் எச்சரிக்கையும் நமக்குத் தேவை.

சொல்லாலும் செயலாலும் காயப்படுத்தப்பட்டவர்கள், தங்கள் மனக்காயங்களை மறைத்து வைக்காமல் அதை உணர்ந்து கொள்ள வேண்டும். அந்த காயங்களுக்கு காரணமான சூழ்நிலைகளையும், அதன் விளைவுகளையும் புரிந்து கொள்ள வேண்டும். அதிலிருந்து வெளியேறுவதற்கான வழிகளைத் தேட வேண்டும். தேவனுடைய உதவியோடும், இறைவேதத்தின் ஆலோசனைகளோடும் அந்த மனக் காயங்களைச் சுகப்படுத்திக் கொள்ளுதல் அவசியமாகிறது.

பலரால் ஏமாற்றப்பட்டும், புறக்கணிக்கப்பட்டும், அவமானப் படுத்தப்பட்டும், துரோகம் அனுபவித்தும், இழப்புகளாலும் தோல்விகளாலும் மனம் உடைந்திருக்கும் இறைமக்களே, இறைவேதம் நமக்கு ஒரு ஆறுதலான வாக்குறுதியைக் கொடுக்கிறது: *"நான் உனக்கு ஆரோக்கியம் வரப்பண்ணி, உன் காயங்களை ஆற்றுவேன் என்று கர்த்தர் சொல்லுகிறார்" (எரேமியா 30:17).*

இயேசு கிறிஸ்துவின் வாழ்க்கை இதற்கு மிகப் பெரிய எடுத்துக்காட்டாகும். அவரோடு நெருக்கமாக இருந்த பன்னிரண்டு சீடர்களில் சீமோன் பேதுருவும் யூதாஸ் காரியோத்தும் முக்கியமானவர்கள். அவர்கள் இயேசு செய்த அற்புதங்களைக் கண்ணாற கண்டவர்கள். அவரோடு உணவு உண்டவர்கள். ஆனால் ஒரு தருணத்தில், யூதாஸ் தனது

சுயலாபத்திற்காக இயேசுவைத் துரோகம் செய்தான். பேதுரு பயந்த காரணத்தால் அவரை மறுத்தான்.

ஆனால் அந்த தருணங்களில் இயேசுவின் மனப்பாங்கை கவனித்துப் பாருங்கள். தன்னை விற்றுக் கொடுத்த யூதாஸை அவர் "சிநேகிதனே" என்று அழைத்தார். தன்னை மறுத்த பேதுரு மனந்திரும்பி வந்தபோது, அவரை நிராகரிக்காமல் மீண்டும் ஏற்றுக்கொண்டார். இது தான் ஒரு பக்குவமான மனத்தின் அடையாளம்.

வாழ்க்கை சாலையைப் போன்றது, அதில் பள்ளமும் மேடும் இருக்கும். அதுபோலவே நம் வாழ்க்கையிலும் உயர்வும் தாழ்வும், சந்தோஷமும் துக்கமும் மாறிமாறி வரும். இந்த எல்லா சூழ்நிலைகளிலும் நமது மனதை சமநிலையுடன் கையாள கற்றுக்கொள்ள வேண்டும்.

ஆகையால் இறைமக்களே, மனக்காயங்களை மனதில் வைத்துக்கொண்டு துன்பத்தில் மூழ்காதீர்கள். அவற்றை தேவனிடம் ஒப்படையுங்கள். அவர் மட்டுமே காயங்களை ஆற்றக்கூடியவர். விழிப்புணர்வோடும், ஆன்மீக ஞானத்தோடும், சமநிலையான மனநிலையோடும் வாழ்க்கையை முன்னெடுத்து செல்லுங்கள். அப்போது காயங்கள் கூட உங்களை பலப்படுத்தும் அனுபவங்களாக மாறும்.

68

பக்கத்தில் இருப்பது யார்?

ஒரு நாள் நள்ளிரவில் தேசிய நெடுஞ்சாலையில் நண்பர்களுடன் வாடகை காரில் பயணம் செய்து கொண்டிருந்தோம். காரில் ஓட்டுநர் இருக்கைக்கு பக்கத்து இருக்கையில் உட்கார்ந்திருந்த நண்பர் குறட்டை விட்டு தூங்க ஆரம்பித்தார்.

திடீரென காரை நிறுத்திய ஓட்டுநர், தூங்கிக் கொண்டிருந்த என் நண்பரை எழுப்பி கொஞ்சம் பின்னால் சென்று அமருங்கள், நீங்கள் தூங்கி வழிவதை பார்த்தால் எனக்கும் தூக்கம் வருகிறது என்றவுடன் நண்பர் முனகிக்கொண்டு பின் இருக்கையில் வந்து அமர்ந்து மீண்டும் தூங்க ஆரம்பித்தார்.

நான் தூக்கம் வராமல் ஓட்டுநர் சொன்னதையே யோசித்துக்கொண்டிருந்தேன். எவ்வளவு பெரிய தத்துவத்தை எளிதாக சொல்லிவிட்டு தன் பணியை தொடர்ந்து

கொண்டிருக்கிறார் இந்த ஓட்டுநர். ஆம் அவர் சொன்னது மிக பெரிய விஷயம் தான்.

நம் குணம், சிந்தனை, செயல் போன்றவை பல நேரங்களில் நம்மை சுற்றி இருப்பவர்களை பொறுத்தே அமைகிறது. தேனீக்கள் போல நாள் முழுவதும் சுறுசுறுப்பாக சுற்றி சுழன்று கொண்டிருக்கும் நண்பர் பக்கத்தில் இருக்கும் போது, நம்மை அறியாமலே நம் உடலில் சுறுசுறுப்பு தொற்றிக்கொள்கிறது. உருப்படியாக ஒரு வேலையும் செய்யாமல், என்ன செய்து என்ன ஆகிவிட போகிறது என சதா புலம்பிக் கொண்டு வீணாக பொழுதை கழித்துக் கொண்டிருப்பவர் பக்கத்தில் இருக்கும் போது, நாமும் சோம்பேறியாக இருக்க ஆசைப்படுகிறோம்.

இந்த காரணத்திற்காக தான் வாகனம் ஓட்டும் போது தூங்குபவர்களை பக்கத்தில் வைத்துக்கொள்ள ஓட்டுனர்கள் விரும்புவதில்லை.

ஒரு குறுநாடகத்தில், கதாநாயகன் தான் தொழில் செய்யும் இடத்தில் இருந்து வெகு தூரத்தில் உள்ள ஒரு வாடகை வீட்டிற்கு குடியேறுவார். அந்த வீட்டின் சொந்தக்காரர், தொழில் செய்யும் இடத்தின் அருகில் வசிக்காமல் ஏன் இவ்வளவு தூரத்தில் வந்து தங்குகிறீர்கள். உங்களுக்கு தேவையில்லாத பண விரயம் மற்றும் உடல் அலைச்சல் ஏற்படுமே என்று கேட்டார்.

அதற்கு அந்த கதாநாயகன் இந்த இடத்தில தான் பெரும் பணக்காரர்கள் வசிக்கிறார்கள். நானும் அவர்களை போலவே பெரும் பணம் சேர்க்க வேண்டும் என்று ஆசைப்படுகிறேன். இங்கு இருந்தால்தான் தினமும் அவர்களை பார்க்க வேண்டிய சூழல் ஏற்படும்.

நான் சும்மா இருக்க நினைத்தாலும், அவர்களை பார்க்கும்போது அவர்களை போன்ற வாழ்க்கை வாழ வேண்டும்

என்ற எண்ணத்தில், மீண்டும் உற்சாகமாக வேலை செய்ய ஆரம்பித்துவிடுவேன். அதனால் தான் பணத்தையும், உடல் அலைச்சலையும் பொருட்படுத்தாமல் இவ்வளவு தொலைவில் இருந்தாலும் பரவாயில்லை என்று இந்த குடியிருப்பில் குடியேற விரும்புகிறேன் என்று பாமரத்தனமாக சொல்வார். எவ்வளவு பெரிய உண்மை அது!

நம் வீட்டிலோ, வேலை செய்யும் இடத்திலோ எதிர்மறை எண்ணம் கொண்ட சிலரை பிடித்தோ பிடிக்காமலேயோ சந்திக்க நேரிடும். அவர்களிடம் கவனமாக இருங்கள். உங்களிடம் ஒட்டிக்கொண்டிருக்கும் கொஞ்சம் சுறு சுறுப்பு கூட அவர்களால் கெட்டு விடும்.

அலுவலக நேரம் முடிந்த பிறகு கொஞ்சம் வேலை செய்யலாம் என்று நினைத்தால், ஒரு குரல் கேட்கும். நானும் இப்படித்தான், இந்த அலுவலகத்தில் சேர்ந்த புதிதில் வேலை வேலை என்று காலம் நேரம் பார்க்காமல் வேலை செய்துகொண்டிருப்பேன்.

ஆனால் இந்த நிறுவனம் எனக்கு எதுவும் செய்ய வில்லை. சம்பள உயர்வு கூட சொல்லிக் கொள்ளும்படியாக இருக்காது. பேசாம வீட்டுக்கு போய் குழந்தைகளுடன் பொழுதை கழியுங்கள் என்று கேட்காமலேயே ஒரு அறிவுரை கிடைக்கும். விசாரித்தால் தான் தெரியும் அவரது வேலையே ஒழுங்காக வேலை செய்பவர்களை கெடுப்பது என்று. அது போன்றவர்களை சற்றும் யோசிக்காமல் தள்ளி வையுங்கள்.

நீங்கள் வாழ்க்கையில் வெற்றி பெற வேண்டுமென்றால், முதலில் உங்களை சுற்றி இருப்பவர்கள் யார் என சிந்தியுங்கள். அவர் சுறுசுறுப்பானவரா?, இறைநம்பிக்கை கொண்டவரா?, விரக்தி எண்ணம் இல்லாதவரா?, செய்யும் தொழிலை நேசிப்பவரா? தக்க நேரத்தில் எடுத்து சொல்லி நம்பிக்கையூட்ட நல்ல மனிதர்கள் இல்லாததால் வாழ்க் கையில் தோற்றவர்கள் பலர். பெரிய பெரிய சாம்ராஜ்யங்கள்

கூட தங்கள் பக்கத்தில் இருந்த தவறான எண்ணம் கொண்டவர்களால் சரிந்து போயிருக்கின்றன.

எனவே வாழ்க்கையில் வெற்றி பெற உங்களை எந்த லட்சியமும் இல்லாமல் சதா வாழ்க்கையை குறை சொல்லிக்கொண்டு பொழுதை போக்குபவர்களை நண்பர்களாக ஏற்றுக்கொள்ளாதீர்கள். எவ்வளவு தடைகள் வந்தாலும், துவண்டு போகாமல் மீண்டும் மீண்டும் முயற்சிப்பவர்களை தேடி தேடி நண்பர்களாக்கிக் கொள்ளுங்கள்.

உங்கள் பக்கத்தில் இருப்பவர்களால் நீங்கள் உற்சாகம் பெறுவதை போல, உங்கள் பக்கத்தில் இருப்பவர்கள் உங்களால் உற்சாகம் பெற வேண்டும் என்று நினையுங்கள்.

"உங்களை சுற்றி இருப்பவர்கள் உங்களை உற்சாகப்படுத்துபவராக இருக்க வேண்டும், அல்லது நீங்கள் உற்சாகப்படுத்துபவராக இருக்க வேண்டும்."

இறைமக்களே, *"ஒருவன் கிறிஸ்துவுக்குள்ளிருந்தால் புதுசிருஷ்டியாயிருக்கிறான்; பழையவைகள் ஒழிந்து போயின, எல்லாம் புதிதாயின" (2 கொரிந்தியர் 5:17)* என்று இறைவேதம் கற்பிக்கிறது.

இயேசு கிறிஸ்துவை நாம் நெருங்க நெருங்க பழைய சுபாவங்கள் ஒழிந்து, அவரது நல்ல மற்றும் உயர்ந்த சுபாவங்கள் நம்மை அறியாமலேயே ஒட்டிக் கொள்கிறது. எனவே தான் இயேசுவின் பக்கத்தில் அதாவது அவரது வார்த்தைகளோடு ஒன்றியிருப்பது அவசியமாயிருக்கிறது.

69

கீழ்ப்படிதலின் பலன்

ஒரு காலத்தில் இரண்டு நண்பர்கள் வேலை தேடி ஒரு பெரிய நகரத்துக்கு வந்தார்கள். அவர்களிடம் பணம் இல்லை; எதிர்காலம் பற்றிய எந்த உறுதியும் இல்லை. இருந்தாலும் "ஏதாவது ஒரு வேலை கிடைத்துவிடும்" என்ற நம்பிக்கையுடன் அவர்கள் நகரத்தின் பல இடங்களில் சுற்றித் திரிந்தனர்.

ஒருநாள் அவர்கள் ஒரு முதலாளியை சந்தித்து வேலை கேட்டார்கள். அந்த முதலாளி இருவரையும் கவனமாகப் பார்த்த பின், அருகிலிருந்த ஒரு கிணற்றைக் காட்டி, "இருவருக்கும் ஆளுக்கொரு வாளி தருகிறேன். இந்தக் கிணற்றிலுள்ள தண்ணீரை முழுவதும் இரைத்து, அடித்தளம் தெரியும் வரை சுத்தமாக்குங்கள்" என்றார்.

அந்த வேலையை கேட்டவுடன் முதல் நண்பனுக்கு சலிப்பு வந்தது. "இதெல்லாம் தேவையில்லாத வேலை. கிணற்றில் எவ்வளவு தண்ணீர் இருக்கும்? இதை இரைத்து என்ன பயன்?" என்று மனதில் நினைத்தான். உடனே அவன் வாளியை ஓரமாக வைத்துவிட்டு, அருகில் இருந்த மரத்தின் கீழ் படுத்து தூங்கிவிட்டான்.

ஆனால் இரண்டாவது நண்பன் வேறுபட்டவன். முதலாளி சொன்னதை அதிகமாக ஆராயவில்லை. "சொன்னதைச் செய்வதே என் கடமை" என்று தீர்மானித்தான். காலை முதல் மாலை வரை சோர்வை பொருட்படுத்தாமல் அவன் தண்ணீரை இரைத்து கொண்டிருந்தான். கைகள் வலித்தன, உடல் களைத்தது; இருந்தாலும் அவன் வேலை நிறுத்தவில்லை.

மாலை நேரத்தில், கிணற்றின் அடிப்பகுதி தென்படத் தொடங்கியது. அப்போது அவன் கண்களில் ஒரு அதிசயம் விழுந்தது. கிணற்றின் அடியில் சில தங்கக் கட்டிகள் மின்னிக் கொண்டிருந்தன. அதை பார்த்தவன் அதிர்ச்சி யடைந்தான். இருந்தாலும் அவன் நேர்மையைத் தழுவி, அந்த தங்கக் கட்டிகளை எடுத்து முதலாளியிடம் கொண்டு சென்று ஒப்படைத்தான்.

அவனுடைய உழைப்பையும் உண்மையையும் கண்டு முதலாளி மிகுந்த மகிழ்ச்சி அடைந்தார். அவனுக்கு அன்று மட்டும் கூலி கொடுத்ததல்ல; அவனை நிரந்தர வேலையில் அமர்த்தினார். அதோடு, வெகுமதிகளையும் வழங்கி அனைவரின் முன்னிலும் அவனைப் பாராட்டினார்.

இறைமக்களே, இந்தச் சம்பவம் நமக்கு ஒரு முக்கியமான ஆன்மீக உண்மையை கற்பிக்கிறது. தேவன் நமக்கு ஒப்படைக்கும் காரியங்களை நம்பிக்கையுடன் செய்து கொள்வதே கிறிஸ்தவ வாழ்க்கையின் அடிப்படை. அதில் என்ன பயன் கிடைக்கும், எப்போது ஆசீர்வாதம் வரும் என்று நாம் கவலைப்பட வேண்டியதில்லை. கீழ்ப்படிதலுடன் நாம் செய்யும் ஒவ்வொரு சிறிய செயலையும் தேவன் கவனித்து வருகிறார்.

நாம் பல நேரங்களில் "இதில் என்ன பயன்?" "இதனால் என்ன கிடைக்கும்?" என்று எண்ணி, தேவன் கொடுத்த பொறுப்புகளை அலட்சியப்படுத்துகிறோம். ஆனால் விசுவாச வாழ்க்கையில் கீழ்ப்படிதலே வெற்றிக்கான முதல் படி என்பதை மறந்துவிடக்கூடாது. நமது பொறுப்பு செயலைச் செய்வது; அதன் பலனை அளிப்பது தேவனுடைய பொறுப்பு.

எனவே இறைமக்களே, நமக்குக் கொடுக்கப்பட்ட காரியங்களை சிறியது, பெரியது என்று பிரிக்காமல், உண்மையுடன் செய்ய கற்றுக்கொள்வோம். நாம் விதைக்கும் உழைப்பும் கீழ்ப்படிதலும் ஒருநாளில் பலனாக மாறும். தேவன் சரியான காலத்தில், நாம் எதிர்பார்க்காத விதத்தில் நம்மை உயர்த்துவார்.

70

வெட்டாத ஆயுதம்

ஒரு ஊரில் வில்லியம் என்கிற ஒருவர் வாழ்ந்து வந்தான். அவன் யாருக்கும் பயப்படாதவனாக வாழ்ந்தான். காரணம், அவன் தன் மாம்சத்தில் காணப்படும் பலத்தையே அதிகமாக நம்பியிருந்தான். இந்த உலகத்தில் மனிதர்கள் மேன்மையாக கருதும் சக்தி, வலிமை, ஆற்றல் ஆகியவற்றில் தான் அவன் நம்பிக்கை வைத்திருந்தான். "என் பலத்திற்கு முன்பாக எதுவும் நிற்க முடியாது" என்பதே அவன் எண்ணமாக இருந்தது.

ஆனால் இறைவேதம், மாம்சத்தின் மேல் நம்பிக்கை வைக்காதிருங்கள் என்று எச்சரிக்கிறது. ஏனெனில் மாம்சம் மனிதனுக்கு இறுதியில் அழிவையே உண்டாக்கும். இதனை அறியாமல், எந்த காரியத்தையும் தன்னால் செய்து முடிக்க முடியும் என்ற ஆணவத்துடன் வில்லியம் தன் வாழ்க்கையை நடத்திக் கொண்டிருந்தான்.

நாட்கள் சென்றன. ஒரு நாள் அந்த ஊருக்கு கர்த்தருடைய ஒரு ஊழியக்காரர் வந்தார். அவர் தேவனுடைய கிருபையால் அந்த ஊரில் மிகவும் மரியாதைக்குரியவராக உயர்ந்தார். பலரும் அவரை பயபக்தியுடன் மதிக்கத் தொடங்கினர். இதை கண்ட வில்லியம், "நான் மக்களை பயமுறுத்தினால்தான் அவர்கள் என்னைக் கவனிக்கிறார்கள்; ஆனால் இவரிடம் மக்கள் உண்மையான மரியாதையுடன் நடக்கிறார்கள்" என்று உள்ளுக்குள் கோபம் கொண்டான்.

அந்த கோபத்தின் காரணமாக, அவன் அந்த ஊழியக்காரரிடம் தேவையில்லாமல் பிரச்சனைகளை உருவாக்க ஆரம்பித்தான். ஒருநாள் அவன் அவரை

அடித்துவிட்டான். ஆனால் அந்த ஊழியக்காரர் எந்த கோபமும் காட்டாமல் அமைதியாக அங்கிருந்து சென்றார். இதை கவனித்த வில்லியம், “இவர் என்ன செய்வார்?” என்ற ஆர்வத்தில் அவரை பின்தொடர்ந்தான்.

அப்போது அவன் பார்த்த காட்சி அவனை ஆச்சரியத்தில் ஆழ்த்தியது. தன்னை அடித்த அந்த வாலிப னுக்காகவே, அந்த ஊழியக்காரர் முழங்காலில் மண்டியிட்டு ஜெபித்து கொண்டிருந்தார். “இவன் மனந்திரும்ப வேண்டும்” என்று அவர் தேவனை நாடி ஜெபித்துக் கொண்டிருந்தார். இந்த செயல் வில்லியத்திற்கு கோழைத்தனமாக தோன்றியது. ஆகவே அவன் தொடர்ந்து அவரைத் தொந்தரவு செய்தான்.

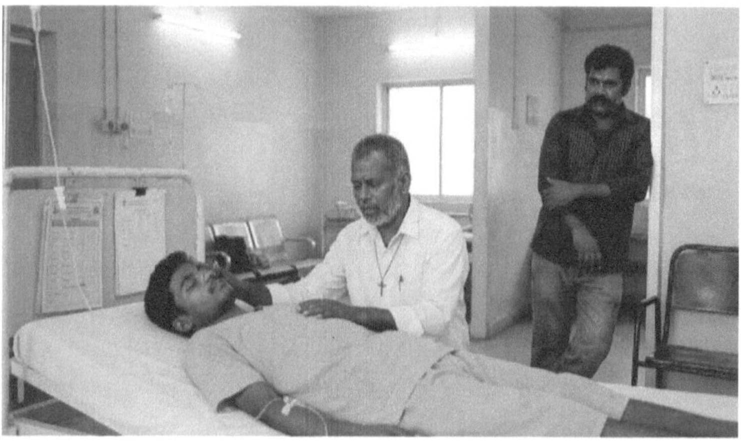

ஆனால் உண்மையில், அந்த ஊழியக்காரரின் ஜெப ஆயுதத்துக்கு முன்பாக வில்லியத்தின் மாம்ச பலம் வீழ்ந்தது. நாட்கள் கழிந்தபோது, வில்லியம் திடீரென நோயுற்று படுக்கையிலே கிடக்கத் தொடங்கினான். அவனுக்கு என்ன நடக்கிறது என்பது புரியவில்லை. பயமும் குழப்பமும் அவனை ஆட்கொண்டது.

அந்த நிலையில் கூட, அந்த ஊழியக்காரர் அவனைத் தேடி வந்து ஜெபித்தார். அவரது ஜெபத்தின் மூலம், வில்லியம்

மீண்டும் பலம் பெற்று எழுந்தான். இதைக் கண்ட வில்லியம் ஆழமாக சிந்தித்தான். “இந்த உலகத்தில் மனிதனால் உருவாக்கப்பட்ட எந்த ஆயுதமும் உண்மையான சக்தி அல்ல; ஜெபமே வெற்றி தரும் ஆயுதம்” என்பதை உணர்ந்தான்.

அந்த உண்மையை உணர்ந்தவுடன், அவன் ஒரு முக்கியமான முடிவை எடுத்தான். அந்த ஊழியக்காரரிடம் சென்று, அந்த அழியாத ஆவிக்குரிய ஆயுதமான ஜெபத்தை கற்றுக்கொள்ளத் தொடங்கினான். இவ்வாறு அவன் தனது வாழ்க்கையை மாற்றிக் கொண்டு, ஆவிக்குரிய பாதையில் நடக்க ஆரம்பித்தான்.

இறைமக்களே, இறைவேதம் இவ்வாறு கூறுகிறது: *“நீங்கள் ஒன்றுக்குங் கவலைப்படாமல் எல்லாவற்றையுங் குறித்து உங்கள் விண்ணப்பங்களை ஸ்தோத்திரத்தோடே கூடிய ஜெபத்தினாலும் வேண்டுதலினாலும் தேவனுக்குத் தெரியப்படுத்துங்கள்” (பிலிப்பியர் 4:6).*

எனவே, நமது வாழ்க்கையில் எந்த சிக்கலும் வந்தாலும், மாம்சத்தின் பலத்தை அல்ல, ஜெபத்தின் சக்தியை நம்பிக் கொள்ள வேண்டும். ஜெபம் மனிதனை மாற்றும்; சூழ்நிலைகளையும் மாற்றும்; இறுதியில் வாழ்வையே மாற்றும்.

71

இலவசமானாலும் விலையேறப்பெற்றது

இங்கிலாந்து தேசத்தைச் சேர்ந்த ஒரு மிகப்பெரும் செல்வந்தர், இயேசு கிறிஸ்துவை புதிதாக அறிந்திருந்தார். தேவ கிருபையால் தாம் பெற்ற இரட்சிப்பு (புதுவாழ்வு) எவ்வளவு உயர்ந்ததும் அரியதுமென்பதை மக்களுக்கு உணர்த்த வேண்டும் என்ற ஆழ்ந்த விருப்பம் அவருக்கிருந்தது. அவரிடம் அநேக வீடுகள் இருந்தன. அவற்றில் வாடகைக்கு இருந்தவர்களும், அவரிடம் கடன்பட்டிருந்தவர்களும் பலர் இருந்தனர்.

ஒருநாள் அவர் ஒரு பொது அறிவிப்பை வெளியிட்டார். அது அனைவரும் காணும்படி பொதுமக்கள் கூடும் இடங்களில் ஒட்டப்பட்டது. அந்த அறிவிப்பில், “அடுத்த நாள் காலை சரியாக 10 மணி முதல் 12 மணிக்குள், தங்கள் கடன் பத்திரங்களை என் அலுவலகத்துக்கு கொண்டு வந்தால், அவற்றை ஒப்படைக்கும் அனைவரின் கடன்களும் முழுமையாக மன்னிக்கப்படும்” என்று எழுதப்பட்டிருந்தது.

இந்த அறிவிப்பை கண்ட மக்கள் இடையே பெரும் பரபரப்பு ஏற்பட்டது. ஆனால் அதே நேரத்தில் சந்தேகமும் அதிகமாக இருந்தது. “இது உண்மையா? ஏமாற்றமா?” என்ற எண்ணம் பலரின் மனதையும் ஆட்கொண்டது. சிலர் இதை நம்பவில்லை; சிலர் இது ஏதோ தந்திரம் என்று எண்ணினர்.

மறுநாள் காலை, செல்வந்தரின் வீட்டின் முன்பு மக்கள் கூட்டம் திரண்டது. சிலர், “இவருக்கு பைத்தியம் பிடித்து விட்டது போலிருக்கிறது” என்று பேசிக் கொண்டனர். மற்றவர்கள், “இதில் ஏதோ சூட்சுமம் இருக்கிறது” என்று

எண்ணினர். பலர் கடன் பத்திரங்களை கையில் வைத்திருந்தும், முதலில் உள்ளே செல்ல தயங்கினர். “நாம் முதலில் போகமாட்டோம்; நீங்கள் போங்கள்” என்று ஒருவரை ஒருவர் தள்ளிக்கொண்டே நேரத்தை வீணடித்தனர். இவ்வாறு நேரம் மெதுவாக குறைந்துகொண்டே போனது.

அந்த நேரத்தில், ஒரு வயதான தம்பதியினர் கூட்டத்தை விலக்கிக்கொண்டு அங்கு வந்தனர். அவர்கள் அங்கிருந்தவர்களிடம், “இந்த வீட்டின் சொந்தக்காரரர் உள்ளே இருக்கிறாரா?” என்று கேட்டனர். அப்போது ஒருவர், “ஆம், அவர் உள்ளே இருக்கிறார்; ஆனால் இன்னும் யாருடைய கடனும் மன்னிக்கப்படவில்லை” என்று பதிலளித்தார்.

அதற்கு அந்த தம்பதியினர், “நாங்கள் தொலைதூரத்திலிருந்து இந்த அறிவிப்பை நம்பி வந்துள்ளோம். எங்களுக்கு உதவ யாரும் இல்லை. இது உண்மையா பொய்யா என்று எங்களுக்கு தெரியாது; ஆனாலும் நம்பிக்கையோடு உள்ளே செல்கிறோம்” என்று கண்ணீர் மல்க கதவைத் தட்டினர்.

அவர்களை உள்ளே அழைத்துச் சென்ற காரியதரிசி, அவர்களிடமிருந்த கடன் பத்திரங்களை பெற்றுக்கொண்டு, சற்று காத்திருக்கும்படி கூறினார். சிறிது நேரம் கழித்து, செல்வந்தரின் கையொப்பமிட்ட ஆவணத்துடன் திரும்பி வந்து,

“உங்களுடைய அனைத்து கடன்களும் மன்னிக்கப்பட்டு விட்டன; நீங்கள் சுதந்திரமாக செல்லலாம்” என்று அறிவித்தார்.

மிகுந்த மகிழ்ச்சியுடன் வெளியே வந்த அந்த தம்பதியினரை பார்த்த மக்கள், “உண்மையிலேயே உங்கள் கடன்கள் மன்னிக்கப்பட்டதா? அவர் தன் வார்த்தையை நிறைவேற்றினாரா?” என்று ஆவலுடன் கேட்டனர். அவர்கள் “ஆம்” என்று பதிலளித்தனர்.

அந்த சமயத்தில், அந்த செல்வந்தர் வெளியே வந்தார். உடனே அங்கு கூடியிருந்த மக்கள் தங்கள் கடன் பத்திரங்களை உயர்த்தியபடி, கண்ணீரோடு “எங்களுடைய கடன்களையும் மன்னியுங்கள்” என்று வேண்டினர். ஆனால் அவர் அமைதியாக, “நான் உங்களுக்கு கொடுத்த நேரம் முடிந்துவிட்டது. நான் கொடுத்த வாய்ப்பை நீங்கள் பயன் படுத்திக் கொள்ளவில்லை. நீங்கள் சரியான நேரத்தில் உள்ளே வந்திருந்தால், உங்கள் கடன்களும் மன்னிக்கப் பட்டிருக்கும்” என்று கூறிவிட்டு அங்கிருந்து சென்றார்.

இறைமக்களே, இதுபோலதான் இரட்சிப்பு (புதுவாழ்வு). அது இலவசமாகக் கொடுக்கப்படுகிறது; ஆனால் அது மலிவானதல்ல. தேவன் நமக்கு அருளும் கிருபை ஒரு அரிய வாய்ப்பு. அதை நாம் உதாசீனம் செய்துவிட்டால், பின்னர் வருந்தினாலும் பயன் இல்லை. ஆகையால், கிடைக்கும் கிருபையின் காலத்தை இகழாமல், அதை ஒரு பெரிய பாக்கியமாக எண்ணி உடனே ஏற்றுக்கொள்ள வேண்டும். இன்று கிடைக்கும் வாய்ப்பை நாளைக்கு தள்ளிவைக்கா தீர்கள். தேவன் தரும் கிருபையை உணர்ந்து, அதை ஏற்றுக்கொள்ளும் மனதை வளர்த்துக் கொள்ளுங்கள்.

72

மதிப்பும் வாய்ப்பும்

ஒரு மேடைப் பேச்சாளர் தனது உரையின் போது, தனது சட்டைப் பையிலிருந்து ஒரு 500 ரூபாய் நோட்டைப் எடுத்தார். அதை உயர்த்திக் காட்டி, “இது என்ன?” என்று பார்வையாளர்களைக் கேட்டார். உடனே அனைவரும் ஒரே சப்தமாக, “500 ரூபாய் நோட்டு” என்று பதிலளித்தனர்.

அவர் சிரித்தபடி அந்த நோட்டைப் பிடித்து நசுக்கி, தரையில் போட்டார். பின்னர் அதை எடுத்துக் காட்டி, “இப்போது இது என்ன?” என்று மீண்டும் கேட்டார். அப்போதும் அனைவரும், “இது 500 ரூபாய் நோட்டுதான்” என்று பதிலளித்தனர்.

அதன்பின் அவர் அந்த நோட்டின் மேல் முத்திரை குத்தி, “இப்போது இதன் மதிப்பு மாறிவிட்டதா?” என்று கேட்டார். அதற்கும் மக்கள் ஒரே சப்தமாக, “இல்லை, இது இன்னும் 500 ரூபாய்தான்” என்று பதிலளித்தனர்.

அப்போது அந்த மேடைப் பேச்சாளர் கூறினார்: “நாம் அந்த நோட்டைப் கசக்கியாலும், தரையில் போட்டாலும், முத்திரை குத்தினாலும், அது தன் மதிப்பை இழக்கவில்லை. அதுபோல, நாமும் வாழ்க்கையில் எத்தனை சோதனைகள் வந்தாலும், எத்தனை இழிவுகள் நேர்ந்தாலும், நம்முடைய மதிப்பையும் தனித்தன்மையையும் இழக்கக்கூடாது. சூழ்நிலை கள் மாறலாம்; ஆனால் நம் குணமும் அடையாளமும் மாறக்கூடாது.”

அவர் பேசிக் கொண்டிருந்தபோது திடீரென, “இந்த 500 ரூபாய் யாருக்கு வேண்டும்?” என்று கேட்டார். உடனே அங்கே இருந்த அனைவரும் தங்கள் கைகளை உயர்த்தி, “எனக்கு வேண்டும்” என்று ஆர்வமாகக் கூறினர்.

ஆனால் அந்த பெரிய கூட்டத்தில், ஒரே ஒரு இளம் வாலிபன் மட்டுமே திடீரென எழுந்து, மேடைக்கு ஓடி வந்து, அந்த 500 ரூபாயை எடுத்துக்கொண்டான்.

அதைப் பார்த்து பேச்சாளர் கூறினார்: “பார்த்தீர்களா? இந்த கூட்டத்தில் உள்ள அனைவருக்கும் அந்த 500 ரூபாய் வேண்டும். ஆனால் அதை பெறுவதற்கான நடவடிக்கை எடுத்தவர் ஒருவரே. வாய்ப்பு எல்லோருக்கும் கிடைக்கிறது; ஆனால் அதை பயன்படுத்திக் கொள்வது சிலருக்கே சாத்தியமாகிறது.”

அவர் தொடர்ந்து, “நம்மைச் சுற்றி வாய்ப்புகள் ஏராளமாக இருக்கின்றன. ஆனால் பலர் ‘வாய்ப்பு தானாக வந்து விழும்’ என்று காத்திருக்கிறார்கள். சிலர் மட்டும் துணிந்து முன்னேறி, அந்த வாய்ப்பை பிடித்து தங்கள் வாழ்க்கையை மாற்றிக் கொள்கிறார்கள்” என்று கூறி தனது உரையை முடித்தார்.

அந்த உரை முடிந்ததும், மக்கள் உற்சாகமாக கைதட்டி அவரது கருத்தை பாராட்டினர்.

இறைமக்களே, இந்த நிகழ்வு நமக்கு இரண்டு முக்கியமான உண்மைகளை கற்றுக்கொடுக்கிறது:

- முதலாவது நம் மதிப்பு.
- இரண்டாவது நம் வாய்ப்பு.

இந்த உலகத்தில் மனிதனைத் தவிர மற்ற எல்லாவற்றும் தங்களது இயல்பையும் மதிப்பையும் தக்கவைத்துக்கொள்கின்றன. ஆனால் மனிதன் தான் பல சமயங்களில் தனது மதிப்பை மறந்து, சூழ்நிலைகளுக்கேற்ப தன்னை மாற்றிக் கொள்கிறான்.

ஒரு காலத்தில் மனிதர்கள் தங்கள் தன்மானத்தைக் காக்கும் விதத்தில் வாழ்ந்தனர். தங்கள் மதிப்பிற்கு களங்கம் வந்தால், அதற்காக உயிரையும் தியாகம் செய்தார்கள். ஆனால் இன்று பலர் தங்கள் மதிப்பை இழந்து, உலகத்தின் பார்வைக்கேற்ப வாழ முயல்கிறார்கள். இதற்குக் காரணம் என்ன? அதை ஆராய்ந்தால் ஒரு உண்மை தெளிவாகிறது.

முன்னோர் காலத்தில் மனிதன் உலகத்தை ஆட்சி செய்தான். இன்று உலகமே மனிதனை ஆட்சி செய்கிறது. மனிதன் தனது மதிப்பை உலகத்திடம் ஒப்படைத்துவிட்டான். அதன் விளைவாக, உலகம் அவனது மதிப்பை சிதைத்து விட்டது.

இறைவேதத்தில் ஏசா தனது சேஷ்டபுத்திரபாக்கியத்தை மதிக்காமல் விற்றுவிட்டான். பின்னர் அதன் மதிப்பை உணர்ந்தபோது, அதை மீண்டும் பெற முடியவில்லை. ஆனால் யோசேப்பு, கடினமான சோதனை களிலும் கூட தன் நீதியையும் மதிப்பையும் காத்துக் கொண்டான். அதனால் தான் அவன் உயர்ந்த பதவிக்கு உயர்த்தப்பட்டான்.

அன்பான இறைமக்களே, நம்முடைய மதிப்பை காத்துக்கொள்வது நம்முடைய கையில் உள்ளது. அதை இழப்பதும், பாதுகாப்பதும் நம் தீர்மானங்களின் மூலம் தான்.

அதேபோல், நமக்குக் கிடைக்கும் வாய்ப்புகளை பயன்படுத்திக் கொள்வதும் நம்முடைய பொறுப்பு.

இறைவேதம் கூறுகிறது: "குறித்த காலத்துக்குத் தரிசனம் இன்னும் வைக்கப்பட்டிருக்கிறது; முடிவிலே அது விளங்கும்; அது பொய் சொல்லாது. அது தாமதித்தாலும் அதற்குக் காத்திரு; அது நிச்சயமாய் வரும்; அது தாமதிப்பதில்லை" (ஆபகூக் 2:3).

எனவே, உங்கள் மதிப்பை எக்காரணம் கொண்டும் இழக்காதீர்கள். உங்கள் வாய்ப்புகளை தவறவிடாதீர்கள். தேவன் கொடுத்த தனித்துவத்தையும் காலத்தையும் உணர்ந்து, உறுதியாய் முன்னேறுங்கள்.

73

சுமையான வாழ்வும் உறவும் சுகமாகட்டும்!

இன்றைய சமூகம் ஓரளவிற்கு பொருளாதார மேன்மையை அடைந்துள்ள போதிலும், மனநலத்தைப் பேண வேண்டிய அவசியம் அதிகரித்துள்ளது. காரணம் உறவுகளில் வளர்ந்துவரும் அதீத எதிர்பார்ப்புகள் பல உறவுகளை சிதைத்து வருகின்றது.

திருமண நாள், பிறந்தநாள், திருமண ஆண்டு, வீட்டுத் திறப்புவிழா போன்ற சில தனிப்பட்ட வாழ்வு சார்ந்த தருணங்கள் இப்போது "சமூக ஒப்பீட்டின் போட்டி மேடையாக" மாறி விட்டன. இந்தக் கால இளையவர்கள் பெரும்பாலோரும், அத்தகைய நாள்களில் தனது வாழ்க்கைத் துணையிடமோ, பெற்றோரிடமோ, பிள்ளைகளிடமோ அல்லது நண்பர்களிடமோ ஒரு சிறப்பான அனுபவத்தை எதிர்பார்க்கின்றனர். அது பரிசாக இருக்கலாம், விருந்தாக இருக்கலாம். போட்டோ ஷூட்டாக

(*Photo Shoot*) இருக்கலாம், வெளிநாடு சுற்றுலா அல்லது பிரமாண்டக் கொண்டாட்டமாக இருக்கலாம்.

இந்த எதிர்பார்ப்பு நிறைவேறாவிட்டால், மனதில் ஏமாற்றம் மேலோங்குகிறது. மனஅழுத்தம், தவிப்புகள், துயரம் ஆகியவை நம்மை நமக்குள்ளேயே சுருண்டு விடச் செய்கின்றன. சிலர் ஆத்திரம் கொண்டு உறவுகளை முறித்துக்கொள்கிறார்கள். சிலர் விரக்தியில் தற்கொலைக்குத் துணிவதையும் நாம் மறக்கக் கூடாது.

பெற்றோர்களும் இக்கால மாற்றத்தை ஏற்று, தங்கள் பிள்ளைகளுக்கு அதீத மகிழ்ச்சியை வழங்க வேண்டும் என்பதற்காக, தேவைக்கு மேல் சென்று ஆடம்பர ஏற்பாடுகளும், விருப்பத்தைவிட வியப்பளிக்கும் பரிசுகளும் வழங்கத் தொடங்கியுள்ளனர்.

ஒன்று கேட்டால் இரண்டு வாங்கி கொடுப்பது, இயல்பு மற்றும் வழக்கத்திற்கு அதிகமான பரிசு பொருட்களை வழங்குதல், உயர்தர உணவகங்களுக்கு அழைத்துச் செல்லுதல் போன்றவைகள் பாசத்தின் வெளிப்பாடு என நாம் கருதினாலும், பலர் மனதளவில் ஒரு "பெருமை காட்டும் போட்டி"யாகவே இதனை ஏற்கின்றனர். தங்கள் கௌரவத்தை காண்பிக்கும் ஊடகமாக சில பெற்றோர் பிள்ளைகளை மாற்றிவிட்டனர். இதுவும் எதிர்பார்ப்புகளுக்குச் சூடேற்றும் எண்ணெயாகவே மாறுகிறது.

உண்மையில், உறவுகளில் மகிழ்ச்சியை தருவது பரிசுகளோ, நிகழ்ச்சிகளோ அல்ல. ஒருவரை ஒருவர் புரிந்துகொள்ளும் மனநிலையும், அன்பும் பாசமும் தரும் நேரங்களும் தான். எதிர்பார்ப்புகள் என்பது மனிதருக்கே உரியது. ஆனால் அதன் அளவை, எல்லையை தெளிவுர அறிவது மிக மிக அவசியம்.

அன்பைக் வெளிக்காட்ட வேண்டிய தருணங்களில் பாசமுள்ள வார்த்தைகள் மற்றும் நேரத்தை செலுத்துங்கள் அது போதுமானது. வாழ்க்கையின் சிறப்பை விழாக்களில் காண்பதற்குப் பதிலாக, ஒவ்வொரு நாளிலும் வளர்க்க முயர்ச்சியெடுங்கள். பரிசுகளுக்கும் புகழுக்கும் அப்பாற்பட்ட மகிழ்ச்சியை பாசத்தால் வளர்த்துக்கொள்ள பழகுங்கள்.

இறைமக்களே, இறைவேதம் இதுபற்றி இப்படியாக கூறுகிறது. *"ஒன்றையும் வாதினாலாவது வீண்பெருமையினாலாவது செய்யாமல், மனத்தாழ்மையினாலே ஒருவரையொருவர் தங்களிலும் மேன்மையானவர்களாக எண்ணக்கடவீர்கள். அவனவன் தனக்கானவைகளையல்ல, பிறருக்கானவைகளையும் நோக்குவானாக. கிறிஸ்து இயேசுவிலிருந்த சிந்தையே உங்களிலும் இருக்கக்கடவது" (பிலிப்பியர் 2:3-5).*

எனவே, உறவுகளில் நீடித்த நிலைத்த ஒற்றுமை வேண்டும் என்றால் ஒருவர் மேல் ஒருவர் கொண்டிருக்கும் அதீத எதிர்பார்ப்புகளைக் குறைத்து, எனக்காக அல்ல, பிறருக்காக என்ற விவிலிய கோட்பாட்டுடன் நன்றியுடனும் இறைபக்தியுடனும் வாழ்வோம். அதுதான் நாம் சுமையாக கருதும் வாழ்வையும் உறவையும் சுகமாக்கும் ஒரே ஆயுதமாகும்.

74

பொறுமையோடு முன்னேறுங்கள்

இந்த உலகில் நடைபெறும் அநியாயங்களையும் அக்கிரமங்களையும் பார்த்து, "கடவுள் இருக்கிறார் என்ற நம்பிக்கை எனக்கில்லை" என்று விமல் அடிக்கடி கூறிக் கொண்டிருந்தான். "நாள்தோறும் ஏழைகள் ஒடுக்கப்படுகிறார்கள்; எளியவர்கள் அநியாயத்திற்கு ஆளாகிறார்கள்; நியாயத்திற்கும் நீதிக்கும் இடமே இல்லை" என்று அவன் தன் கருத்தை வெளிப்படுத்துவான்.

விமல் ஒரு சாதாரண மனிதன் அல்ல. அவன் மிகுந்த கல்வியறிவும் செல்வமும் உடையவன். அதனால் அவன் பேசும் தத்துவக் கருத்துக்கள் பலரையும் கவர்ந்தன. அவன் சொல்வதை உண்மையாகவே எண்ணி ஏற்றுக்கொண்டவர்களும் அந்த ஊரில் இருந்தனர்.

ஒருநாள், அந்த ஊரில் ஒரு நூலகத்தை அமைப்பதற்காக முக்கியமானவர்கள் அனைவரும் ஒன்று கூடியிருந்தனர். அந்தக் கூட்டத்தில் பல துறைகளைச் சேர்ந்தவர்கள் கலந்து

கொண்டு தங்கள் கருத்துகளைப் பகிர்ந்து கொண்டனர். அந்தச் சந்திப்பில் வயோதிபமான ஒரு போதகரும் கலந்து கொண்டிருந்தார்.

அந்த நேரத்தில், வழக்கம் போல விமல் மீண்டும் கடவுளுக்கு எதிராக பேசத் தொடங்கினான். “இந்த உலகத்தில் இவ்வளவு அநியாயங்கள் நடக்கும்போது, கடவுள் இருக்கிறார் என்று எப்படி சொல்ல முடியும்?” என்று வாதிட்டான். அப்போது யாரும் எதிர்பாராத விதமாக அந்த வயதான போதகர் அமைதியாக எழுந்து, விமலை நோக்கி பேசத் தொடங்கினார்:

“திரு. விமல் அவர்களே, ஏழைகள் கஷ்டப்படுவதற்கும், எளியவர்கள் ஒடுக்கப்படுவதற்கும் கடவுள் என்ன செய்தார் என்று நீங்கள் கேட்கிறீர்கள். ஆனால் ஒரு விஷயத்தை நினைத்துப் பாருங்கள். கடந்த வருடம் உங்கள் இரண்டாவது மகன், மது அருந்திய நிலையில் சாலை விதிகளை மீறி, மோட்டார் வண்டியை அதிவேகமாக ஓட்டிச் சென்றதை மறந்துவிட்டீர்களா?” கூட்டம் முழுவதும் அமைதியாகியது.

போதகர் தொடர்ந்தார்: “அந்த விபத்தில், வழியோரம் நடந்துச் சென்ற ஏழை மக்கள் பலர் பாதிக்கப்பட்டார்கள். ஒருவன் சிகிச்சை பலனின்றி உயிரிழந்தான். இன்னொருவன் இன்றுவரை கை கால் முறிந்து படுக்கையில் கிடக்கிறான். இரண்டு வயது குழந்தை ஒன்று தலைக்காயம் அடைந்து, மூளை பாதிக்கப்பட்டதால் இன்று மனநலக் காப்பகத்தில் வளர்ந்து வருகிறது. இன்னொருவர் கடுமையான காயங்களுடன் உயிர் தப்பினார்.”

பின்னர் அவர் நேராக விமலை நோக்கி கேட்டார்: “இந்த விபரீதத்திற்கு யார் காரணம்? பரலோகத்தில் இருக்கும் தேவனா? நாட்டின் சட்டமா? அல்லது அந்த சட்டத்தை மீறிய உங்கள் மகனா? இதற்கு நீங்கள் பதில் சொல்ல முடியுமா?” இந்தக் கேள்விகள் விமலின் மனதை உலுக்கியது. பலர்

முன்னிலையில் அவன் மௌனமாக நின்றான். அவனுக்கு பதில் சொல்ல வார்த்தைகள் இல்லை.

அப்போது அந்த வயோதிப போதகர் மெதுவாகத் தொடர்ந்து பேசினார்: “விமல் சார், நான் உங்களை அவமதிக்க விரும்பவில்லை. மனித குலத்தின் அவல நிலைக்கு யார் காரணம் என்பதை நாம் அனைவரும் உணர வேண்டும் என்பதற்காகத்தான் இதைச் சொல்கிறேன். நாம் செய்வதற்கான விளைவுகளை கடவுளின் மேல் சுமத்துவது நியாயமல்ல.” அந்த வார்த்தைகள் அங்கு இருந்த அனைவரின் இதயத்தையும் தொட்டன. விமலும் தனது தவறான எண்ணங்களைப் பற்றி சிந்திக்கத் தொடங்கினான்.

இறைமக்களே, இறைவேதம் இவ்வாறு கூறுகிறது: *“சோதிக்கப்படுகிற எவனும், நான் தேவனால் சோதிக்கப்படுகிறேன் என்று சொல்லாதிருப்பானாக; தேவன் பொல்லாங்கினால் சோதிக்கப்படுகிறவரல்ல, ஒருவனையும் அவர் சோதிக்கிறவருமல்ல. அவனவன் தன்தன் சுய இச்சையினாலே இழுக்கப்பட்டு, சிக்குண்டு, சோதிக்கப் படுகிறான்” (யாக்கோபு 1:13,14).*

நாம் சந்திக்கும் பல பிரச்சனைகளுக்கும், உலகில் நடைபெறும் அநியாயங்களுக்கும் காரணம் பெரும்பாலும் மனிதனின் தவறான முடிவுகளும் சுயநல ஆசைகளும் தான். ஆகையால், கடவுளை குற்றம் சாட்டுவதற்கு பதிலாக, நம்மையும் நம் செயல்களையும் ஆராய்ந்து திருத்திக்கொள்ள வேண்டும். நம்முடைய வாழ்க்கையையும், நம் சமூகத்தையும் நல்வழிப்படுத்த முயற்சிக்க வேண்டும். நீதியும் அன்பும் நிறைந்த உலகத்தை உருவாக்குவது தேவனின் பொறுப்பு மட்டுமல்ல; அது நம்முடைய பொறுப்பும் ஆகும். எனவே, குற்றம் சாட்டாமல் மாற்றத்தை ஆரம்பிப்போம். நம்மில் இருந்து நல்லதை வளர்த்தால், உலகமும் நன்றாக மாறும்.

75

இனிமைக்காக நட்பை மாற்றிக்கொள்ளாதே

ஒரு வனப்பகுதிக்கருகே அமைந்திருந்த கிராமத்தில், பல ஆடுகள் கொண்ட ஓர் மந்தை வாழ்ந்து வந்தது. அந்த ஆடுகள் தினமும் அருகிலுள்ள பசுமை நிறைந்த புல்வெளியில் திரண்டு சென்று மேய்ந்துவந்தன.

இந்த ஆடுகளுக்கு பாதுகாப்பாக, சில வேட்டை நாய்கள் மந்தையை சுற்றி நன்கு காவல் காத்து வந்தன. அவை எப்போதும் விழிப்புடன் இருந்தது. காட்டிலிருந்து வரும் மிருகங்கள் அல்லது ஆபத்துகளுக்கு எதிராக ஆடுகளை பாதுகாத்து வந்தன.

அருகிலுள்ள காட்டில் ஓர் ஓநாய் கூட்டம் இருந்தது. அந்த ஓநாய்களுக்கு ஆடுகளை பிடித்து உண்பதற்கு நோட்டமிட்டுக் கொண்டிருந்தது. ஆனாலும், நாய்களின்

பாதுகாப்பு எப்போதும் உறுதியாக இருந்ததால், அவைகளால் எதுவும் செய்ய முடியவில்லை.

ஒருநாள், அந்த ஓநாய்களின் தலைவர், ஆடுகள் மேயும் இடத்திற்கு வந்து ஒரு கருத்தை முன்வைத்தான். “நீங்கள் மிகவும் அழகாக இருக்கிறீர்கள். உங்களுடன் நாங்களும் நட்பை வளர்த்துக்கொள்ள விரும்புகிறோம். நீங்கள் நாய்களோடு மட்டுமே நட்பாக இருக்கிறீர்கள். ஏன் நாங்களும் உங்களோடு நட்பாக இருக்கக் கூடாதா? எங்களை ஏன் வெறுப்புடன் பார்கிறீர்கள்?" என அன்பான வார்த்தைகளை அள்ளி வீசியது.

இந்த வார்த்தைகள் சில ஆடுகளின் மனதில் சந்தே கத்தை விதைத்தன. “நாய்கள் எப்போதும் கட்டுப்பாடுகளை விதிக்கின்றன; ஆனால் ஓநாய்களோ மென்மையாகவும் பாசமாகவும் பேசுகின்றன” எனக் கூறி, ஆடுகள் நாய்களின் உறவை துண்டிக்க தொடங்கின.

சில நாட்களுக்குள், அந்த மந்தை முழுவதும் நாய்களின் அன்பையும் நம்பிக்கையையும் குறைத்து விட்டன. ஆடுகள், தங்களுக்காக உயிரைக் கொடுக்கத் தயாராக இருந்த நாய்களை விலக்கிவிட்டு, ஓநாய்களை அணுகத் தொடங்கின.

அந்த இரவு நாய்கள் அருகிலே இல்லாத வேளையில், ஓநாய்கள் தங்கள் படையுடன் மந்தைக்குள் நுழைந்தன. ஆடுகளெல்லாம் ஓய்வெடுத்து, உறங்கிக் கொண்டிருந்தன. ஓநாய்களுக்கு எந்த எதிர்ப்பும் இல்லாததால், மந்தையை முழுவதுமாக சுற்றி வளைந்துகொண்டது.

அடுத்த நாள் காலையில், அந்த புல்வெளி வெறுமையானது. அங்கே ஒலி எதுவுமில்லை. ஆடுகளும் இல்லை... நாய்களும் இல்லை... எச்சரிக்கையாயிருந்த நட்பும் இல்லை.

இறைமக்களே, நமக்காக உயிரையும் கொடுக்கத் தயங்காத உண்மையான உறவுகளான பெற்றோர், உடன் பிறந்தோர், ஆசிரியர்கள், பெரியவர்கள், சிநேகிதர்கள் போன்றவர்கள் நம்மை காத்து வழிநடத்தி வருகின்றனர். சில நேரங்களில் அவர்கள் நம்மை எச்சரித்து, சுதந்திரத்தை கட்டுப்படுத்துவது போல் தோன்றலாம். ஆனால், அவர்கள் நம்முடைய நலனுக்காகத்தான் அதனைச் செய்கிறார்கள்.

"சிநேகிதன் அடிக்கும் அடிகள் உண்மையானவைகள்; சத்துரு இடும் முத்தங்களோ வஞ்சனையுள்ளவைகள்" (நீதி 27:6) என இறைவேதம் கூறுகிறது. நம்மை பாதுகாக்கும் நாய்களை விலக்கி, இனிமையாகப் பேசும் ஓநாய்களின் நட்பை ஏற்ற ஆடுகள், இறுதியில் தங்கள் வாழ்க்கையையே இழந்தன. அதேபோல், நம்மை நேசிக்கும் உறவுகளை விலக்கி, வெளிப்புற இனிமைக்காக நட்பை மாற்றிக் கொண்டால், அது பேரழிவை ஏற்படுத்தும். நல்ல உறவுகளை மதிப்போம்; பாதுகாப்பும் நிம்மதியும் அதில்தான் இருக்கின்றன. இறைவேதமும் இதனை வலியுறுத்துகிறது.

76

மனமிருந்தால் மார்க்கமுண்டு

ஜப்பான் நாட்டைச் சேர்ந்த ஒருவர் தன் வீட்டை புதுப்பிப்பதற்காக மரத்தால் செய்யப்பட்ட சுவற்றை அகற்றிக் கொண்டிருந்தார். ஜப்பானில் பெரும்பாலும் வீடுகள் மரத்தாலேயே கட்டப்பட்டிருக்கும். இரண்டு மரக்கட்டைகளுக்கு இடையில் சிறிய இடைவெளி விட்டு அமைக்கப்படும் அமைப்பு அங்குள்ள வீடுகளின் தனிச்சிறப்பாகும்.

அந்த நபர் சுவற்றை மெதுவாக அகற்றிக் கொண்டிருந்தபோது, அந்த இரு கட்டைகளுக்கிடையில் ஒரு பல்லி சிக்கியிருப்பதை கவனித்தார். அது உயிருடன் இருந்தது. அதை கண்டதும் அவர் மிகுந்த அதிர்ச்சியடைந்தார். மேலும் ஆராய்ந்தபோது, வெளிப்புறத்தில் இருந்து அடிக்கப் பட்டிருந்த ஒரு ஆணி, அந்த பல்லியின் காலில் பாய்ந்து, அதை அங்கேயே சிக்கவைத்திருந்தது.

அவர் மேலும் சிந்தித்தார்: “இந்த ஆணி அடிக்கப்பட்டு குறைந்தது ஐந்து ஆண்டுகள் ஆகிவிட்டது. இப்படியிருக்க, இந்த பல்லி எப்படி இன்னும் உயிருடன் இருக்கிறது?” என்ற கேள்வி அவரை ஆழமாகக் குழப்பியது. இந்த அதிசயத்தின் பின்னாலுள்ள காரணத்தை கண்டறிய அவர் முடிவு செய்தார்.

அவர் ஒரு கேமராவை அமைத்து அந்த இடத்தை கவனிக்கத் தொடங்கினார். சில நேரம் கழித்து, இன்னொரு பல்லி அங்கே வந்தது. அது தன் வாயில் உணவை கொண்டு வந்து, சிக்கி இருந்த பல்லிக்கு உணவளிப்பதை அவர் தெளிவாகக் கண்டார். அந்த காட்சி அவரை ஆச்சரியத்தில் ஆழ்த்தியது.

அவர் உணர்ந்த உண்மை என்னவென்றால், ஐந்து ஆண்டுகளாக அந்த பல்லி தனது சக பல்லியை எந்த எதிர்பார்ப்பும் இல்லாமல் தொடர்ந்து உணவளித்து காப்பாற்றி வந்தது.

இது ஒரு சாதாரண நிகழ்வு அல்ல; மிக ஆழமான வாழ்க்கைப் பாடத்தை எடுத்துரைக்கும் நிகழ்வு. ஒரு சிறிய ஜீவராசி கூட, தன் இனத்தவரை அன்புடன் காக்கும் பண்பை வெளிப்படுத்துகிறது. எந்த எதிர்பார்ப்பும் இல்லாமல், தொடர்ந்து அக்கறையுடன் மற்றொருவரை பாதுகாக்கும் மனம் அதற்கு உண்டு. ஒரு பல்லியால் கூட இப்படிப் பட்ட தியாகமும் அன்பும் செய்ய முடிகிறது என்றால், மனிதராகிய நமக்கு அது முடியாதா?

நம்மை உருவாக்கியதும், பத்து மாதங்கள் சுமந்ததும், தன் உதிரத்தை பாலாக்கி நம்மை வளர்த்ததும் நம் பெற்றோர்கள் தான். ஆனால் இன்று சிலருக்கு, அதே பெற்றோர் பாரமாகத் தோன்றுகிறார்கள். இது சிந்திக்க வேண்டிய மிக முக்கியமான விஷயம். மனிதன் மற்ற எல்லா ஜீவராசிகளையும் விட உயர்ந்தவன் என்று நாம் பெருமை பேசுகிறோம். ஆனால் அன்பு, பரிவு, தியாகம் ஆகியவற்றில்

நாம் உண்மையாக உயர்ந்தவர்களாக இருக்கிறோமா? என்பதை நம்மை நாமே சிந்திக்க வேண்டும்.

இறைமக்களே, அன்பு என்பது எதிர்பார்ப்பில்லாமல் செய்யப்படும் செயலாக இருக்க வேண்டும். "எனக்கு என்ன லாபம்?" என்ற எண்ணம் நம் வாழ்க்கையின் ஒவ்வொரு தருணத்தையும் நிர்ணயிக்கக் கூடாது. அந்த எண்ணம் வியாபாரத்தில் இருக்கலாம்; ஆனால் உறவுகளில் இருக்கக் கூடாது.

இறைவேதம் இவ்வாறு போதிக்கிறது: "ஒன்றையும் வாதினாலாவது வீண்பெருமையினாலாவது செய்யாமல், மனத் தாழ்மையினாலே ஒருவரையொருவர் தங்களிலும் மேன்மையா னவர்களாக எண்ணக்கடவீர்கள். அவனவன் தனக்கானவை களையல்ல, பிறருக்கானவைகளையும் நோக்குவானாக. கிறிஸ்து இயேசுவிலிருந்த சிந்தையே உங்களிலும் இருக்கக் கடவது" (பிலிப்பியர் 2:3-5).

அன்பை வெளிப்படுத்துவதற்கு மதம் அவசியமில்லை; மனம் இருந்தால் போதும். பரிவோடு நடப்பதும், பிறரை மதிப்பதும், உதவியும் அக்கறையும் காட்டுவதும் மனிதனின் அடிப்படை பண்புகளாக இருக்க வேண்டும். ஆகையால், பெற்றோர்களை மட்டும் அல்ல, நம்மைச் சுற்றியுள்ள அனைவரையும் அன்புடனும் மரியாதையுடனும் நடத்துவோம். எதிர்பார்ப்பில்லாத அன்பை விதைப்போம்; அது ஒருநாள் நிச்சயமாக பலன் தரும்.

அன்பு காட்டுவது ஒரு தேர்வு அல்ல,
அது ஒரு வாழ்க்கை முறையாக இருக்க வேண்டும்.

77

நரி அல்ல, புலி ஆகு!

ஒரு ஊரில் ஒரு அறிவாளி ஒருவர் வாழ்ந்து வந்தார். அவருக்கு கடவுள் பக்தி மிகுந்தது. தினமும் கோவிலுக்குச் சென்று கடவுளை வேண்டிக் கொண்டார். அதன் பிறகு காட்டுக்குச் சென்று விறகு வெட்டி விற்று வாழ்ந்தார். அவரது வாழ்க்கை எளிமையானதாயிருந்தாலும், ஓரளவு வருமானத் துடனும் மனநிம்மதியுடனும் சென்றுகொண்டிருந்தது.

ஒருநாள் வழக்கம் போல் காட்டுக்குச் சென்று கொண்டி ருந்த போது, அவர் ஒரு வியப்பான காட்சியை கண்டார். முன்னங்கால்களை இழந்த ஒரு நரி அங்கே இருந்தது. அதை பார்த்த அவர் ஆச்சரியமடைந்து, "இந்த நரிக்கு இரண்டு கால்களே இல்லை. இப்படியிருக்க இது எப்படி வேட்டையாடி தன் பசியை போக்கிக் கொள்ளும்?" என்று சிந்திக்கத் தொடங்கினார்.

அவரது சிந்தனை முடிவுக்கு வருவதற்குள், அந்தப் பக்கமாக ஒரு புலி வந்தது. பயந்த அவர் உடனே ஓடி ஒரு

மரத்தின் பின்னால் ஒளிந்துகொண்டார். அந்த புலி தன் வாயில் பிடித்துக் கொண்டிருந்த மானை தரையில் போட்டது. அது அமைதியாக அதை சாப்பிட்டு வயிறு நிறைந்ததும், மீதமிருந்த இறைச்சியை அங்கேயே விட்டுவிட்டு சென்றது.

சில நேரம் கழித்து, கால்கள் இல்லாத அந்த நரி மெதுவாக அங்கே வந்தது. புலி விட்டுச் சென்ற இறைச்சியை சாப்பிட்டு தன் பசியை போக்கிக் கொண்டது. இதை மறைந்து பார்த்திருந்த அறிவாளி மிகவும் ஆச்சரியப்பட்டார். அவர் மனதில் நினைத்தார்: “இரண்டு கால்களும் இல்லாத ஒரு நரியையே கடவுள் இப்படிச் சாப்பாடு கொடுத்து காப்பாற்றுகிறார் என்றால், என்னை அவர் நிச்சயமாக காப்பாற் றுவார். நான் தினமும் அவரை வணங்குகிறவன் அல்லவா? இனிமேல் நான் உழைக்க வேண்டியதில்லை. கடவுள் என்னை பார்த்துக் கொள்வார்.”

அவ்வாறு எண்ணிய அவர், வேலை செய்வதை நிறுத்தி, ஆலய வளாகத்தில் அமர்ந்துகொண்டு, “கடவுள் என்னை போஷிப்பார்” என்று காத்திருக்கத் தொடங்கினார். நாட்கள் சென்றன. ஆனால் அவருக்கு உணவு எதுவும் கிடைக்க வில்லை. பசி அவரை வாடச் செய்தது. உடல் மெலிந்து, எலும்பும் தோலுமாக மாறினார். இறுதியில் ஒரு இரவு, யாரும் இல்லாத ஆலயத்தில் அவர் துயரத்துடன் கடவுளை நோக்கி அழுதார்:

“ஆண்டவரே! என் பக்தியில் உமக்கு நம்பிக்கை இல்லையா? நான் உம்மை நம்பி இங்கே வந்தேன். காட்டில் அந்த நரிக்கு புலி மூலம் உணவு கொடுத்தீர். அதை பார்த்து தானே நான் இங்கே வந்தேன். என்னை மட்டும் ஏன் தவிக்க விடுகிறீர்? இது நியாயமா?” என்று கதறினார். அந்த நேரத்தில், ஒரு சத்தம் அவரது உள்ளத்தில் ஒலித்தது: “முட்டாளே! நீ கற்றுக் கொள்ள வேண்டியது நரியிடமிருந்து அல்ல; புலியிடமிருந்துதான்! போய் புலியைப் போல உழைத்து சாப்பிடு. உனக்குக் கிடைத்ததிலிருந்து இயலாதவர்களுக்கு

பகிர்ந்து கொடு." இந்த வார்த்தைகள் அவரை ஆழமாக சிந்திக்க வைத்தன. அவர் தன் தவறை உணர்ந்து, மீண்டும் உழைப்பைத் தொடங்கி, தனது வாழ்க்கையைச் சீர்படுத்திக் கொண்டார்.

இறைமக்களே, இந்தக் கதை நமக்கு ஒரு முக்கியமான உண்மையை எடுத்துரைக்கிறது. இன்று சிலர் "நான் உழைக்காமல் வாழ வேண்டும்" என்ற மனோபாவத்துடன் இருக்கிறார்கள். இது மிகவும் ஆபத்தான எண்ணம். தேவன் மனிதனை படைத்தபோது உழைத்து வாழ வேண்டும் என்ற அடிப்படையை ஏற்படுத்தினார். உழைப்பின்றி கிடைக்கும் வாழ்க்கை நிலையானதல்ல. செய்யவேண்டிய கடமைகளை செய்யாமல், தேவனை மட்டும் சார்ந்து இருப்பது சரியான விசுவாசம் அல்ல.

இறைவேதம் இவ்வாறு கூறுகிறது: *"ஆறுநாளும் நீ வேலை செய்து, உன் கிரியைகளையெல்லாம் நடப்பிப்பாயாக" (யாத்திராகமம் 20:9) "பிரயாசப்பட்டுப் பயிரிடுகிறவன் பலனில் முந்திப் பங்கடைய வேண்டும்" (2 தீமோத்தேயு 2:6)* ஆகையால், நரி போல பிறர்மீது சார்ந்த வாழ்க்கையை அல்ல, புலி போல உழைத்து வாழும் வாழ்க்கையைத் தேர்ந்தெடுப்போம். நமக்குக் கிடைத்த ஆசீர்வாதங்களை நம்மோடு மட்டுமே வைத்துக் கொள்ளாமல், தேவையுள்ளவர்களுடன் பகிர்ந்து கொள்வோம்.

- உழைப்பு நம்மை உயர்த்தும்;
- பகிர்வு நம்மை மகிழ்ச்சியடையச் செய்யும்;

எனவே, உழைத்து வாழ்ந்து, பிறரையும் உயர்த்தும் வாழ்க்கையை நடத்துவோம். தேவன் நம்மை ஆசீர்வதிப்பார்.

78

வீட்டை அலங்கரிக்கும் பெண்

ஒரு நாள், ஒரு கணவன் மனநல மருத்துவரை சந்திக்க வந்தான். அவனுடைய முகபாவனையிலேயே ஒரு வகையான அலட்சியமும், தன்னைப் பற்றிய பெருமையும் தெளிவாகத் தெரிந்தது. அவனை அமரச் செய்த மருத்துவர், மெதுவாக உரையாடலைத் தொடங்கினார்.

மருத்துவர் அவனிடம், "நீங்கள் என்ன வேலை செய்கி றீர்கள்?" என்று கேட்டார். அதற்கு அந்த கணவன் சிறிது பெருமிதத்துடன், "நான் ஒரு வங்கியில் கணக்காளராக இருக்கிறேன்" என்றான்.

மருத்துவர் அடுத்த கேள்வியை வைத்தார். "உங்கள் மனைவி என்ன செய்கிறார்?" கணவன் சற்றும் யோசிக்காமல், "அவள் வேலைக்குப் போவதில்லை. வீட்டில் சும்மா இருக்கிறாள்" என்று பதிலளித்தான்.

மருத்துவர் அவன் பதிலைக் கவனமாகக் கேட்டார். பின்னர் அமைதியாக, “அப்படியானால், உங்கள் வீட்டில் காலை உணவு யார் சமைப்பது?” என்று கேட்டார். கணவன், “என் மனைவிதான். அவள் வீட்டில்தானே இருக்கிறாள்” என்றான்.

“உங்கள் மனைவி எத்தனை மணிக்கு எழுந்திருப்பாள்?” என்று மருத்துவர் தொடர்ந்தார். “காலை ஐந்து மணிக்கே எழுந்திருப்பாள். சமைப்பதற்கு முன் வீட்டை பெருக்கி, சுத்தம் செய்ய வேண்டுமல்லவா” என்றான் கணவன்.
மருத்துவர் அவனையே பார்த்தபடி, “உங்கள் பிள்ளைகளை பள்ளிக்கு அழைத்துச் செல்லுவது யார்?” என்று கேட்டார். “அவள்தான். நான் வேலைக்குச் செல்ல வேண்டியவன் அல்லவா?” என்று அவன் சொன்னான்.

“பிள்ளைகளை பள்ளியில் விட்டபின் அவள் என்ன செய்வாள்?” என்ற கேள்வி வந்தது. “பள்ளியில் விட்டுவிட்டு, காய்கறி கடைக்குச் சென்று வாங்குவாள். வீடு திரும்பியதும் துணிகளைத் துவைப்பாள்” என்றான்.

மருத்துவர் சிறிது நேரம் மௌனமாக இருந்தார். பின்னர், “நீங்கள் அலுவலகத்திலிருந்து வீடு திரும்பியதும் என்ன செய்வீர்கள்?” என்று கேட்டார். “நான் நாள் முழுவதும் வேலை செய்திருப்பதால் ஓய்வெடுப்பேன்” என்று கணவன் இயல்பாகச் சொன்னான். “அந்த நேரத்தில் உங்கள் மனைவி என்ன செய்வாள்?” என்று மருத்துவர் கேட்டார். அவன் சற்று அலட்சியமாக, “பிள்ளைகளை படிக்க வைப்பாள், இரவு உணவு சமைப்பாள். பிறகு பரிமாறுவாள். அதற்குப் பிறகு பாத்திரங்களை கழுவுவாள். பிள்ளைகளைத் தூங்க வைப்பாள்” என்றான்.

அந்த நிமிடம், மருத்துவர் அவனை நேராகப் பார்த்தார். அவரது கண்களில் கண்டிப்பு இல்லை; ஆனால் உணர்த்தும் ஆழம் இருந்தது. அவர் மெதுவாகச் சொன்னார்: “நீங்கள் ஒரு வங்கியில் சில மணி நேரம் வேலை செய்கிறீர்கள். ஆனால் உங்கள் மனைவி, காலை முதல் இரவு வரை சம்பளம்

இல்லாமல், விடுமுறை இல்லாமல், பாராட்டு இல்லாமல், குடும்பத்திற்காக இடையறாது உழைக்கிறாள். ஆனால் நீங்களோ 'சும்மா இருக்கிறாள்' என்று சொல்கிறீர்கள்." அந்த வார்த்தைகள் கணவனின் மனதில் ஆழமாகப் பதிந்தது. அவன் முதன்முறையாக, தன் மனைவியின் நாள் முழுவதையும் சிந்திக்கத் தொடங்கினான்.

இறைமக்களே, கிறிஸ்தவ விசுவாசத்தில், வேலை என்பது சம்பளத்தால் அளவிடப்படுவதில்லை; மாறாக அது அன்பால் அளவிடப்படுகிறது. வீட்டில் இருந்து குடும்பத்தை கட்டி எழுப்பும் பெண், தேவன் கொடுத்த ஒரு உயர்ந்த பொறுப்பை நிறைவேற்றுபவள். சமையலறையும், குழந்தைப் பராமரிப்பும், வீட்டுப் பொறுப்புகளும் மனிதக் கண்களில் சிறியதாகத் தோன்றலாம்; ஆனால் அப்பணி வார்த்தைகளால் விவரிக்க முடியாததும், அன்பிற்காக கட்டப்பட்ட ஒன்றாகவும் காணப்படுகிறது.

ஒரு வீட்டை அலங்கரிக்கும் பெண், அந்த வீட்டின் ஆதாரத்தூணாக இருக்கிறாள். அவள் வெளியில் வேலை செய்யவில்லை என்பதற்காக தாழ்ந்தவள் அல்ல. மாறாக, அவள் குடும்பத்தை தேவன் கொடுத்த ஒரு திருச்சபையாகக் கருதி, அதில் விசுவாசமும் அன்பும் விதைக்கிறாள். ஆகையால், காலை முதல் மாலை வரை குடும்பத்திற்காக இயங்கும் ஒவ்வொரு பெண்ணும் பாராட்டுக்குரியவளே. அவளை மதிப்பது மனிதநேயம் மட்டுமல்ல; அது தேவனுக்குப் பிரியமான செயலும் ஆகும்.

"குணசாலியான ஸ்திரீ தன் புருஷனுக்குக் கிரீடமாயிருக்கிறாள்" (நீதிமொழிகள் 12:4) என இறைவேதம் பெண்களை உயர்வாக மதிப்பிடுகிறது.

79

நிராகரிப்பு முடிவல்ல

ஒருவன் ஒரு கம்ப்யூட்டர் நிறுவனத்தில் தரை துடைக்கும் வேலைக்காக விண்ணப்பித்தான். அவனுக்கு அதிக கல்வி இல்லையாயினும், வேலை செய்யும் ஆர்வமும் நேர்மையும் இருந்தது. முதல்சுற்றில் அவனுக்கு சில வேலைகள் கொடுக்கப் பட்டன. அவன் அவற்றை மிகவும் கவனமாகவும் சிறப்பாகவும் செய்து முடித்தான். அதனால் அவன் முதல் கட்டத் தேர்வில் தேர்ச்சி பெற்றான்.

அதன்பின் இரண்டாவது சுற்றான நேர்முகத் தேர்வுக்கு அழைக்கப்பட்டான். அங்கு அதிகாரிகள் அவனிடம் சில கேள்விகள் கேட்டார்கள். அவன் நேர்மையாகவும் தன்னம்பிக் கையுடனும் பதிலளித்தான். பின்னர், அவனுக்கு ஒரு விண்ணப்பம் கொடுத்து, “உன் முகவரி மற்றும் இ-மெயில் ஐ.டி எழுதுங்கள்” என்று கூறினர். அப்போது அவன் எளிமை யாக, “எனக்கு இ-மெயில் ஐ.டி இல்லை” என்று கூறினான். அதை கேட்ட அதிகாரிகள் ஒருவரை ஒருவர் பார்த்துக்

கொண்டனர். பின்னர், "இது ஒரு கம்ப்யூட்டர் நிறுவனம். இங்கே வேலை செய்ய வரும் ஒருவருக்கு குறைந்தபட்சமாக இ-மெயில் கூட தெரியவில்லை என்றால், அவர் இங்கு வேலை செய்ய தகுதியற்றவர்" என்று கூறி அவனை நிராகரித்தனர்.

அந்த வார்த்தைகள் அவனுடைய மனதை மிகவும் காயப்படுத்தின. அவன் மனமுடைந்து அங்கிருந்து வெளியே றினான். ஆனால் வாழ்க்கை அங்கேயே முடிந்து விடவில்லை.

கையில் இருந்த சில நூறு ரூபாயை எடுத்துக் கொண்டு, அவன் சிறிய அளவில் வெங்காயம் வாங்கி விற்பனை செய்யத் தொடங்கினான். ஆரம்பத்தில் அது ஒரு சிறிய முயற்சிதான். ஆனால் அவன் உழைப்பும் நேர்மையும் காரணமாக, அவனுக்கு சிறிது லாபம் கிடைத்தது. அந்த லாபத்தை மீண்டும் முதலீடாக மாற்றி, தனது வியாபாரத்தை வளர்த்துக் கொண்டான்.

நாளடைவில், அவன் ஒரு பெரிய வெங்காய வியாபா ரியாக வளர்ந்தான். அதன் பிறகு பல்வேறு வணிகங்களில் ஈடுபட்டு, ஒரு வெற்றிகரமான தொழிலதிபராக உயர்ந்தான். அவன் வாழ்க்கை முற்றிலும் மாறிவிட்டது.

ஒருநாள், தனது வியாபாரத்திற்காக வங்கியில் ஒரு புதிய கணக்கு தொடங்க அவன் சென்றான். விண்ணப்பத்தை நிரப்பிக் கொண்டிருந்தபோது, வங்கி மேலாளர் அவனிடம், "உங்களுடைய இ-மெயில் ஐ.டி என்ன?" என்று கேட்டார்.

அதற்கு அவன் சிரித்தபடி, "எனக்கு இ-மெயில் ஐ.டி இல்லை" என்று பதிலளித்தான். அதை கேட்ட மேலாளர் மிகவும் ஆச்சரியப்பட்டார். "இவ்வளவு பெரிய தொழிலதிபராக வளர்ந்த நீங்கள், இ-மெயில் கூட இல்லாமல் எப்படி இத்தனை உயரம் அடைந்தீர்கள்?" என்று கேட்டார்.

அதற்கு அந்த மனிதன் அமைதியாகச் சொன்னான்: "எனக்கு இவை எல்லாம் தெரிந்திருந்தால், இன்று நான் ஒரு கம்ப்யூட்டர் நிறுவனத்தில் தரையைத் துடைத்துக் கொண்டிருப்பேன்."

இறைமக்களே, இந்தக் கதை நமக்கு ஒரு ஆழமான உண்மையை எடுத்துரைக்கிறது. கல்வியும் அறிவும் மிகவும் முக்கியமானவை. ஆனால் அவை மட்டுமே ஒரு மனிதனின் மதிப்பையும் எதிர்காலத்தையும் நிர்ணயிக்காது. மனிதர்கள் வெளிப்படையான தகுதிகளைப் பார்க்கிறார்கள்; ஆனால் தேவன் மனிதனுடைய இருதயத்தையும், அவன் உண்மைத் தன்மையையும், உழைப்பையும் பார்க்கிறார்.

இறைவேதம் இவ்வாறு கூறுகிறது: *"மனுஷன் முகத்தைப் பார்ப்பான்; கர்த்தரோ இருதயத்தைப் பார்க்கிறார்" (1 சாமுவேல் 16:7).* நாம் வாழ்க்கையில் நிராகரிக்கப்படும்போது, அதை தோல்வியாக எண்ணி மனம் உடைந்து விடக்கூடாது. சில நேரங்களில், அந்த நிராகரிப்பே நமக்காக தேவன் வைத்திரு க்கும் பெரிய திட்டத்தின் ஆரம்பமாக இருக்கலாம். ஒரு கதவு மூடப்படுவது, மற்றொரு பெரிய கதவு திறக்கப் படுவதற்கான அறிகுறியாக இருக்கலாம். நாம் இழந்தது சிறியது; தேவன் கொடுக்கப்போவது பெரியது என்பதை நம்ப வேண்டும். இறைமக்களே, மனிதர்கள் மூடிய கதவுகள் தேவனால் திறக்கப்படும் வாய்ப்புகளாக மாறட்டும். தேவனை நம்பி தொடர்ந்து முயற்சி செய்தால், அவர் ஏற்ற காலத்தில் நம்மை உயர்த்துவார் என்பது நிச்சயம்.

- நிராகரிப்பு வந்தாலும் மனம் தளராதீர்கள்.
- நிராகரிப்பு வந்தாலும் உழைப்பை நிறுத்தாதீர்கள்.
- நிராகரிப்பு வந்தாலும் நம்பிக்கையை இழக்காதீர்கள்.

80

வருட இறுதியில் ஒரு சுயபரிசோதனை

ஒரு பொறுப்புள்ள ஓட்டுநர், தனது வாகனத்தை இயக்கும் முன் அவசரமாக பயணத்தைத் தொடங்குவதில்லை. அவர் முதலில் தன்னைச் சுயமாக ஆய்வு செய்து கொள்கிறார். உடல் நலம் சரியிருக்கிறதா? மனம் அமைதியாக இருக்கிறதா? கவனம் சிதறிய நிலையில் உள்ளேனா? என்ற கேள்விகளைத் தன்னிடமே கேட்கிறார். அதன்பின்பு தான் வாகனத்தைச் சோதிப்பார். எரிபொருள் போதுமா? பிரேக் சரியாக செயல்படுகிறதா? டயர் காற்று சரியான அளவில் உள்ளதா? எல்லாம் ஒழுங்காக உள்ளதா என்று உறுதி செய்த பின்பே அவர் பயணத்தைத் தொடங்குகிறார். இந்தச் சுய பரிசோதனையே பாதுகாப்பான பயணத்தின் அடிப்படை ஆகும்.

இறைமக்களே, அதேபோலவே தேவன் நம்மை இந்த ஆண்டின் இறுதிவரை பாதுகாத்து வழிநடத்தி கொண்டு

வந்துள்ளார். இது வெறும் காலண்டரில் ஒரு தேதி மாறும் நிகழ்வு அல்ல; மாறாக, நம் வாழ்க்கையைத் திரும்பிப் பார்ப்பதற்கான தேவன் தந்த ஒரு அருமையான வாய்ப்பு. கடந்த ஆண்டு முழுவதும் நாம் எந்த பாதையில் நடந்தோம்? எந்த எண்ணங்களோடு வாழ்ந்தோம்? எந்த முடிவுகளை எடுத்தோம்? என்பதை சிந்திக்க வேண்டிய தருணமே ஆண்டிறுதி.

ஓட்டுநர் வாகனத்தின் கண்ணாடியைப் பார்த்து பாதையைச் சரி பார்க்கிறதுபோல், இறைமக்களாகிய நாம் தேவனுடைய வார்த்தையான வேதாகமத்தை ஒரு கண்ணாடியாக எடுத்துக் கொள்ள வேண்டும். வேதாகமம் நம்மை அலங்கரிக்க அல்ல, நம்மை வெளிப்படுத்தவே எழுதப் பட்டுள்ளது. "நான் சரியான பாதையில் தான் பயணிக் கிறேனா? என் மனநிலை தேவனுக்கு உகந்ததாக உள்ளதா? என் வார்த்தைகள், செயல்கள், எண்ணங்களில் நேர்மை உள்ளதா?" என்ற கேள்விகளுக்கான நேர்மையான பதிலை வேதாகமத்தின் முன் நின்றால் மட்டுமே பெற முடியும்.

எனவே, புதிய ஆண்டுக்குள் பிரவேசிக்குமுன், நாம் நம்மையே சுய பரிசோதனை செய்து கொள்ள வேண்டும். என் உள்ளத்தில் கசப்பு இருக்கிறதா? பொறாமை, கோபம், அகந்தை, மன்னிக்காத மனம் போன்றவை என்னுள் வேரூன்றியுள்ளதா? வெளிப்படையாக பக்தியாகத் தோன்றினாலும், உள்ளுக்குள் இரட்டை வாழ்க்கை வாழ்கிறேனா? தேவனோடு எனக்குள்ள உறவு ஆழமாக இருக்கிறதா அல்லது வெறும் பழக்கமாக மாறிவிட்டதா? இத்தகைய கேள்விகளைத் தைரியமாக நம்மிடமே கேட்க வேண்டும்.

ஒரு வாகனத்தில் சிறிய கோளாறு கூட பெரிய விபத்துக்கு வழிவகுக்கும். அதுபோல, நம் வாழ்க்கையில் திருத்தப்படாத சிறிய பாவங்கள், கவனிக்கப்படாத தவறுகள், நாளடைவில் பெரிய வீழ்ச்சிக்குக் காரணமாக மாறலாம். ஆகவே, புதிய ஆண்டுக்குள் நுழையும் முன், நம் மனதைத்

தூய்மையாக்கவேண்டும். தேவனுடைய சமுகத்தில் தாழ்மையுடன் வந்து, *"தேவனே, என்னை ஆராய்ந்து, என் இருதயத்தை அறிந்துகொள்ளும்; என்னைச் சோதித்து, என் சிந்தனைகளை அறிந்துகொள்ளும்" (சங்கீதம் 139:23)* என்று ஜெபிப்பதே இறைமக்களின் அழகான அணுகுமுறை.

தேவன் நம்மை குற்றவாளியாக்க அல்ல, சீர்படுத்தவே நம்மை ஆராய்கிறார். நாம் மனந்திரும்பி தேவனிடம் வரும்போது, அவர் மன்னிக்கத் தயங்குவதில்லை. அதே நேரத்தில், நம்மால் பாதிக்கப்பட்டவர்களிடமும் சமாதானம் செய்து கொள்ள வேண்டியது நம் பொறுப்பு. இதுவே புதிய ஆண்டுக்கான ஆரோக்கியமான தொடக்கம்.

இந்த ஆண்டின் இறுதியில், நாம் ஒவ்வொருவரும் தேவனாகிய கண்ணாடியின் முன் நின்று நம்மையே ஆராய்வோம். அவசரமின்றி, அலட்சியமின்றி, நேர்மையோடு சுய பரிசோதனை செய்வோம். அப்பொழுது தான் புதிய ஆண்டு, ஒரு வெறும் புதிய தேதியாக இல்லாமல், ஒரு புதிய வாழ்க்கையாக, ஒரு புதிய பயணமாக மாறும். தேவனுடைய கிருபையும் சத்தியமும் நம்மை வழிநடத்த, தூய மனதோடு, சீரான வாழ்க்கையோடு, புதிய ஆண்டுக்குள் நுழைவோம். அதுவே பாதுகாப்பானதும் ஆசீர்வாதமானதுமான ஆவிக்குரிய பயணம் ஆகும்.

81

கொண்டாட்டமா? உறவா?

ஒரு குடும்பத்தில், தகப்பனாரின் நூறாவது பிறந்தநாள் நெருங்கி வந்தது. அவருடைய ஆறு பிள்ளைகளும் தங்கள் குடும்பத்தாருடன் சேர்ந்து, இந்த விழாவை மிகவும் விமர்சையாகக் கொண்டாட முடிவு செய்தனர். வாழ்க்கையில் அரிதாக கிடைக்கும் இந்த தருணத்தை சிறப்பாக மாற்ற வேண்டும் என்ற எண்ணத்தில் அவர்கள் மிகுந்த உற்சாகத்துடன் செயல்பட்டனர்.

பிறந்தநாளுக்கு இரு நாட்களுக்கு முன்பே அனைவரும் தங்கள் தகப்பனின் வீட்டிற்கு வந்து சேர்ந்தனர். இந்த விழாவை தகப்பனுக்கு ஒரு இனிய அதிர்ச்சியாக மாற்ற வேண்டும் என்பதால், அவருக்குத் தெரியாமல் அனைத்து ஏற்பாடுகளையும் ரகசியமாகச் செய்யத் தொடங்கினர். வீடு முழுவதும் பரபரப்பாக இருந்தது; ஒவ்வொருவரும் தங்களுக்கு ஒதுக்கப்பட்ட வேலைகளில் முழுமையாக மூழ்கியிருந்தனர்.

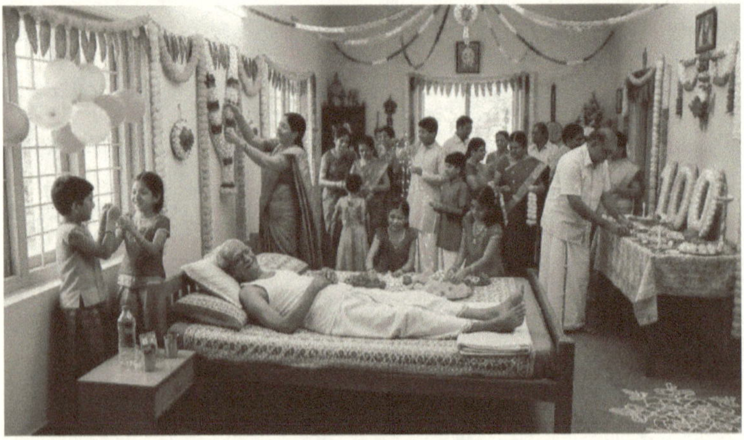

தந்தை, தன் பிள்ளைகளையும் பேரப்பிள்ளைகளையும் பார்த்து மனமகிழ்ந்தார். ஒவ்வொருவரையும் அன்புடன் அழைத்து பேச முயன்றார். நீண்ட நாட்களுக்குப் பிறகு குடும்பம் ஒன்று கூடிவிட்டது என்ற சந்தோஷம் அவரை நிரப்பியது. ஆனால், பிள்ளைகளோ விழா ஏற்பாடுகளில் மிகவும் பிஸியாக இருந்தனர். "பிறகு பேசலாம் அப்பா" என்று சொல்லி அவர்கள் தங்கள் வேலையில் மூழ்கினர். தகப்பனின் இதயத்தில் சிறிய வருத்தம் எழுந்தாலும், அதை வெளிப்படுத்தாமல் அமைதியாக இருந்தார்.

வீடு முழுவதும் அலங்கரிக்கப்பட்டது. சுவர்கள் வெள்ளையடிக்கப்பட்டன. வண்ண விளக்குகள் மின்னின. ஊர் முழுவதும் டிஜிட்டல் பேனர்கள் வைக்கப்பட்டன. விருந்துக்கு பெரிய அளவில் ஏற்பாடுகள் செய்யப்பட்டன. சமையல் காரர்களுக்கு அதிக தொகை வழங்கப்பட்டது. மொத்தத்தில் அந்த வீடு ஒரு திருவிழா மண்டபமாக மாறியது.

இரவு நேரம் ஆகி வந்தது. இன்னும் சில மணி நேரங்களில் பிறந்தநாள் தொடங்கப்போகிறது. தகப்பன் இருந்த அறையை அலங்கரிக்க வேண்டியது மட்டும் மீதமிருந்தது. அப்பா கட்டிலில் அமைதியாகத் தூங்கிக் கொண்டிருந்தார். அவரை எழுப்பினால் தொந்தரவு ஆகிவிடும் என்று நினைத்த பிள்ளைகள், அவரை கட்டிலோடு சேர்த்து வீட்டிற்கு வெளியே கொண்டு சென்று வைத்துவிட்டு, அறைக்குள் அலங்கார வேலைகளை விரைவாக முடித்தனர்.

நேரம் நள்ளிரவை அணைந்தது. அனைத்து ஏற்பாடு களும் முடிந்தது. அனைவரும் மிகுந்த உற்சாகத்துடன் தங்கள் திட்டத்தை நிறைவேற்றத் தயாரானார்கள். தகப்பனை மீண்டும் அறைக்குள் கொண்டு வந்து, சரியாக 12 மணிக்கு எழுப்பி வாழ்த்து சொல்ல வேண்டும் என்று திட்டமிட்டனர்.

நள்ளிரவு மணி அடித்தது. அனைவரும் சந்தோஷக் குரலில் தகப்பனை எழுப்ப முயன்றனர். ஆனால், அவருக்கு

எந்த இயக்கமும் இல்லை. பதற்றமடைந்த அவர்கள் உடனே மருத்துவரை அழைத்தனர். மருத்துவர் பரிசோதித்து, கடும் குளிரால் அவருடைய உயிர் பிரிந்துவிட்டது என்று தெரிவித்தார்.

அந்த மகிழ்ச்சியான வீடு, கணநேரத்தில் துயர வீடாக மாறியது. கண்ணீரில் தத்தளித்த குடும்பத்தினர், தகப்பனின் படுக்கையின் அருகில் இருந்த ஒரு கடிதத்தை கண்டனர். அதில், “என் பிள்ளைகளும் அவர்களது பிள்ளைகளும் தான் என் உயிர். அவர்களுடன் நேரம் செலவிட விரும்புகிறேன். ஆனால் அவர்கள் என்னுடன் நேரம் செலவிடாமல், எனக்காகவே வேலை செய்கிறார்கள்” என்று எழுதியிருந்தது.

அந்த வார்த்தைகள் அவர்களின் இதயத்தை நொறுக்கின. “நாம் தகப்பனை ஒதுக்கி வைத்து, அவரின் பிறந்தநாளை மட்டும் கொண்டாடினோம்; ஆனால் அவரையே இழந்துவிட்டோம்” என்ற உணர்வு அவர்களை மிகுந்த வேதனையில் ஆழ்த்தியது.

இறைமக்களே, இந்த நிகழ்வு நமக்கு ஒரு ஆழமான உண்மையை எடுத்துரைக்கிறது. பல நேரங்களில், நாம் மனிதர்களை விட அவர்களுக்காக செய்யும் நிகழ்ச்சிகளுக்கே முக்கியத்துவம் கொடுக்கிறோம். அன்பை வெளிப்படுத்த வேண்டிய இடத்தில், ஆடம்பரத்தை வெளிப்படுத்துகிறோம். உறவை வளர்க்க வேண்டிய இடத்தில், நிகழ்ச்சிகளை பெரிதாக்குகிறோம்.

இதேநிலை கிறிஸ்துமஸ் கொண்டாட்டங்களிலும் காணப்படுகிறது. நாம் வீடுகளை அலங்கரிக்கிறோம், புதிய உடைகள் அணிகிறோம், விருந்து வைத்து கொண்டாடுகிறோம். ஆனால், இந்த விழாவின் மையமாக இருக்க வேண்டிய இயேசு கிறிஸ்துவுடன் நாம் உண்மையில் நேரம் செலவிடுகிறோமா என்பதை சிந்திக்க வேண்டும். தகப்பனுக்கு தேவையானது விழா அல்ல; பிள்ளைகளின் நேரமும் அன்பும் தான். அதுபோல,

கிறிஸ்துவுக்குத் தேவையானது வெளிப்புற கொண்டாட்டம் அல்ல; நமது இருதயமே தேவை.

எனவே, இறைமக்களே, கிறிஸ்துவின் பெயரில் கொண்டாட்டங்களைச் செய்வதோடு மட்டுமல்லாமல், கிறிஸ்துவையே நமது வாழ்வில் கொண்டாடுவோம். அவருடன் நேரம் செலவிடுவோம். அவரை நம் வாழ்வின் மையமாக்குவோம். அப்போதுதான் நமது வாழ்க்கை உண்மையான மகிழ்ச்சியாலும் நிறைவாலும் நிரம்பும்.

82

மனித வாழ்வின் தத்துவம்

ஒரு ஈ, ஒரு எருதின் கொம்பில் நெடுநேரம் உட்கார்ந்திருந்தது. உயர்ந்த இடத்தில் அமர்ந்திருப்பதால், தானே மிக உயர்ந்தவள் என்ற எண்ணத்தில் அது உலகத்தை ரசித்து கொண்டிருந்தது. தன்னுடைய சிறிய இருப்பை மறந்து, தன்னைப் பெரியதாகக் கருதிக்கொண்ட அந்த ஈ, ஒரு கட்டத்தில் அந்த இடத்தை விட்டு பறந்து செல்லத் தயாரானது.

புறப்படும் முன், அது எருதை நோக்கி பேசத் தொடங்கியது: "எருதே, நான் இப்போது பறந்து செல்லப் போகிறேன். அதனால் உனக்கு எந்த வருத்தமும் இல்லை தானே?" என்று கேட்டது. அந்தக் கேள்வியில், தன்னுடைய இருப்பு எருதிற்கு முக்கியமானது என்ற அகங்காரம் வெளிப்பட்டது.

அதை கேட்ட எருது மெதுவாகச் சிரித்தது. தனது கண்களை மேலே தூக்கி, ஈயைப் பார்த்து அமைதியாகப் பதிலளித்தது: "ஓ சிறிய ஈயே, நீ இருந்தாலும் இல்லையென்

றாலும் எனக்கு ஒன்றும் மாறாது. நீ என் கொம்பில் வந்து உட்கார்ந்ததே எனக்குத் தெரியவில்லை. அப்படியிருக்க, நீ போகிறாயா என்று என்னைக் கேட்கிறாயே!" என்றது.

இந்த வார்த்தைகள் ஈயின் மனதைத் துளைத்தன. அது தன் சிறுமையை உணர்ந்தது. வெட்கத்தில் அதன் முகம் சிவந்து, எதுவும் பேசாமல் அங்கிருந்து பறந்து சென்றது.

இறைமக்களே, இந்தச் சிறிய கதையில் ஒரு பெரிய உண்மை மறைந்துள்ளது. உலகத்தில் பலர் அந்த ஈயைப் போலவே வாழ்கின்றனர். தங்களுடைய நிலையை உணராமல், தாங்கள் மிகப் பெரியவர்கள் என்ற எண்ணத்தில் வாழ்கின்றனர். தங்கள் சுற்றத்தாரும் உலகமும் தங்களை மிக உயரமாக மதிக்கின்றன என்று தவறாக எண்ணிக்கொள்கின்றனர்.

ஆனால் உண்மை என்னவென்றால், நாம் எண்ணும் அளவிற்கு உலகம் நம்மைப் பற்றிக் கவலைப்படுவதில்லை. நாம் இல்லாதாலும் உலகம் தனது பயணத்தைத் தொடர்கிறது. இதை உணராமல், நாம் கட்டிக்கொள்ளும் பெருமை உண்மையில் ஒரு மாயை மட்டுமே.

இன்றைய காலத்தில், தன்னைத் தானே உயர்த்திக் காட்டிக்கொள்ளும் மனப்பான்மை அதிகமாக காணப்படுகிறது. சமூகத்தில் சில சாதனைகள் செய்தவுடன், அல்லது சிறிது புகழ் கிடைத்தவுடன், மனிதன் தன்னை மற்றவர்களை விட உயர்ந்தவன் என்று எண்ணத் தொடங்குகிறான். தனது திறமைகளைப் பற்றி பேசுவதற்குப் பதிலாக, தன்னைப் பற்றி பெருமையாகப் பேசுகிறான்.

இத்தகைய பெருமை, மனிதனை மெதுவாக வீழ்ச்சிக்கு கொண்டு செல்கிறது. ஏனெனில், பெருமை உள்ள இடத்தில் பணிவு இருக்காது; பணிவு இல்லாத இடத்தில் இறைவனுடைய கிருபை நிலைத்திருக்காது.

இதனால்தான் இறைவேதம் நம்மை எச்சரிக்கிறது: *“உங்களில் எவனானாலும் தன்னைக்குறித்து எண்ணவேண்டியதற்கு மிஞ்சி எண்ணாமல், தெளிந்த எண்ணமுள்ளவனாய் எண்ண வேண்டும்” (ரோமர் 12:3)* என்று கூறுகிறது. மேலும், *“உன்னை அதிக ஞானியுமாக்காதே” (பிரசங்கி 7:16)* என்றும் அறிவுறுத்துகிறது.

பரிசுத்த வேதத்தில் வாழ்ந்த மகத்தானவர்கள் கூட தங்களைத் தாழ்த்திக்கொண்டதை நாம் காண்கிறோம். இஸ்ரவேலின் அரசனாகிய தாவீது தன்னை *“தெள்ளுப்பூச்சி”* என்று தாழ்த்திக் கொண்டார் (1 சாமு. 26:20). விசுவாசிகளின் தகப்பனாகிய ஆபிரகாம் தன்னை *“தூளும் சாம்பலுமானவன்”* என்று கூறினார் (ஆதி. 18:27). செல்வமும் செழிப்பும் பெற்றிருந்த யோபு கூட “நான் நீசன்” என்று தன்னை உணர்ந்தார் (யோபு 40:4).

இந்த மகத்தானவர்கள் தங்களை இவ்வாறு தாழ்த்திக் கொண்டபோது, இன்று நாம் எவ்வளவு பெரியவர்களாக நினைத்துக்கொள்வது சரியானதா என்பதை சிந்திக்க வேண்டும்.

இறைவன் நம்மை மண்ணிலிருந்து உருவாக்கினார். ஆகவே நாம் யார் என்பதை மறந்துவிடக்கூடாது. *“நாம் மண்ணென்று தேவன் நினைவு கூருகின்றார்” (சங்கீதம் 103:14)* என்ற உண்மை எப்போதும் நம் மனதில் நிலைத்திருக்க வேண்டும். மனிதன் எவ்வளவு உயர்ந்த நிலைக்கு சென்றாலும், அவன் ஆரம்பமும் முடிவும் மண்ணே. இதை உணர்ந்தால், பெருமைக்கு இடமே இருக்காது.

இறைவேதம் மேலும் ஒரு முக்கியமான உண்மையை கூறுகிறது: *“தன்னைத்தான் உயர்த்துகிறவனெவனும் தாழ்த்தப்படுவான்; தன்னைத்தான் தாழ்த்துகிறவன் உயர்த்தப்படுவான்” (லூக்கா 14:11).*

இதுவே வாழ்க்கையின் நிலையான தத்துவம். மனிதன் தன்னை உயர்த்திக்கொள்ள முயன்றால், இறுதியில் அவன் தாழ்த்தப்படுவான். ஆனால் தன்னைத் தாழ்த்திக்கொண்டு பணிவுடன் நடப்பவன், இறைவனால் உயர்த்தப்படுவான்.

இறைமக்களே, நாம் எந்த உயரத்தில் இருந்தாலும், நம்முடைய நிலையை உணர்ந்து பணிவுடன் நடப்போம். வீண்பெருமையைத் துறந்து, நமக்கு கொடுக்கப்பட்ட கிருபைக்கு நன்றி கூறுவோம். பெருமை நம்மை வெறுமையாக்கும்; பணிவு நம்மை உயர்த்தும். எனவே, பெருமையின் மாயையை விட்டு, பணிவின் பாதையில் நடந்து, இறைவனுடைய கிருபையிலும் ஆசீர்வாதத்திலும் வளர்ந்து வாழ்வோமாக.

83

தோற்றத்தை வைத்து முடிவு செய்யாதீர்கள்

ஒரு நாள், ஒரு கார் டிரைவர் வழக்கம்போல் தன் வண்டியை எடுத்துக் கொண்டு வேலைக்காக கிளம்பினார். எல்லாம் சீராகச் சென்றுகொண்டிருந்தபோது, சிறிது தூரம் சென்றவுடன் திடீரென கார் டயர் பஞ்சர் ஆனது. அவர் வண்டியை ஓரமாக நிறுத்தி இறங்கினார்.

அவர் இருந்த இடம் ஒரு மனநல மருத்துவமனைக்கு அருகில் இருந்தது. சுற்றிலும் பார்த்தார். எங்காவது ஒரு மெக்கானிக் கடை இருக்கிறதா என்று தேடினார். ஆனால் அருகில் எந்த உதவியும் கிடைக்கவில்லை. “இதை நான் தான் சரி செய்து கொள்ள வேண்டும்” என்று முடிவு செய்து, ஸ்டெப்னி டயரை மாற்றத் தொடங்கினார். அவர் கவனமாக நான்கு போல்ட்டுகளையும் கழற்றி, அவற்றை ஓரமாக வைத்தார். பின்னர் ஸ்டெப்னி டயரை எடுத்து வரச் சென்றார். அந்த நேரத்தில் ஒரு தவறு நடந்தது. அவர் திரும்பி வரும்போது கால்

இடறி, அந்த நான்கு போல்ட்டுகளும் அருகில் இருந்த கால்வாயில் விழுந்து விட்டன. இப்போது டிரைவர் பெரும் சிக்கலில் சிக்கினார். “இப்போ என்ன செய்வது?” என்று கவலையுடன் யோசிக்கத் தொடங்கினார். அந்த போல்ட்டுகளை எடுக்க முடியாத நிலை. அவற்றின்றி டயரை பொருத்த முடியாது. அவர் மனதில் குழப்பமும் பதற்றமும் அதிகரித்தது.

அந்த நேரத்தில், அங்கிருந்த ஒருவர் அருகே வந்து மெதுவாகக் கேட்டார்: “என்ன ஐயா, ஏதாவது பிரச்சனை போலிருக்கே?” அந்த மனிதனை பார்த்த டிரைவர், அவர் மனநல மருத்துவமனையில் இருப்பவராக இருக்கலாம் என்று நினைத்தார். “இவரை சாக்கடையில் இறக்கி போல்ட்டுகளை எடுக்க சொல்லலாம்” என்று உள்ளுக்குள் எண்ணிக்கொண்டார். ஆனால் அவர் நடந்ததை முழுவதும் அவரிடம் விளக்கினார்.

அதை கவனமாகக் கேட்ட அந்த நபர், சற்றும் தயங்காமல் ஒரு தீர்வைச் சொன்னார்: “மற்ற மூன்று சக்கரங்களில் இருந்து தலா ஒரு போல்ட்டை கழற்றுங்கள். அந்த மூன்று போல்ட்டுகளை இந்த சக்கரத்தில் மாட்டுங்கள். அப்படியே மெதுவாக அருகிலுள்ள மெக்கானிக் கடைக்கு போய், புதிய போல்ட்டுகளை வாங்கி எல்லா சக்கரங்களிலும் சரியாக பொருத்திக் கொள்ளலாம்.” இந்த யோசனை டிரைவருக்கு மிகப் பெரிய ஆச்சரியத்தை அளித்தது.

அவர் இதுவரை யோசிக்காத ஒரு எளிய, புத்திசாலித் தனமான தீர்வு அது. அவர் அந்த மனிதனை பார்த்து வியப்புடன் கேட்டார்: “இவ்வளவு தெளிவாக யோசிக்கிறீர்கள் அப்படியிருக்க, நீங்கள் எப்படி இந்த மனநல மருத்துவ மனையில் இருக்கிறீர்கள்?” அதற்கு அந்த நபர் அமைதியாகச் சிரித்தபடி கூறினார்: “இந்த மருத்துவமனையில் இருப்பவர்கள் எல்லாரும் முட்டாள்கள் அல்ல; வெளியில் சுத்திக் கொண்டிருப்பவர்கள் எல்லாரும் புத்திசாலிகளும் அல்ல.” இந்த ஒரு பதில் டிரைவரின் மனதை ஆழமாகத் தொட்டது. அவர் உணர்ந்தார்.

நாம் மனிதர்களை அவர்கள் இருக்கும் இடம், தோற்றம் அல்லது சூழ்நிலை வைத்து மதிப்பிடுவது தவறு என்பதை.

இறைமக்களே, இந்த நிகழ்வு நமக்கு ஒரு முக்கியமான பாடத்தை கற்பிக்கிறது. நாம் பல நேரங்களில், ஒருவரின் வெளிப்புற தோற்றத்தைப் பார்த்து அவரைப் பற்றி தீர்ப்பு கூறிவிடுகிறோம். அவர் எப்படி உடை அணிந்துள்ளார், அவர் எங்கு இருக்கிறார், அவர் எந்த நிலைமையில் இருக்கிறார் என்பதையே வைத்து அவருடைய மதிப்பை கணக்கிடுகிறோம். ஆனால் உண்மையில், மனிதனின் அறிவும், ஞானமும், திறமையும் வெளிப்புறத்தில் அல்ல; உள்ளத்தில் இருக்கிறது.

இதனால்தான் இறைவேதம் நம்மை எச்சரிக்கிறது: *"தோற்றத்தின்படி தீர்ப்புச்செய்யாமல், நீதியின்படி தீர்ப்புச் செய்யுங்கள்" (யோவான் 7:24).* ஒருவரை முழுமையாக அறியாமல் அவரைப் பற்றி கருத்து கூறுவது அநியாயம். நாம் காண்பது வெளிப்புறம் மட்டும்; ஆனால் இறைவன் காண்பது உள்ளம். எனவே, நாம் மனிதர்களை மதிப்பிடும் போது எச்சரிக்கையுடன் இருக்க வேண்டும்.

இறைமக்களே, ஒவ்வொருவரிடமும் ஏதோ ஒரு திறமை உள்ளது. சில நேரங்களில், நாம் மதிக்காதவர்க ளிடமிருந்தே வாழ்க்கையை மாற்றும் அறிவும் ஆலோசனையும் கிடைக்கலாம். ஆகவே, எவரையும் தாழ்வாக எண்ணாமல், ஒவ்வொருவரையும் மரியாதையுடன் அணுகுவோம். தோற்ற த்தை அல்ல, உண்மையைப் பார்க்க கற்றுக் கொள்வோம். அப்போது தான் நமது சிந்தனை தெளிவடையும்; நமது வாழ்க்கை உயர்வடையும்.

84

உள்ளாற்றலை பேராற்றலாக்குங்கள்

ஒரு மலையின் அடிவாரத்தில், இரண்டு பாறைகள் நீண்ட காலமாக மழையிலும் காற்றிலும் கிடந்து வந்தன. காலப்போக்கில் அவற்றின் மேல் தூசி படிந்து, பாசி பிடித்து, அவை உயிரற்ற பொருள்களாக அசைவின்றி கிடந்தன. அந்த இரு பாறைகளில் ஒன்று தன்னுடைய நிலையை எண்ணி வருந்தத் தொடங்கியது.

"நாம் ஏன் இப்படியே ஒரு அவலட்சணமான கல்லாகவே கிடக்க வேண்டும்? வேறு ஒரு வடிவம் எடுக்க முடியாதா? உயர்ந்த நிலைக்கு மாற முடியாதா?" என்று அது சிந்தித்தது. அந்த எண்ணத்தை அது அருகில் இருந்த மற்றொரு பாறையுடன் பகிர்ந்தது.

அதை கேட்ட இரண்டாவது பாறை, "நாம் எங்கு இருந்தாலும், எப்படியிருந்தாலும் கல்லாகத்தான் இருப்போம். மாற்றம் தேவை இல்லை. இப்படியே அமைதியாக இருப்பதே நல்லது" என்று பதிலளித்தது. மாற்றத்திற்கான ஆசை முதல் பாறையின் உள்ளத்தில் வளர்ந்துகொண்டே இருந்தது; ஆனால் இரண்டாவது பாறை தனது பழைய நிலையை விட்டுச் செல்லத் தயங்கியது.

சில நாட்கள் கழித்து, சிற்பிகளைக் கொண்ட ஒரு குழு அந்த இடத்திற்கு வந்தது. அவர்கள் அங்கிருந்த பல பாறைகளையும் ஆராய்ந்து பார்த்தனர். இறுதியில், இந்த இரண்டு பாறைகளே சிறந்தவை என்று முடிவு செய்தனர். "நாளை வந்து இவ்விரு பாறைகளையும் எடுத்துச் செல்வோம்" என்று தலைமைச் சிற்பி கூறி சென்றார்.

அந்த இரவு முதல்பாறைக்கு மிகுந்த மகிழ்ச்சி. “நாம் எதிர்பார்த்த மாற்றம் வந்துவிட்டது! நாம் இனி ஒரு சிற்பமாக, ஒரு அழகான வடிவமாக மாறப்போகிறோம்!” என்று அது குதூகலித்தது. ஆனால் இரண்டாவது பாறை பயத்தால் நிறைந்திருந்தது. “அவர்கள் நம்மை சுத்தியால் அடிப்பார்கள், உளியால் செதுக்குவார்கள். அது மிகுந்த வலி தரும். நான் அந்த வேதனையை தாங்க முடியாது. எனவே அவர்கள் என்னை எடுத்துச் செல்ல முடியாதபடி நான் கடினமாக மாறி பூமியோடு ஒட்டிக்கொள்வேன்” என்று முடிவு செய்தது.

மறுநாள் சிற்பிகள் வந்தனர். அவர்கள் முதல்பாறையை எளிதாக எடுத்துச் சென்றனர். ஆனால் இரண்டாவது பாறை நிலத்தோடு ஒட்டிக்கொண்டிருந்ததால் அதை எடுக்க முடிய வில்லை. “ஒரு பாறையே போதும்” என்று எண்ணி, அவர்கள் முதல்பாறையை மட்டும் எடுத்துச் சென்றனர்.

அவர்கள் எடுத்துச் சென்ற அந்த பாறை பல சோதனைகளை சந்தித்தது. சுத்தியால் அடிக்கப்பட்டது. உளியால் செதுக்கப்பட்டது. பல முறை உடைக்கப்பட்டு மீண்டும் வடிவமைக்கப்பட்டது. அந்த எல்லா வலிகளையும் தாங்கிய பிறகு, அது ஒரு அழகான வீரச் சிலையாக மாறியது. மாற்றத்தை ஏற்றுக் கொண்டதால், அந்த பாறையின் உள்ளிருந்த “வீரன்” வெளிப்பட்டான்.

இந்நேரம், இரண்டாவது பாறை அதே இடத்தில் இருந்தது. மாற்றத்தைத் தவிர்த்ததால், அது எந்த உயர்வையும் அடையவில்லை. காலப்போக்கில், அது மலையேறும் மனிதர்களின் காலடிப் படியாக மாறிவிட்டது. அதன் உள்ளிலும் திறன் இருந்தது. அதிலும் ஒரு “வீரன்” மறைந்திருந்தான். ஆனால் மாற்றத்தை ஏற்காத மனப்பான்மை, அதை அந்த நிலையிலேயே நிறுத்திவிட்டது.

இறைமக்களே, இந்தக் கதை நமக்கு ஒரு ஆழமான உண்மையை கற்றுத்தருகிறது. வாழ்க்கையில் அனைவருக்கும் வாய்ப்புகள் வருகின்றன. ஆனால் அந்த வாய்ப்புகளை பயன்படுத்துவது, மாற்றத்தை ஏற்றுக்கொள்வது நம் மன நிலையைப் பொறுத்தது. மாற்றம் எப்போதும் சுலபமானது அல்ல. அது வலியையும் சோதனைகளையும் கொண்டதாக இருக்கும். ஆனால் அந்த வலிகளுக்குள் தான் வளர்ச்சி மறைந்து கிடக்கிறது. சோதனைகளைத் தவிர்க்க முயற்சித்தால், உயர்வையும் தவறவிட வேண்டி வரும்.

இன்றைய வாழ்க்கையில் பலர் சவால்களைப் பார்த்து பயந்து விடுகின்றனர். “இது கஷ்டம்”, “இது வலி தரும்”, “இதில் என்ன அவசியம்?” என்று எண்ணி முயற்சியை விட்டு விடுகின்றனர். ஆனால் அந்த சவால்களே நம்மை வடிவமைக்கும் உளியாக இருக்கிறது என்பதை நாம் மறந்து விடுகிறோம்.

இறைமக்களே, உங்கள் வாழ்க்கையில் மாற்றத்தை எதிர்பாருங்கள். சவால்களை எதிர்கொள்ளத் தயார் ஆகுங்கள். வாழ்க்கை மேடு பள்ளங்களால் நிரம்பியதே. ஆனால் அந்த பாதையில் முன்னேறும் மனப்பான்மை உள்ளவர்களே உயர்வை அடைகின்றனர். உங்களுக்குள் புதைந்து கிடக்கும் உள்ளாற்றலை வெளிக்கொணர வேண்டும். அதற்கு உங்கள் மனதை இறைவனுடைய வார்த்தைகளால் நிரப்புங்கள். அப்போது அந்த உள்ளாற்றல் பேராற்றலாக மாறும்.

இறைவேதம் கூறுகிறது: *“இதோ, நான் புதிய காரியத்தைச் செய்கிறேன்; இப்பொழுதே அது தோன்றும்; நீங்கள் அதை அறியீர்களா? நான் வனாந்தரத்திலே வழியையும், அவாந்தர வெளியிலே ஆறுகளையும் உண்டாக்குவேன்” (ஏசாயா 43:19).* மேலும், *“பின்னானவைகளை மறந்து, முன்னானவைகளை நாடி, கிறிஸ்து இயேசுவுக்குள் தேவன் அழைத்த பரம அழைப்பின் பந்தயப்பொருளுக்காக இலக்கை நோக்கித் தொடருகிறேன்” (பிலிப்பியர் 3:14)* என்று பக்தன் கூறியதுபோல, நாமும் முன்னேற்றத்தை நோக்கி ஓட வேண்டும்.

எனவே இறைமக்களே, மாற்றத்தை அஞ்சாதீர்கள். வலியைத் தவிர்க்காதீர்கள். சோதனைகளைத் தாங்குங்கள். அப்போது தான் உங்கள் வாழ்க்கை ஒரு சாதாரண கல்லாக அல்ல, ஒரு சிறப்பான சிற்பமாக மாறும். உங்களுக்குள் மறைந்திருக்கும் வீரனை வெளிக்கொணருங்கள்!

85

வாய்ப்பை அறியும் ஞானம்

ஒரு கிராமத்தில் கடவுளை மிகவும் பக்தியுடன் சேவித்த ஒருவன் வாழ்ந்து வந்தான். அவன் வாழ்க்கை முழுவதும் இறைவனைச் சார்ந்திருந்தது. எந்நேரமும் ஜெபமும் தியானமும் அவன் வாழ்வின் ஒரு பகுதியாக இருந்தது. "என்னை எல்லா சூழ்நிலைகளிலும் இறைவன் காத்துக் கொள்வார்" என்ற உறுதியான நம்பிக்கை அவன் உள்ளத்தில் ஆழமாக பதிந்திருந்தது.

ஒருநாள் அந்த கிராமத்தில் கடும் மழை பெய்தது. புயலும் அதனைத் தொடர்ந்து பெருவெள்ளமும் ஏற்பட்டது. கிராமம் முழுவதும் தண்ணீர் சூழ்ந்தது. உயிர் பிழைக்க கிராம மக்கள் அனைவரும் அவசரமாக அந்த இடத்தை விட்டு வெளியேறத் தொடங்கினர். அப்போது ஒருவன் அந்த பக்தரிடம் வந்து, "ஐயா, இங்கு இருப்பது மிகவும் ஆபத்து. நீங்களும் எங்களுடன் வாருங்கள். உடனே இந்த இடத்தை விட்டு வெளியேற வேண்டும்" என்று கேட்டான். அதற்கு அந்த பக்தன்

அமைதியாக, “என்னை இறைவன் பார்த்துக்கொள்வார். நீங்கள் செல்லுங்கள்” என்று கூறி அவரை அனுப்பிவிட்டான்.

காலம் கடந்தது. மழை அதிகரித்தது. தண்ணீர் மெதுவாக உயர்ந்து, அவன் இடுப்பு அளவுக்கு வந்தது. அப்போது ஒரு படகு அங்கே வந்தது. “ஐயா, தண்ணீர் இன்னும் அதிகரிக்கப் போகிறது. உடனே இந்த படகில் ஏறிவிடுங்கள்” என்று படகில் இருந்தவர்கள் அழைத்தனர். ஆனால் அந்த பக்தன் மீண்டும் அதே பதிலையே கூறினான்: “என்னை இறைவன் காப்பாற்றுவார். நீங்கள் போங்கள்.”

சில நேரங்களில் தண்ணீர் கழுத்து வரை உயர்ந்தது. உயிர் ஆபத்தில் இருந்தது. அப்போது மீட்பு குழுவினர் ஹெலிகாப்டரில் வந்து, ஒரு கயிற்றை கீழே விட்டனர். “ஐயா! உடனே இந்த கயிற்றைப் பிடித்து மேலே வாருங்கள். இது கடைசி வாய்ப்பு!” என்று கூப்பிட்டனர். ஆனால் அந்த பக்தன் உறுதியாக, “என்னை இறைவன் காப்பாற்றுவார்” என்று சொல்லி, அந்த வாய்ப்பையும் நிராகரித்தான்.

சில நிமிடங்களில் தண்ணீர் முழுவதும் அவனை மூழ்கடித்தது. அந்த பக்தன் உயிரிழந்தான். அவன் இறைவன் முன்னிலையில் நின்றபோது, கோபத்துடன் கேட்டான்: “கெட்டவர் களையும், திருடர்களையும், பாவிகளையும் காப்பாற்றினாய். ஆனால் உன்னை நம்பிய என்னை மட்டும் காப்பாற்ற வில்லை. இது நியாயமா?” அதற்கு இறைவன் அமைதியாகப் பதிலளித்தார்: “முதலில் உன்னை எச்சரிக்க ஒரு மனிதனை அனுப்பினேன். பின்னர் ஒரு படகை அனுப்பினேன். கடைசியாக ஹெலிகாப்டரையும் அனுப்பினேன். நான் கொடுத்த எல்லா வாய்ப்புகளையும் நீயே நிராகரித்தாய். அதற்கு நான் என்ன செய்ய முடியும்?”

இறைமக்களே, இந்த நிகழ்வு நமக்கு ஒரு மிக முக்கியமான உண்மையை எடுத்துரைக்கிறது. தேவன் நம்மை காப்பாற்றும்போது, அது எப்போதும் அதிசயமான வழிகளி

லேயே வரவேண்டும் என்று இல்லை. பல நேரங்களில், மனிதர்கள் மூலம், சூழ்நிலைகள் மூலம், சாதாரண வாய்ப்புகள் மூலம் அவர் நமக்கு உதவுகிறார். ஆனால் நாம் அந்த வாய்ப்புகளை அறியாமல் விட்டுவிட்டால், அது நம்முடைய இழப்பாகிவிடும்.

நாம் சில நேரங்களில், “தேவன் உதவவில்லை” என்று குறை கூறுகிறோம். ஆனால் உண்மையில், அவர் ஏற்கனவே பல வாய்ப்புகளை நமக்குக் கொடுத்திருக்கலாம். ஒரு நல்ல ஆலோசனை, ஒரு நண்பரின் உதவி, ஒரு பெற்றோரின் அறிவுரை, ஒரு போதகரின் வார்த்தை. இவை அனைத்தும் தேவன் நமக்கு தரும் வழிகாட்டுதல்களாக இருக்கலாம். எனவே இறைமக்களே, தேவன் அனுமதிக்கும் சூழ்நிலைகளை சரியாகப் புரிந்து கொள்ளுங்கள். அவர் தரும் வாய்ப்புகளை அலட்சியப் படுத்தாதீர்கள். விசுவாசம் என்பது காத்திருப்பதற்கே அல்ல; செயல்படுவதற்கும் ஆகும்.

நாம் செய்ய வேண்டியது என்னவென்றால்: தேவன் தரும் வாய்ப்புகளை உணர வேண்டும், அவற்றைப் பயன்படுத்த துணிவு கொள்ள வேண்டும், அதன் மூலம் முன்னேற வேண்டும். இறைவன் கதவைத் திறக்கிறார்; ஆனால் அந்த கதவுக்குள் நடக்க வேண்டியது நாமே. அவர் வாய்ப்பைக் கொடுக்கிறார்; ஆனால் அதை பயன்படுத்துவது நம் பொறுப்பு.

எனவே இறைமக்களே, உங்கள் வாழ்க்கையில் வரும் ஒவ்வொரு நல்ல வாய்ப்பையும் இறைவனின் பரிசாக ஏற்றுக் கொண்டு, அதைச் சரியாகப் பயன்படுத்துங்கள். அப்போது உங்கள் வாழ்க்கை வீணாகாமல், அர்த்தமுள்ளதாக மாறும்.

86

மௌனத்தின் மகத்துவம்

ஒரு நாள், உலகில் உள்ள பலவிதமான பழங்கள் அனைத்தும் ஒன்று கூடி ஒரு பிரமாண்டமான மாநாட்டை நடத்தின. அந்தக் கூட்டத்தில் ஒவ்வொரு பழமும் தன்னுடைய சிறப்பை வெளிப்படுத்தத் தயாராக இருந்தது. இந்த மாநாட்டின் தலைமைப் பொறுப்பை ஏற்றிருந்த ஒரு பழம், தனது தொடக்க உரையை முடிக்கும் முன் ஒரு கேள்வியை எழுப்பியது: “உலகில் உள்ள அனைத்து பழங்களிலும் எது மிகச் சுவை மிக்கதும், சிறப்புடையதும்?” இந்தக் கேள்வி எழுந்தவுடன், அங்கே இருந்த பழங்கள் அனைத்தும் உற்சாகமடைந்தன. ஒவ்வொரு பழமும் தானே சிறந்தது என்பதை நிரூபிக்க ஆர்வமாக இருந்தது.

ஆப்பிள் பழம் தன்னுடைய ஆரோக்கிய நன்மைகளைப் பற்றி பெருமையாகப் பேசத் தொடங்கியது. செர்ரிப்பழம் தனது இனிமையை எடுத்துக்காட்டியது. அன்னாசிப் பழம் தனது தனித்துவமான சுவையைப் பற்றி பேசிக் கொண்டது.

கொய்யாப்பழம், மாதுளம்பழம், மாம்பழம் என ஒவ்வொன்றும் தங்களுடைய சிறப்பை உயர்த்திக் காட்டிக் கொண்டன.

அந்த இடம் முழுவதும் தன்னிலைப் புகழ்ச்சியால் நிரம்பியது. ஒவ்வொரு பழமும் தானே மிகச் சிறந்தது என்ற எண்ணத்தில் மார்தட்டிக் கொண்டிருந்தது. ஆனால் அந்தக் கூட்டத்தில் ஒரு பழம் மட்டும் அமைதியாக இருந்தது. அது திராட்சைப்பழம். மற்ற பழங்கள் எல்லாம் தங்கள் கருத்துக் களைப் பகிர்ந்து கொண்டிருந்தபோதும், திராட்சை எந்த வார்த்தையும் பேசவில்லை. அது சாந்தமாகவும் மௌனமாகவும் நின்றது. இதைக் கவனித்த மற்ற பழங்கள், “இதற்கு சொல்ல எதுவும் இல்லை போலிருக்கிறது” என்று நினைத்து, இகழ்ச்சி யுடன் சிரிக்கத் தொடங்கின.

அந்த நேரத்தில், பலாப்பழம் மெதுவாக உருண்டு வந்து, திராட்சைப்பழத்தைக் கண்டு அன்புடன் கேட்டது: “திராட்சையே, நீ ஏன் மௌனமாக இருக்கிறாய்? உனக்குள் இருக்கும் சிறப்பை நீயே சொல்ல வேண்டும். அப்போது தான் மற்றவர்கள் உன் மதிப்பை அறிந்துகொள்ள முடியும்” என்று கூறியது.

அதற்கு திராட்சைப்பழம் அமைதியாகப் பதிலளித்தது: “அண்ணா, நீங்கள் எல்லோரும் தனித்தனியாக வளர்கிறீர்கள். தனித்தனியாக விற்பனை செய்யப்படுகிறீர்கள். ஆனால் நாங்கள் அப்படியல்ல. நாங்கள் எப்போதும் கொத்தாக, ஒன்றிணைந்து வளர்கிறோம். ஒருவர் வளர்வதற்கு மற்றவர் இடம் கொடுக்கி றோம். விட்டுக் கொடுத்து வாழ்கிறோம். விற்பனைக்குப்போகும் போதும், நாங்கள் பிரியாமல் கொத்தாகவே செல்கிறோம். தனியாக நாங்கள் மதிப்படைவதில்லை. எங்களைச் சாறாக்கும் போதும்,நாங்கள்தனித்தனியாக அல்ல; ஒன்றாகவே அழிகிறோம். வாழ்விலும், வளர்ச்சியிலும், இறுதியிலும் கூட, நாம் இணைந்து இருப்பதுதான் எங்களுடைய சிறப்பு.” இந்த வார்த்தைகளை கேட்ட பிற பழங்கள் அனைத்தும் அமைதியாகின. தங்களது தற்பெருமைவெளிப்பட்டதை உணர்ந்து, அவை வெட்கத்துடன் தலைகுனிந்தன.

இறைமக்களே, இந்தக் கதை நமக்கு ஒரு ஆழமான உண்மையை எடுத்துரைக்கிறது. உலகில் பலர் தங்களைப் பற்றி பெருமையாகப் பேசிக் கொண்டிருக்கிறார்கள். தங்கள் சாதனைகள், திறமைகள், புகழ் ஆகியவற்றை வெளிப்படுத்தி மற்றவர்களை விட உயர்ந்தவர்கள் என்று எண்ணுகின்றனர். ஆனால் உண்மையான மகத்துவம், பெருமையாகப் பேசுவதில் அல்ல; அமைதியாக செயல்படுவதில் உள்ளது. மௌனம் என்பது பலவீனம் அல்ல; அது ஒரு வலிமை. பல நேரங்களில், உண்மையான திறமை உள்ளவர்கள் தங்களைப் பற்றி அதிகம் பேசுவதில்லை. அவர்கள் செயல்களே அவர்களைப் பற்றி பேசுகிறது.

இதனால்தான் இறைவேதம் நம்மை எச்சரிக்கிறது: *"வீண்புகழ்ச்சியை விரும்பாமலும், ஒருவரையொருவர் கோபமூட்டாமலும், ஒருவர்மேல் ஒருவர் பொறாமை கொள்ளாமலும் இருக்கக்கடவோம்" (கலாத்தியர் 5:26).* மேலும், *"ஒருவரை யொருவர் தங்களிலும் மேன்மையுள்ளவர்களாக கருதுங்கள்"* என்று இறைவேதம் அறிவுறுத்துகிறது.

இன்றைய உலகில், நம்மை விட சிறந்தவர்கள் பலர் அமைதியாக வாழ்ந்து கொண்டிருக்கிறார்கள். அவர்கள் தங்களை வெளிப்படுத்தாமல் இருந்தாலும், அவர்களின் மதிப்பு குறையாது. மௌனம் அவர்களின் பலம்; பணிவு அவர்களின் அழகு. எனவே இறைமக்களே, மற்றவர்களின் மௌனத்தை பலவீனமாக எண்ணாதீர்கள். அமைதியாக இருப்பவர்களை அலட்சியப்படுத்தாதீர்கள். உண்மையான உயர்வு, பணிவிலும், ஒற்றுமையிலும், விட்டுக் கொடுக்கும் மனதிலும் உள்ளது. நாம் திராட்சைப்பழம் போல ஒன்றிணைந்து வாழ கற்றுக் கொள்வோம். விட்டுக் கொடுத்து வாழ்வோம். மௌனத்தின் மகத்துவத்தை உணர்வோம். அப்போதுதான் நமது வாழ்க்கை பெருமையால் அல்ல, பணிவால் உயர்ந்ததாக மாறும் என்பதை மறந்துவிடாதிருங்கள்.

87

உண்மையே உயர்ந்த தர்மம்

நமக்கெல்லாம் மிகவும் பரிச்சயமான ஒரு கதை உள்ளது. ஒரு சிறிய கிராமத்தில் ஒரு குறும்புக்கார சிறுவன் வாழ்ந்து வந்தான். அவனுக்கு மற்றவர்களை ஏமாற்றுவது ஒரு விளையாட்டு போல இருந்தது. அவன் அடிக்கடி கிராம மக்களை தவறாக நம்ப வைத்து, அவர்களை சிரிக்க வைப்பதிலே மகிழ்ச்சி அடைந்தான்.

ஒருநாள், அவன் திடீரென "புலி வருது! புலி வருது!" என்று கூச்சலிட்டான். அவன் குரலைக் கேட்ட கிராம மக்கள் சிலர் அங்கே ஓடி வந்தனர். ஆனால் அங்கே எந்தப் புலியும் இல்லை. சிறுவன்சிரித்துக் கொண்டே,"உங்களை ஏமாத்திட்டேன்!" என்று சொன்னான். இதனால் மக்கள் எரிச்சலடைந்தனர்.

அடுத்த சில நாட்களிலும் அவன் இதே செயலை மீண்டும் மீண்டும் செய்தான். ஒவ்வொரு முறையும், "புலி வந்துவிட்டது" என்று பொய் சொல்லி மக்களை ஏமாற்றினான்.

ஆரம்பத்தில் நம்பிய மக்கள், பின்னர் அவனை அலட்சியமாகக் காணத் தொடங்கினர். “அவன் எப்போதும் பொய்யாகத்தான் பேசுவான்” என்ற எண்ணம் அவர்களிடத்தில் உருவானது.

ஒருநாள், உண்மையிலேயே ஒரு புலி அந்தக் கிராமத்திற்கு வந்தது. அது நேராக அந்த சிறுவனை நோக்கி வந்தது. பயந்துபோன அவன் முழு குரலிலும் “புலி! புலி! என்னைக் காப்பாத்துங்க!” என்று கத்தினான். ஆனால், இந்த முறை யாரும் அவனை நம்பவில்லை. “இது அவன் வழக்கமான நாடகம் தான்” என்று நினைத்து யாரும் உதவிக்கு வரவில்லை. இறுதியில், அவன் உண்மையாக உதவி கேட்டபோதும், அவனுக்கு உதவி கிடைக்கவில்லை.

இந்தச் சிறிய கதை ஒரு பெரிய உண்மையை நமக்கு கற்றுத் தருகிறது. பொய் சொல்லும் பழக்கம், மனிதனின் நம்பகத்தன்மையை முற்றிலும் அழித்து விடும். ஒருவன் எத்தனை முறை உண்மையைப் பேசினாலும், அவன் அடிக்கடி பொய் சொன்னால், அவன் சொல்வதை யாரும் நம்ப மாட்டார்கள்.

நம்பிக்கை என்பது வாழ்க்கையில் மிகப் பெரிய செல்வம். அது பணத்தால் வாங்க முடியாத ஒன்று. ஒருமுறை அது உடைந்துவிட்டால், அதை மீண்டும் பெறுவது மிகவும் கடினம். ஒருவர் உண்மையாக இருப்பதால் தான், அவர் மற்றவர்களிடத்தில் மதிப்பையும் மரியாதையையும் பெறுகிறார்.

சிலர் “இது சின்ன பொய்தான்” என்று நினைத்து பொய் சொல்ல ஆரம்பிக்கிறார்கள். ஆனால் அந்தச் சிறிய பொய்களே, நாளடைவில் பெரிய பிரச்சனைகளுக்குக் காரணமாக மாறுகின்றன. பொய் சொல்லும் பழக்கம் வளர்ந்துவிட்டால், அது ஒருநாள் நம்மையே ஆபத்தில் தள்ளிவிடும்.

இதனால்தான் இறைவேதம் மிகவும் தெளிவாகச் சொல்லுகிறது: *“பொய்யைப் பகைத்து அருவருக்கிறேன்” (சங்கீதம் 119:163) “பொய்சொல்லுகிறவன் என் கண்முன் நிலைப்பதில்லை” (சங்கீதம் 101:7)*

இறைமக்களே, உண்மை என்பது வெறும் நல்ல குணம் மட்டுமல்ல; அது நம்மை பாதுகாக்கும் கவசம். உண்மையாக நடப்பவன் எங்கு சென்றாலும் நம்பிக்கையைப் பெறுவான். அவன் சொல் மதிக்கப்படும். அவன் வாழ்க்கை உறுதியானதாக இருக்கும். எனவே, நம்முடைய வாழ்க்கையில் எத்தனை சோதனைகள் வந்தாலும், உண்மையை விட்டுவிடாதிருப்போம். “உண்மையே உயர்ந்த தர்மம்” என்ற பழமொழியை மனதில் நிறுத்திக்கொண்டு வாழ்வோம். அப்போது நம்முடைய வாழ்க்கை நம்பிக்கையாலும், மரியாதையாலும், பாதுகாப்பாலும் நிரம்பியதாக இருக்கும்.

88

வாழ்நாட்கள் நீடித்திருக்க வழி

80 வயதான ஒரு முதியவர், தனது வீட்டில் சாய்வு நாற்காலியில் அமைதியாக அமர்ந்திருந்தார். அவருடன், நல்ல கல்வி கற்ற 45 வயது மகனும் அருகில் உட்கார்ந்திருந்தான். அப்போது, ஒரு காக்கை வந்து ஜன்னல் கம்பியில் அமர்ந்தது.

அதை பார்த்த தந்தை மெதுவாக மகனை நோக்கி, “இது என்ன?” என்று கேட்டார். மகன் அமைதியாக, “இது காக்கை” என்று பதிலளித்தான். சில நிமிடங்கள் கழித்து, தந்தை மீண்டும் அதே கேள்வியை கேட்டார்: “இது என்ன?” இம்முறை மகன் சற்று எரிச்சலுடன், “இப்போதுதானே காக்கை என்று சொன்னேன்” என்றான்.

மூன்றாவது முறையாகவும், நான்காவது முறையாகவும் தந்தை அதே கேள்வியை கேட்டபோது, மகன் கோபம் அடைந்து, “எத்தனை முறை அதே கேள்விக்கு பதில் சொல்லணும்?” என்று சினந்தான்.

சில நிமிடங்கள் கழித்து, அந்த முதிய தந்தை மெதுவாக எழுந்து தனது அறைக்குச் சென்றார். அங்கு இருந்த ஒரு பழைய நாட்குறிப்பை எடுத்துக்கொண்டு வந்தார். அது, தனது மகன் பிறந்த நாளிலிருந்து எழுதப்பட்ட நினைவுக் குறிப்புகள் கொண்ட ஒரு புத்தகம். அவர் ஒரு பக்கத்தைத் திறந்து மகனிடம் படிக்கச் சொன்னார்.

அதில் எழுதப்பட்டிருந்தது: "இன்று என் மூன்று வயது மகன் என்னுடன் நாற்காலியில் உட்கார்ந்து கொண்டு, ஜன்னலில் இருந்த காக்கையை காண்பித்து 23 முறை 'இது என்ன?' என்று கேட்டான். ஒவ்வொரு முறையும் நான் அவனை அன்போடு அணைத்துக்கொண்டு, பொறுமையுடன் 'இது காக்கை' என்று சொல்லிக்கொண்டிருந்தேன்."

அதை வாசித்த மகனின் மனம் தளர்ந்தது. அவன் கண்களில் கண்ணீர் தோன்றியது. அப்போது தந்தை அமைதியாகச் சொன்னார்: "நான் உனக்கு 23 முறை பதில் சொல்லும்போது கோபப்படவில்லை. ஆனால் நீ எனக்கு நான்கு முறை கேட்டதற்கே கோபப்படுகிறாய்." இந்தச் சிறிய சம்பவம் ஒரு பெரிய உண்மையை நமக்கு உணர்த்துகிறது. நாம் சிறு குழந்தைகளாக இருந்தபோது, நம்முடைய பெற்றோர் எவ்வளவு பொறுமையுடன், அன்புடன், தன்னலமின்றி நம்மை வளர்த்தார்கள்!

நாம் பேச கற்றுக்கொண்டதும், நடக்க கற்றுக் கொண்டதும், உலகத்தை அறிந்ததும் அவர்களின் அக்கறை, தியாகம், அன்பு காரணமாகத்தான். ஆனால், அவர்கள் வயதாகும் போது, நாம் பல நேரங்களில் அவர்களைப் புரிந்துகொள்ளாமல், எரிச்சலுடன் பேசுகிறோம். அவர்களை ஒரு சுமையாகப் பார்க்கிறோம். அவர்களின் மெதுவான செயல்களையும், மறதி தன்மையையும் நாம் சகிக்க முடியாமல் போகிறது.

இறைமக்களே, இது நம் வாழ்க்கையில் சிந்திக்க வேண்டிய ஒரு முக்கியமான பகுதி. பெற்றோர் என்பது ஒரு உறவு மட்டும் அல்ல; அது ஒரு ஆசீர்வாதம். அவர்களை மதிப்பதும், அவர்களுடன் நேரம் செலவிடுவதும், அவர்களை மகிழ்ச்சியாக வைத்திருப்பதும் நம் கடமையாகும்.

"உன் தகப்பனையும் உன் தாயையும் கனம்பண்ணுவாயாக" (உபாகமம் 5:16)

அன்பானவர்களே, பெற்றோர் நம்மை சிறு வயதில் தாங்கியதுபோல், இன்று நாம் அவர்களை அன்போடு தாங்குவோம். அவர்கள் பேசும்போது பொறுமையுடன் கேட்போம். அவர்களை மகிழ்ச்சியாக வைத்திருப்போம்.

ஏனெனில், ஒருநாள் நாம் தேடும்போது அவர்களின் குரலும், அன்பும், இருப்பும் நமக்கு கிடைக்காமல் போய்விடலாம். அவர்களை உயிரோடு இருக்கும்போதே மதிப்போம். அவர்களுடன் இருக்கும் நேரத்தை ஆசீர்வாதமாக எண்ணிப் பாதுகாப்போம்.

89

மீட்கப் பிறந்த தகப்பன்

ஒரு நாள் மாலை நேரத்தில், அரியணையில் அமைதியாக அமர்ந்திருந்த ராஜாவிடம் ஒரு மந்திரி வந்து வணங்கி, "மகிமைமிகு ராஜா அவர்களே, இந்த மாதம் கிறிஸ்துமஸ் பண்டிகையை முன்னிட்டு ஐந்து நாட்கள் விடுமுறை தரும்படி தாழ்மையுடன் கேட்டுக் கொள்கிறேன்" என்றார். அதை கேட்ட ராஜா சிரித்துக் கொண்டு, "ஐந்து நாள் அல்ல, பத்து நாள் கூட உனக்கு விடுமுறை தருகிறேன். ஆனால் நான் கேட்கும் ஒரு கேள்விக்கு சரியான பதில் சொல்ல வேண்டும்" என்றார்.

அவர் கேட்ட கேள்வி மிகவும் ஆழமானது: "இயேசு கிறிஸ்து கடவுள் தானே? அப்படியிருக்க, ஏன் அவர் தானே மனிதராக வந்து பாவங்களுக்காக மரிக்க வேண்டும்? வேறு யாரையாவது அனுப்பி வைத்திருக்க முடியாதா? ஒரு ராஜா தன் நிலையை விட்டு இறங்காமல், ஒரு பிரதிநிதியை அனுப்புவதைப் போல கடவுளும் செய்யலாம் அல்லவா?" இந்த கேள்விக்கு மறுநாள் பதில் கூறுவதாக மந்திரி வாக்கு கொடுத்தார்.

அடுத்த நாள் அதிகாலை, சூரியன் உதிக்கும் முன்பாக, ராஜா வழக்கம்போல் கடற்கரைக்கு குதிரையில் சென்றார். அவருக்கு பின்னால் பாதுகாப்புக்காக பல வீரர்களும் வந்து கொண்டிருந்தனர். அப்போது ராஜா கடற்கரையை அடைந்த போது, அங்கு ஒரு சிறிய படகில் மந்திரி ஒருவர் நின்று கொண்டிருந்தார். அவருடைய கையில் ஒரு குழந்தையும் இருந்தது. அந்தக் குழந்தை ராஜாவின் குழந்தையைப் போலவே இருந்தது. அதை பார்த்த ராஜா பதற்றத்துடன், "மந்திரியாரே!

என்ன செய்கிறீர்கள்? அது என் குழந்தை அல்லவா? உடனே கரைக்கு வாருங்கள்!" என்று கூச்சலிட்டார்.

அந்த நேரத்தில், எதிர்பாராத விதமாக மந்திரியின் கையிலிருந்து அந்தக் குழந்தை கடலில் விழுந்தது. "ஐயோ!" என்று அலறிய ராஜா, ஒரு நொடியும் தாமதிக்காமல் தன் மேலிருந்த ஆடைகளை கழற்றி எறிந்து, குதிரையிலிருந்து இறங்கி, நேராக கடலுக்குள் பாய்ந்து, நீந்தி சென்று அந்தக் குழந்தையை காப்பாற்றினார். பின்னர் தான் அவர் உணர்ந்தார். அது உண்மையான குழந்தை அல்ல; ஒரு பொம்மை!

அவர் கோபத்திலும் குழப்பத்திலும், "மந்திரியாரே! ஏன் இப்படிச் செய்தீர்கள்?" என்று கேட்டார். அப்போது மந்திரி அமைதியாகப் பேசத்தொடங்கினார்: "மகிமைமிகு ராஜா அவர்களே, உங்கள் குழந்தை கடலில் விழுந்தபோது, நீங்கள் உங்கள் சேவகர்களில் ஒருவரையாவது அனுப்பியிருக்கலாம். நீங்கள் ஒரு பெரிய ராஜா. உங்கள் நிலையை விட்டு நீங்களே குதிப்பது அவசியமா?"

அதற்கு ராஜா உடனே பதிலளித்தார்: "அது என் குழந்தை அல்லவா? நான் எப்படி மற்றவர்களை நம்ப முடியும்? என் குழந்தையை காப்பாற்ற நான் தான் செல்ல வேண்டும்!"

அந்தச் சொற்களை கேட்ட மந்திரி மெதுவாக சிரித்தார்: "அரசே, இதுதான் உங்கள் கேள்விக்கான பதில்.

நாம் கடவுளின் பிள்ளைகள். நாம் பாவத்தின் ஆழத்தில் விழுந்திருந்தோம். நம்மை காப்பாற்ற கடவுள் வேறு ஒருவரை அனுப்பவில்லை. அவர் தாமே மனிதராக வந்து, நம்மை மீட்டார். அதுதான் இயேசு கிறிஸ்துவின் அவதாரம்."

இந்த உண்மையை கேட்ட ராஜாவின் கண்களில் கண்ணீர் வழிந்தது. "நான் கேட்ட கேள்விக்கு உண்மையான பதிலை நீ அளித்தாய்" என்று கூறி, மந்திரியை அணைத்தார். அவர் மகிழ்ச்சியுடன், "இந்த கிறிஸ்துமஸ் விழாவை நமது நாடு முழுவதும் கொண்டாடட்டும்" என்று உத்தரவிட்டார்.

இறைமக்களே, இந்தக் கதை நமக்கு ஒரு ஆழமான உண்மையை உணர்த்துகிறது. கடவுளின் அன்பு வெறும் வார்த்தைகளில் அல்ல; அது செயலால் வெளிப்பட்டது. அதனால் தான் இறைவேதம் கூறுகிறது: *"அவர் தேவனுடைய ரூபமாயிருந்தும் தம்மைத்தாமே வெறுமையாக்கி, மனுஷர் சாயலானார்" (பிலிப்பியர் 2:6–7)*

அன்பானவர்களே, இயேசு கிறிஸ்துவின் பிறப்பு ஒரு சாதாரண நிகழ்வு அல்ல. அது கடவுளின் அளவற்ற அன்பின் வெளிப்பாடு. "அவர் நம்மைத் தேடி வந்தார், நம்மை மீட்க தம்மையே தந்தார்" எனவே, கிறிஸ்துமஸை வெளிப்புற கொண்டாட்டமாக அல்லாமல், அவருடைய அன்பையும் தியாகத்தையும் நினைவுகூரும் நாளாகக் கொண்டாடுவோம். அவரை நம் இதயத்தில் ஏற்றுக்கொள்வோம். அவருடைய அன்பில் வாழ்வோம்.

90

வேகமாக காணாமல் போகும் வேகம்

ஒரு தோட்டத்தில் புதிதாக ஒரு வாழைக் கன்று நடப்பட்டது. அதற்கு அருகில் ஏற்கனவே ஒரு தென்னங்கன்று இருந்தது. சில நாட்களில் வாழைக்கன்று வளரத் தொடங்கியது. அது தென்னங்கன்றை நோக்கி, "நீ இங்கே எத்தனை வருடமாக இருக்கிறாய்?" என்று கேட்டது. தென்னங்கன்று அமைதியாக "ஒரு வருடம்" என்று பதிலளித்தது.

அதைக் கேட்ட வாழைக்கன்று சிரித்துக் கொண்டு, "ஒரு வருடமா? ஆனா என்னைவிட கொஞ்சம்தான் உயரமா இருக்கே! உனக்கு வளர்ச்சி இல்லையா?" என்று கேலி செய்தது. ஆனால் தென்னங்கன்று எந்த பதிலும் கூறாமல் அமைதியாக இருந்தது. நாட்கள் செல்லச் செல்ல, வாழைக்கன்று வேகமாக வளர்ந்து, சில மாதங்களிலேயே தென்னங்கன்றை விட உயரமாகி விட்டது. அதன் பெருமையும் அதே அளவுக்கு அதிகரித்தது. தினமும் அது தென்னங்கன்றை பார்த்து கேலி செய்தது.

“நாம ஒரே மண்ணில்தான் இருக்கோம், ஒரே தண்ணி குடிக்கிறோம், ஆனா பாரு நான் எவ்வளவு வேகமா வளர்ந்துட்டேன். உனக்கு வளர்ச்சி கிடைக்கல போல!” என்று இகழ்ந்தது. ஆனால் தென்னங்கன்று எப்போதும் போல அமைதியாகவே இருந்தது. அது எந்த கிண்டலுக்கும் பதில் சொல்லவில்லை.

சில காலத்தில், வாழைமரம் அழகாக வளர்ந்து குலையையும் கொடுத்தது. காய்களால் நிரம்பி அது பெருமையுடன் காட்சி அளித்தது. இதனால் அதன் அகங்காரம் மேலும் அதிகரித்தது.

ஒருநாள் ஒரு மனிதன் தோட்டத்துக்கு வந்து வாழைமரத்தை சுற்றிப் பார்த்தான். அதன் காய்களை பரிசோதித்தான். தென்னை மரத்தை கவனிக்கவே இல்லை. இதைக் கண்ட வாழைமரம் மிகுந்த பெருமை கொண்டது. ஆனால் அதற்குப் பிறகு சில நிமிடங்களில் மற்றொரு மனிதன் கத்தியுடன் வந்தான். வாழைமரத்தின் குலைகள் வெட்டப் பட்டன. பின்னர் முழு மரமும் வெட்டி சாய்க்கப் பட்டது. சில நேரத்தில், உயர்ந்து நின்ற வாழைமரம் முழுமையாக அழிக்கப்பட்டது. ஆனால் தென்னை மரம்? அது அங்கேயே நின்றுகொண்டே இருந்தது. அமைதியாக, மெதுவாக வளர்ந்து கொண்டிருந்தது. அதன் வளர்ச்சி தாமதமாக இருந்தாலும், அது நிலையானது.

இந்த நிகழ்வு ஒரு பெரிய உண்மையை நமக்கு உணர்த்துகிறது. வேகமாக வளர்வது வெற்றி அல்ல; நிலைத்து நிற்பதே உண்மையான வெற்றி. பொறுமை இல்லாத வளர்ச்சி நீண்ட நாட்கள் நிலைக்காது.

வாழ்க்கையிலும் இதேபோல் தான். சிலர் விரைவாக முன்னேறுவார்கள். சிலர் மெதுவாக வளர்வார்கள். அதனால் தாழ்வு உணர்ச்சி கொள்ள வேண்டியதில்லை. ஒவ்வொரு வருக்கும் அவரவர் நேரம் உண்டு. இறைவேதமும் இதையே

வலியுறுத்துகிறது: “ஒரு காரியத்தின் முடிவு அதன் தொடக்கத்தை விட சிறந்தது; பெருமையுள்ளவனைவிட பொறுமையுள்ளவன் மேன்மையானவன்.”

எனவே, பிறர் சொல்வதைக் கேட்டு மனம் தளராமல், நிதானமாகவும் பொறுமையுடனும் முன்னேற வேண்டும். எல்லா கேலிகளுக்கும் பதில் சொல்ல வேண்டியதில்லை. அமைதியாக உங்கள் பாதையில் செல்லுங்கள். உண்மை, நேர்மை, பொறுமை இவை மூன்றும் இணைந்தால், உங்கள் வாழ்க்கை நிச்சயம் நிலையான வெற்றியை அடையும்.

91

தாழ்மையின் மகிமை

ஒரு மரங்கொத்திப் பறவை, ஒரு பெரிய மரத்தின் அடிவாரத்தில் அமர்ந்து அதைத் தனது அலகால் கொத்திக் கொண்டிருந்தது. அதே நேரத்தில் திடீரென ஒரு மின்னல் அந்த மரத்தை தாக்கியது. மின்னல் தாக்கியதால் அந்த பெரிய மரம் சாய்ந்து விழுந்தது.

இதைக் கண்ட மரங்கொத்திப் பறவை மிகுந்த பெருமை கொண்டது. "நான் கொத்தியதால்தான் இந்த மரம் விழுந்தது! என் அலகு எவ்வளவு வலிமையானது!" என்று எண்ணியது. அதனால் அது இன்னும் அதிகமாக பெருமை கொண்டு, "நான் இன்னும் பெரிய மரங்களையும் வீழ்த்தி காட்டுவேன்" என்று சவால் விடுத்தது.

அது மற்றொரு பெரிய மரத்திற்குச் சென்று அதையே போல் கொத்த முயன்றது. ஆனால் இந்த முறை அது தோல்வியடைந்தது. மரம் விழவில்லை. மாறாக, அதன் அலகே முறிந்து போய்விட்டது.

இந்தச் சிறிய சம்பவம் நமக்கு ஒரு பெரிய உண்மையை கற்றுத்தருகிறது. நம்மால் நிகழ்ந்தது என்று நாம் நினைக்கும் பல விஷயங்கள் உண்மையில் தேவனுடைய கிருபையால் நடந்தவை.

இன்றைய உலகில் பலர் இப்படித் தான் இருக் கிறார்கள். தேவன் அவர்களின் வாழ்க்கையிலும் குடும்பங் களிலும் பெரிய காரியங்களைச் செய்கிறார். ஆனால் அவர்கள் அதை உணராமல், "என் உழைப்பால் என் திறமையால் என் புத்தியால் என் செல்வாக்கால்" என்று தங்களைத் தாங்களே உயர்த்திக் கொள்கிறார்கள். ஆனால் உண்மையான ஆன்மீக மனிதர்கள் வேறுபட்டவர்கள். அவர்கள் செய்ததைப்பற்றி பெருமை பேசுவதில்லை.

ஒரு தேவ மனிதரிடம், "நீங்கள் எத்தனை பேரை தேவனிடத்திற்கு நடத்தி வந்துள்ளீர்கள்?" என்று கேட்டபோது, அவர் தாழ்மையுடன், "அதற்கான கணக்குப் புத்தகம் என்னிடம் இல்லை" என்று கூறியதாக சொல்லப்படுகிறது. அவருடைய இந்த தாழ்மைதான், தேவன் அவரை அதிகமாக பயன் படுத்தியதற்கான காரணம்.

இறைமக்களே, தாழ்மை என்பது ஒரு பலவீனம் அல்ல; அது ஒரு பெரிய ஆவிக்குரிய வலிமை. நாம் நம்மைத் தாழ்த்திக் கொண்டு, தேவனை உயர்த்தும் போது தான், அவர் நம்மை உயர்த்துகிறார்.

இறைவேதம் கூறுகிறது: "தேவன் அகங்காரிகளை எதிர்க்கிறார்; தாழ்மையானவர்களுக்கு கிருபை அளிக்கிறார்" (யாக்கோபு 4:6) மேலும், "கர்த்தருடைய வல்லமையான செய்கைகளைச் சொல்லி, அவருடைய துதியை முழுமையாக அறிவிப்பவன் யார்?" (சங்கீதம் 106:2)

அன்பானவர்களே, நம் வாழ்க்கையில் நிகழும் ஒவ்வொரு நன்மைக்கும், வெற்றிக்கும், உயர்வுக்கும் காரணம்

நாம் அல்ல, நம் தேவனே. எனவே, நம் பெயரை உயர்த்தாமல், இயேசுவின் நாமத்தை உயர்த்துவோம். நம்மை முன்னி-லைப்படுத்தாமல், தேவனை முன்னிலைப்படுத்துவோம்.

நாம் நம்மை குறைத்துக் கொண்டால், தேவன் நம்மை உயர்த்துவார். தாழ்மையுடன் வாழ்வோம், அவருடைய கிருபையில் வளர்வோம்

92

நன்றி அப்பா

ஒரு சிறுமி தாயற்றவள். அவளுடைய தகப்பன் அவளை மிகுந்த அன்போடும் பரிவோடும் வளர்த்து வந்தார். அவளுக்கு தேவையான அனைத்தையும் செய்து, தாய் மற்றும் தந்தை இரண்டின் பாசத்தையும் ஒருவராகவே அளித்தார். அந்த சிறுமியும் தன் தகப்பனை மிகவும் நேசித்து, அவருடைய சொல்லைக் கேட்டு வளர்ந்து வந்தாள்.

ஒரு நாள், தகப்பன் அவளிடம், "இன்று வெளியே போய் விளையாடாதே" என்று சொன்னார். தினமும் தோழிகளுடன் விளையாடும் பழக்கம் இருந்தாலும், அவள் "சரி" என்று சொல்லி வீட்டில் தங்கினாள். ஆனால், சிறிது நேரத்தில் வெளியே விளையாடும் தோழிகளின் சத்தம் அவளுடைய மனதை இழுத்தது. அவள் தாங்க முடியாமல், "அப்பா வேலைக்கு போயிருப்பார் நான் விளையாடினால் அவருக்கு தெரியாது" என்று நினைத்து வெளியே சென்று விளையாடினாள்.

விளையாடி விட்டு மகிழ்ச்சியுடன் வீட்டிற்கு திரும்பிய வுடன், அவளுடைய மனதில் ஒரு குற்ற உணர்வு எழுந்தது. "அப்பாவின் சொல்லை நான் கேட்கவில்லை" என்ற எண்ணம் அவளை வருத்தியது. அதே சிந்தனையில் நடந்துகொண்டிருந்த போது, வீட்டில் மாட்டப்பட்டிருந்த ஒரு படத்தை கவனிக்கா மல் அதில் மோதினாள். படம் கீழே விழுந்து நொறுங்கியது. அவளுக்கும் தலையில் காயம் ஏற்பட்டது.

வலியிலும் மனவருத்தத்திலும் அவள் தன் அறைக்குள் சென்று படுத்து அழத் தொடங்கினாள். அப்போது வீட்டில் வேலை செய்யும் பெண் வந்து, "நீ போய் உன் அப்பாவிடம்

நடந்ததை சொல்லு" என்று கூறினாள். ஆனால் அந்தச் சிறுமி, "நான் எப்படி அவரிடம் செல்வேன்? அவருடைய சொல்லைக் கேட்கவில்லையே!" என்று இன்னும் அதிகமாக அழுதாள்.

அதற்கு அந்தப் பெண் மெதுவாக, "உன் அப்பா உன்னை உன் செயல்களுக்காக மட்டும் நேசிக்கிறாரா? நீ அவருடைய மகள் என்பதற்காகத்தானே நேசிக்கிறார்?" என்று கேட்டாள். அந்த வார்த்தைகள் அவளுக்கு தைரியம் தந்தது. அவள் தன் தகப்பனிடம் சென்று, அவரது கைகளைப் பிடித்து, "அப்பா, என்னை மன்னிச்சிடுங்க" என்று அழ ஆரம்பித்தாள்.

அப்போது தகப்பன் அன்புடன் கூறினார்: "மகளே, நீ என் சொல்லை கேட்காமல் வெளியே போனதும் எனக்குத் தெரியும். திரும்பி வரும் வழியில் காயம் பட்டதும் தெரியும். நீ என்னிடம் வருவாய் என்று காத்திருந்தேன். உன் காயத்திற்கு மருந்து போட வேண்டும் என்று நினைத்தேன். ஆனால் நீ வரவில்லை." அதை கேட்ட சிறுமி ஆச்சரியப் பட்டு, "அப்பா, நீங்கள் வேலைக்கு போகவில்லையா?" என்று கேட்டாள். அதற்கு தகப்பன், "இன்று நான் உன்னுடன் நேரம் செலவிடவே விடுமுறை எடுத்தேன். ஆனால் நீ வெளியே போய்விட்டாய்" என்றார். பின்னர் அவர் மெதுவாகச் சொன்னார்: "மகளே, நீ என் மகள். நீ தவறு செய்தாலும், என்னிடம் வந்தால் நான்

உன்னை மன்னித்து ஏற்றுக்கொள்வேன். ஆனால் நீ தான் பயந்து என்னிடம் வராமல் இருந்தாய்." அந்த வார்த்தைகளை கேட்ட சிறுமி தன் தகப்பனை கட்டிய ணைத்து, "நன்றி அப்பா" என்று அழுதபடி சொன்னாள்.

இறைமக்களே, இந்தக் கதை நமக்கு தேவனுடைய அன்பை அழகாக எடுத்துக்காட்டுகிறது. தேவன் நம்மை நேசிப்பது, நாம் நல்லவர்கள் என்பதற்காக அல்ல; நாம் அவருடைய பிள்ளைகள் என்பதற்காக.

நாம் சில நேரங்களில் தவறுகள் செய்கிறோம். பாவங்களில் விழுகிறோம். அப்போது நாம் தேவனை விட்டு விலகி, "அவர் என்னை ஏற்றுக்கொள்வாரா?" என்று தயங்குகி றோம். ஆனால் உண்மை என்னவென்றால் அவர் நமக்காக காத்திருக்கிறார். நாம் திரும்பி வர வேண்டும் என்பதற்காக.

இறைவேதம் கூறுகிறது: "அவரை ஏற்றுக் கொண்டவ ர்களுக்கு தேவனுடைய பிள்ளைகளாகும் அதிகாரம் கொடுத்தார்" (யோவான் 1:12)

அன்பானவர்களே, நாம் தவறு செய்தாலும் தேவனிட மிருந்து ஓடிவிடாதீர்கள். அவரிடமே ஓடிச் செல்லுங்கள். அவர் தண்டிக்க காத்திருக்கவில்லை, அன்புடன் அணைக்கவே காத்திருக்கிறார். அவருடைய அன்பு மாறாதது.

93

வாழ்க்கை ஒரு முன்மாதிரி

ஒரு நாள் இரவு ஒன்பது மணி. ஒரு தகப்பன் தனது ஆறு வயது மகனை தூங்கவைத்து விட்டு அமைதியாக வீட்டை விட்டு வெளியே சென்றார். சிறிது நேரத்தில் அந்தச் சிறுவன் விழித்துக் கொண்டு, தன் தகப்பனை காணாமல் கதவின் அருகே சென்றான். கதவைத் திறந்தவுடன் வெளியே பனி பெய்துக் கொண்டிருப்பதையும், தெருவிளக்கின் வெளிச்சத்தில் மணலில் பதிந்திருந்த கால்தடங்களையும் கவனித்தான்.

அவை தன் தகப்பனுடைய கால்தடங்கள் என்பதை அவன் உடனே உணர்ந்தான். அச்சிறுவன் அவற்றை பின்தொடர முடிவு செய்தான். அவன் தனது சிறிய கால்களை அந்த பெரிய கால்தடங்களின் மேலேயே வைத்து அப்படியே நடக்கத் தொடங்கினான். அவன் எங்கு செல்கிறான் என்பதை அவன் அறியவில்லை; ஆனால் தன் தகப்பனின் அடிச்சுவடுகளை மட்டுமே பார்த்து முன்னேறினான்.

சில நேரத்தில் அவன் வந்து சேர்ந்த இடம் அந்த ஊரிலிருந்த ஒரு மதுபானக் கடை. அங்கே அவன் தகப்பன் அமர்ந்து குடித்துக் கொண்டிருந்தார். இந்த காட்சி ஒரு சிறிய சம்பவமாக தோன்றினாலும், மிகப் பெரிய உண்மையை வெளிப்படுத்துகிறது.

பிள்ளைகள் நாம் சொல்லும் வார்த்தைகளை விட, நாம் நடக்கும் வாழ்க்கையைப் பார்த்தே கற்றுக் கொள்கிறார்கள். நாம் என்ன பேசுகிறோம் என்பது முக்கியம்; ஆனால் நாம் எப்படி வாழ்கிறோம் என்பது அதைவிட முக்கியமானது. பெற்றோர் தங்கள் பிள்ளைகளுக்கு நல்லதை போதிக்கலாம், நல்வழியை சொல்லிக் கொடுக்கலாம். ஆனால் அவர்கள் தங்கள் வாழ்க்கையில் அதை நடைமுறைப் படுத்தவில்லை என்றால், பிள்ளைகள் அந்த வார்த்தைகளை அல்ல, செயலைத் தான் பின்பற்றுவார்கள்.

ஒரு மனிதன் யாரை பின்பற்றுகிறானோ, அவன் வாழ்க்கை அந்த நபரின் திசையில் நகர்கிறது. அதனால் நாம் யாரை முன்மாதிரியாக எடுக்கிறோம் என்பது மிக முக்கியமானது. இந்த உலகத்தில் முழுமையான முன்மாதிரி ஒருவரே இருக்கிறார்; அவர் இயேசு கிறிஸ்து. அவருடைய வாழ்க்கை அன்பு, தியாகம், சுத்தம், நீதியால் நிரம்பியது. வரை பின்பற்ற வேண்டும் என்றால், அவருடைய வார்த்தைகளை அறிந்து கொள்ள வேண்டும். வேதாகமத்தை வாசித்து, அதன்படி வாழ வேண்டும். அப்படிச் செய்தால் மட்டுமே நம் வாழ்க்கை சரியான பாதையில் செல்லும்.

அன்பானவர்களே, உங்கள் பிள்ளைகள் உங்கள் வார்த்தைகளை மட்டும் கேட்கவில்லை; உங்கள் வாழ்க் கையைப் பார்த்து கற்றுக்கொள்கிறார்கள். நீங்கள் நடக்கும் பாதை அவர்களின் பாதையாக மாறுகிறது. எனவே, நீங்கள் நடக்கும் வழி நேரானதாகவும் நல்லதாகவும் இருக்கட்டும்.

நாம் நல்ல முன்மாதிரியாக வாழும்போது, நம்மைத் தொடர்ந்து வரும் தலைமுறையும் நல்ல வழியில் நடக்கும். இதுவே ஒரு குடும்பத்தையும், சமுதாயத்தையும் மாற்றும் உண்மையான வழி.

94

நிலைத்திருக்கும் பொக்கிஷம்

மைக்கேல் என்ற ஒரு சிறுவன் இருந்தான். அவன் பிறந்தநாள் வந்தபோது, அவன் பெற்றோர் அவனுக்கு மூன்று பரிசுகளை அளித்தார்கள். என்னவெனில் பலவிதமான சாக்லேட்டுகள், ஒரு அழகிய கைக்கடிகாரம், மேலும் ஒரு அழகான வேதபுத்தகம். சிறுவயதில் இருந்த மைக்கேல், சாக்லேட்டுகளை பார்த்ததும் பேரானந்தத்தில் மிதந்தான். கைக்கடிகாரத்தை பெருமையுடன் அணிந்தான். வேதபுத்த கத்தையும் மரியாதையுடன் வைத்துக்கொண்டான்; ஆனால் அதன் மதிப்பு அவனுக்குப் புரியவில்லை.

சில நாட்களிலேயே சாக்லேட்டுகள் அனைத்தும் முடிந்து விட்டன. அந்த மகிழ்ச்சி குறுகிய காலமே நீடித்தது. கைக்கடிகாரம் சில வருடங்கள் அவனுக்கு பயன்பட்டது. நண்பர்களிடம் காட்டிக்கொண்டு பெருமைப்பட்டான். ஆனால் காலப்போக்கில் அது பழுதடைந்து பயன்பாடின்றி ஓரமாக வைக்கப்பட்டது. இவ்விரண்டு பரிசுகளும் அவனுக்கு ஒரு

காலத்திற்கு மகிழ்ச்சியையும் பயன்பாட்டையும் தந்தாலும், அவை நிலைத்திருக்கவில்லை.

ஆனால் வேதபுத்தகம் மட்டும் அவனுடைய வாழ்க்கையில் அமைதியாக இருந்தாலும் ஆழமான மாற்றத்தை உருவாக்கத் தொடங்கியது. ஆரம்பத்தில் அவன் அதை வாசிக்கவில்லை. ஆனால் அவன் வளர வளர வாழ்க்கையின் சவால்கள் அவனைத் தாக்கின. சந்தேகங்கள், பயங்கள், தோல்விகள், மனஅழுத்தங்கள் அவனை சுற்றிக் கொண்டன. அந்த நேரங்களில் தான் அவன் வேதத்தைத் திறந்து வாசிக்கத் தொடங்கினான். அதில் காணப்பட்ட வார்த்தைகள் அவன் இதயத்தை தொடின. அவனுக்கு ஆறுதல் அளித்தது. வழிகாட்டியது. அவன் எண்ணங்களையும் செயல்களையும் மாற்றத் தொடங்கியது. தினமும் வேதத்தை வாசித்து தியானிக்கும் பழக்கம் அவனுக்குள் உருவானது. அதன் விளைவாக அவன் வாழ்க்கை மெதுவாக மாற்றமடைந்தது.

ஆண்டுகள் கடந்தபோது, மைக்கேல் ஒரு வாலிபனாக வளர்ந்தான். ஒருநாள் ஒரு நற்செய்தி கூட்டத்தில் தனது வாழ்க்கை அனுபவத்தை பகிர்ந்துகொண்டான். “என் வாழ்க்கையில் பெற்ற மூன்று பரிசுகளிலும் நிலைத்தது வேத புத்தகம் மட்டுமே. சாக்லேட்டுகள் எனக்கு தற்காலிக மகிழ்ச்சி தந்தது. கைக்கடிகாரம் சில வருடங்கள் பயன்பட்டது. ஆனால் வேதம் என் வாழ்க்கையை மாற்றியது. அது என்னை வழி நடத்துகிறது. நான் பேசும் வார்த்தைகளிலும், நான் நடக்கும் பாதையிலும் அதன் தாக்கம் தெரிகிறது. அது என் வாழ்நாள் முழுவதும் என்னுடன் இருக்கும் உண்மையான பொக்கிஷம்” என்று அவன் சாட்சியமளித்தான்.

அவன் வேதத்தின்படி வாழத்தொடங்கியபோது, அவன் வாழ்க்கை பலருக்கு ஆசீர்வாதமாக மாறியது. அவன் பிறருக்கு நம்பிக்கை அளித்தான். தேவனுடைய அன்பை பகிர்ந்தான். இறுதியில் அவன் பலரை தேவனுடைய பாதைக்கு நடத்தும் ஒரு சேவகராக உயர்ந்தான்.

இக்கதை நமக்கு ஒரு ஆழமான உண்மையை எடுத்துக்காட்டுகிறது. உலகத்தில் நாம் தேடும் பெரும்பாலான விஷயங்கள் தற்காலிகமானவை. பணம், பொருள், சுகம், புகழ் இவை ஒருநாள் அழிந்துவிடும். ஆனால் தேவனுடைய வார்த்தை மட்டும் நித்தியமானது. அது காலத்தால் மாறாது. அது மனிதனை உள்ளிருந்து மாற்றும் சக்தி கொண்டது. பல நேரங்களில் நாம் வெளிப்புற மகிழ்ச்சிகளைத் தேடி ஓடிக் கொண்டே இருக்கிறோம். ஆனால் உண்மையான சமாதானமும் சந்தோஷமும் தேவனுடைய வார்த்தையில் தான் இருக்கிறது. அது நமக்கு வழிகாட்டும் ஒளி. அது இருளில் வழி காட்டும் தீபம். அது நம்மை தவறான பாதையிலிருந்து காக்கும் பாதுகாப்பு.

அன்பானவர்களே, நாம் வேதத்தை வெறும் புத்தகமாக பார்க்காமல், வாழ்வின் வழிகாட்டியாக ஏற்றுக் கொள்ள வேண்டும். அதை தினமும் வாசிக்க வேண்டும். அதில் தியானிக்க வேண்டும். அதன்படி வாழ வேண்டும். அப்பொழுது தான் அதன் பலனை நம் வாழ்க்கையில் காண முடியும்.

“கர்த்தருடைய வேதத்தில் பிரியமாயிருந்து இரவும் பகலும் அதில் தியானமாயிருக்கிற மனுஷன் பாக்கியவான்; அவன் நீர்க்கால்களின் ஓரமாய் நடப்பட்டு தன் காலத்தில் தன் கனியைத் தருகிற மரத்தைப்போலிருப்பான்; அவன் செய்வதெல்லாம் வாய்க்கும்” (சங்கீதம் 1:2,3).

எனவே, நிலையற்ற உலக விஷயங்களை விட, நிலைத்திருக்கும் தேவனுடைய வார்த்தையைப் பற்றிக் கொள்ளுங்கள். அது உங்கள் வாழ்க்கையை மாற்றும். உங்களை உயர்த்தும். உங்களுக்கு நித்திய நம்பிக்கை யையும் அமைதியையும் அளிக்கும்.

95

விழுந்தவன் எழும்பவேண்டுமே!

ஒரு சிறிய கிராமத்தில் மாலா என்ற ஒரு சிறுமி வாழ்ந்து வந்தாள். அவள் படிப்பில் மிகவும் ஆர்வமுள்ளவள். நல்ல வாழ்க்கை வாழ வேண்டும் என்ற பெரிய கனவு அவளுடைய இதயத்தில் இருந்தது. ஆனால் அவளுடைய குடும்ப நிலைமை மிகவும் வறுமையாக இருந்தது. அவளுடைய அப்பா தினக்கூலி வேலை செய்து குடும்பத்தை நடத்தினார். அம்மாவும் வீட்டு வேலைகள் செய்து உதவி செய்தார். இருந்தாலும், பல நேரங்களில் அடிப்படை தேவைகளுக்கே போராட வேண்டிய சூழ்நிலை இருந்தது.

ஒருநாள் பள்ளியில் ஆசிரியர், “நாளைக்கு எல்லாரும் ஒரு செய்முறைப் பணியை செய்து கொண்டு வர வேண்டும்” என்று கூறினார். அந்த வார்த்தைகளை கேட்டதும் மாலாவுக்கு மிகுந்த உற்சாகம் ஏற்பட்டது. அவளும் மற்ற குழந்தை களைப் போல அழகாக செய்து காட்ட வேண்டும் என்ற ஆசை கொண்டாள். ஆனால் அதற்குத் தேவையான வரைபடக்

காகிதம், கலர் பென்சில், பசை போன்ற பொருட்கள் அவளிடம் இல்லை.

வீட்டிற்கு வந்தவுடன் அவள் அம்மாவிடம் கேட்டாள். "அம்மா, எனக்கு இந்தப் பொருட்கள் வேண்டும்" என்று தயக்க த்துடன் சொன்னாள். ஆனால் அம்மா மிகவும் மெதுவாகவும் வருத்தத்துட னும், "மாலா, இப்போ வீட்டில் காசு இல்லை பிறகு வாங்கலாம்" என்று கூறினார். அந்த வார்த்தைகள் மாலாவின் இதயத்தை உடைத்தது. அவள் அமைதியாக தலைகுனிந்து நின்றாள். அவளுடைய ஆசை நொறுங்கியது.

அடுத்த நாள் பள்ளிக்கு செல்லும் வழியில், ஒரு கடையின் முன் அவள் நின்றாள். அவளுக்கு தேவையான அனைத்து பொருட்களும் அங்கே இருந்தது. அவளுடைய மனதில் இரண்டு குரல்கள் போராடின. ஒன்று "இதைக் கொண்டு போ" என்று சொன்னது; மற்றொன்று "இது தவறு" என்று எச்சரித்தது. வறுமையும் ஆசையும் சேர்ந்த அந்த நிமிடம், அவளை தவறான முடிவுக்கு தள்ளியது. அவள் ஒரு வரைபடக் காகிதத்தை எடுத்து மெதுவாக பையில் வைத்தாள்.

ஆனால் சில அடிகள் சென்றவுடன் அவள் மாட்டிக் கொண்டாள். கடைக்காரரும், அங்கிருந்தவர்களும் அவளை திட்டினர். "சின்ன வயசுலேயே திருடறியா?" என்று அவமானப்படு த்தினர். அந்த வார்த்தைகள் மாலாவின் இதயத்தை குத்தியது. அவள் வெட்கத்தாலும் பயத்தாலும் அழுதாள். அவளுக்கு தன் தவறு புரிந்தது. ஆனால் நடந்தது நடந்துவிட்டது.

அந்த நேரத்தில் அவளுடைய ஆசிரியர் அங்கு வந்தார். என்ன நடந்தது என்று கேட்டார். அனைத்தையும் கேட்டதும், அவர் கோபப்படவில்லை. மாறாக அமைதியாக கடைக்காரருக்கு பணம் கொடுத்தார். பின்னர் மாலாவை அருகில் அழைத்து மெதுவாகச் சொன்னார்: "மாலா, வறுமை ஒரு சோதனை தான். ஆனால் தவறு அதன் தீர்வு அல்ல. வாழ்க்கையில் நேர்மையே மனிதனின் உண்மையான செல்வம்.

இன்று நீ தவறு செய்தாய். ஆனால் அதை உணர்ந்தாய். அதுவே முக்கியம்.” அந்த வார்த்தைகள் மாலாவின் மனதை உருக்கியது. அவள் கண்கலங்கியபடி “மன்னிச்சுடுங்க சார் இனிமேல் நான் இப்படிச் செய்ய மாட்டேன்” என்று கூறினாள். அந்த நாள் அவளுடைய வாழ்க்கையில் ஒரு திருப்பு முனையாக மாறியது. அதன்பின் மாலா எவ்வளவு கஷ்டம் வந்தாலும் நேர்மையை விட்டுவிடாமல் வாழத் தீர்மானித்தாள். அவள் படிப்பிலும் முன்னேறினாள். வாழ்க்கையில் உயர்ந்த நிலையை அடைந்தபோது கூட, அந்த ஒரு நாளில் கற்ற பாடத்தை அவள் மறக்கவில்லை.

இக்கதை நமக்கு ஒரு ஆழமான உண்மையை கற்றுக்கொடுக்கிறது. வாழ்க்கையில் சோதனைகள் தவிர்க்க முடியாதவை. சில நேரங்களில் அவை நம்மை தவறான வழிக்கு இழுக்க முயலும். ஆனால் அந்த நிமிடத்தில் நாம் எடுக்கும் தீர்மானமே நமது எதிர்காலத்தை நிர்ணயிக்கிறது. தவறு செய்வது மனிதனுக்குச் சாதாரணம். ஆனால் தவறை உணர்ந்து திரும்புவது தான் உண்மையான வெற்றி.

இறைமக்களே, இறைவேதம் சொல்லுகிறது: “நாம் நம்முடைய பாவங்களை ஒப்புக்கொண்டால், அவர் விசுவாசியும் நீதிமானுமாயிருந்து நம்முடைய பாவங்களை மன்னித்து, எல்லா அநியாயத்திலிருந்தும் நம்மை சுத்திகரிப்பார்” (1 யோவான் 1:9).

ஆம், நாம் தவறினாலும் தேவன் நம்மை நிராகரிப்பதில்லை. நாம் மனந்திரும்பி அவரிடம் வரும்போது, அவர் நம்மை மன்னித்து புதிய வாழ்வை அளிக்கிறார். விழுவது வாழ்க்கையின் முடிவு அல்ல. மனந்திரும்பி எழுவது தான் புதிய தொடக்கம். எனவே எந்த சூழ்நிலையிலும் நேர்மையைப் பிடித்து பிடியுங்கள். தவறைத் தவிருங்கள். தேவனை நம்புங்கள். அவர் உங்களை சரியான பாதையில் நடத்துவார்.

96

மூன்று உண்டியல்கள்

ஒரு அன்பான அப்பா தனது சிறிய மகனுக்குப் மூன்று உண்டியல்கள் வாங்கிக் கொடுத்தார். அவற்றை மகனிடம் கொடுத்து, “இவை சாதாரண உண்டியல்கள் அல்ல; உன் வாழ்க்கையை சரியாக நடத்த கற்றுக் கொடுக்கும் மூன்று முக்கியமான பாடங்கள் இதில் இருக்கிறது” என்று சொன்னார்.

முதல் உண்டியலைக் காட்டி அப்பா மெதுவாகக் கூறினார்: “இது கடவுளுக்கானது. நாம் பெறும் எல்லா ஆசீர்வாதங்களும் தேவனிடமிருந்தே வருகிறது. ஆகவே நாம் சம்பாதிப்பதில் இருந்து முதலில் தேவனுக்குக் கொடுக்க கற்றுக்கொள்ள வேண்டும். இது நன்றியுள்ள இதயத்தின் அடையாளம்.”

பின்னர் இரண்டாவது உண்டியலை எடுத்துக் கொண்டு, “இது உன் எதிர்காலத்திற்கானது. இன்று கிடைத்ததை எல்லாம் உடனே செலவு செய்து விடக்கூடாது. நாளைக்கு என்ன ஆகும் என்று யாருக்கும் தெரியாது. ஆகவே கொஞ்சம்

சேமித்து வைப்பது புத்திசாலித்தனமான வாழ்க்கையின் அடையாளம்" என்றார்.

மூன்றாவது உண்டியலை மகனின் கையில் வைத்து, "இது பிறருக்கானது. இந்த உலகத்தில் உதவி தேவைப் படுகிறவர்கள் பலர் இருக்கிறார்கள். நாம் பெற்ற ஆசீர்வாதத் தில் இருந்து கொஞ்சம் பகிர்ந்து கொள்வது தேவனுக்குப் பிரியமானது. கொடுப்பதில் தான் உண்மையான சந்தோஷம் இருக்கிறது" என்று அன்புடன் விளக்கினார்.

அந்த நாள் முதல் அந்தச் சிறுவன் எப்போது பணம் கிடைத்தாலும் அதை மூன்று பாகங்களாகப் பிரிக்கத் தொடங்கினான். ஒரு பகுதியை தேவனுக்காக வைத்தான். மற்றொரு பகுதியை சேமித்தான். மீதியை தேவையுள்ளவர்க ளுடன் பகிர்ந்தான். இந்த சிறிய பழக்கம் மெதுவாக அவன் வாழ்க்கையை மாற்றத் தொடங்கியது.

காலம் சென்றது. அந்தச் சிறுவன் வளர்ந்து பெரியவ னானான். ஒருநாள் தன் அப்பாவிடம் வந்து கண்களில் நன்றியுடன் கூறினான்: "அப்பா, நீங்கள் கொடுத்த அந்த மூன்று உண்டியல்கள் என் வாழ்க்கையை முழுவதும் மாற்றிவிட்டது. தேவனுக்குக் கொடுத்தது என் விசுவாசத்தை வளர்த்தது. சேமித்தது என் வாழ்க்கையை பாதுகாத்தது. பிறருடன் பகிர்ந்தது என் இதயத்தை மகிழ்ச்சியால் நிரப்பியது."

அதை கேட்ட அப்பா புன்னகையுடன், "மகனே, பணத்தை சரியாக பயன்படுத்த கற்றுக்கொண்டவன் வாழ்க்கை யையும் சரியாக வாழ கற்றுக்கொள்வான்" என்று சொன்னார்.

இக்கதை நமக்கு ஒரு மிக முக்கியமான உண்மை யை எடுத்துக்காட்டுகிறது. பணம் வாழ்க்கையில் அவசியமா னது. ஆனால் அதை எப்படி பயன்படுத்துகிறோம் என்பதே நமது வாழ்க்கையின் தரத்தை தீர்மானிக்கிறது. தேவனுக்குக் கொடுக்காத வாழ்க்கை நன்றியற்ற வாழ்க்கையாக மாறும்.

சேமிக்காத வாழ்க்கை பாதுகாப்பற்றதாக மாறும். பகிராத வாழ்க்கை மகிழ்ச்சியற்றதாக மாறும்.

இறைவேதம் சொல்லுகிறது: "பண ஆசை எல்லாத் தீமைக்கும் வேராயிருக்கிறது" (1 தீமோ. 6:10) "கொஞ்சத்திலே உண்மையுள்ளவன் அநேகத்திலும் உண்மையுள்ளவனாயிருக் கிறான்" (லூக்.16:10)

ஆம், நமது வருமானம் குறைவாக இருந்தாலும் பரவாயில்லை; ஆனால் நமது மனம் குறையக்கூடாது. கொடுக்க விரும்பும் இதயத்தை தேவன் மிகவும் மதிக்கிறார்.

தேவனுக்குக் கொடுக்கும் மனம், எதிர்காலத்திற்காக சேமிக்கும் புத்தி, பிறருடன் பகிரும் அன்பு இந்த மூன்றும் இருந்தால் நமது வாழ்க்கை ஆசீர்வாதமாக மாறும்.

நாம் சம்பாதிப்பது அல்ல, அதை எப்படி பயன்படுத்து கிறோம் என்பதே நம் வாழ்க்கையின் உண்மையான அளவுகோல் என்பதை மறந்துவிடாதிருப்போம்.

97

துக்கநாள் அல்ல, மீட்பின் நாள்

ஒரு நாட்டில் நீதியிலும் இரக்கத்திலும் பெயர் பெற்ற ராஜா ஒருவன் இருந்தான். அவன் நாட்டில் சட்டம் மிகவும் உறுதியானது. அந்த நாட்டில் அருள் என்ற இளைஞன் வாழ்ந்தான். அவன் நல்ல குடும்பத்தில் பிறந்திருந்தாலும், தவறான நண்பர்களுடன் சேர்ந்ததால் வழி தவறினான். ஒரு இரவு, திருட்டிற்காக ஒரு செல்வந்தனின் வீட்டுக்குள் புகுந்தான். ஆனால் அவன் அங்கே பிடிபட்டபோது, பயத்தில் தள்ளாடி, வீட்டின் உரிமையாளரை தள்ளியதில் அவர் கீழே விழுந்து மரணமடைந்தார். அந்த நிமிடம் அவன் வாழ்க்கை முழுவதும் இருளாக மாறிவிட்டது.

அவன் நீதிமன்றத்திற்குக் கொண்டு வரப்பட்டான். அவன் செய்த தவறு வெளிச்சத்துக்கு வந்தபோது, அவன் மனம் உடைந்து போனது. “நான் கொலை செய்ய நினைக்கவில்லை” என்று அழுதான். ஆனாலும் சட்டம் தெளிவாகவும் உறுதியாகவும் இருந்ததால் அவனுக்கு மரண தண்டனை விதிக்கப்பட்டது. அவன் தாய் நீதிமன்றத்தில்

விழுந்து அழுதாள்: "என் மகன் தவறு செய்தான், ஆனால் அவன் கொலைகாரன் அல்ல தயவு செய்து இரக்கம் காட்டுங்கள்!" ஆனால் நீதிமன்றம் அமைதியாக இருந்தது. ராஜா மீண்டும் அதே தீர்ப்பை உறுதிப்படுத்த வேண்டிய நிலை.

தண்டனை நிறைவேற்றப்படும் நாளில், இளைஞன் அருள் முழுவதும் நடுங்கிக் கொண்டிருந்தான். அவன் கண்களில் பயமும், வருத்தமும் அவன் இருதயத்தை அடைத்தது, "ஒரு வாய்ப்பு இருந்தால் நான் மாறியிருப்பேன்" என்ற நொந்த உணர்வுடன் மரண மேடைக்கு தலைகுனிந்தவாறு ஏறினான்.

நாடே உற்றுநோக்கிய அந்த நேரத்தில் திடீரென்று ராஜா மேடைக்கு ஓடி வந்து, "அவனை நிறுத்துங்கள்!" என்று கட்டளையிட்டார். அனைவரும் அதிர்ச்சி அடைந்தனர். "இந்த இளைஞன் குற்றவாளி தான். ஆனால் அவனுக்கு ஒரு வாய்ப்பு கொடுத்தால், இனி தவறு செய்யமாட்டான் என உணருகிறேன். ஆயினும் நமது தேச சட்டம் நிறைவேற வேண்டியது அவசியமாக உள்ளது. எனவே, தண்டனையை நான் ஏற்கிறேன்," என்றார். அனைவரும் அதிர்ச்சியில் உறைந்தார்கள். ராஜா தன் அரச ஆடைகளை கழற்றி, குற்றவாளியின் இடத்தில் நின்றார்.

அந்த காட்சியை பார்த்த உண்மைக் குற்றவாளி அருள் கதறிக் கொண்டே அழுதான். "நான் இந்த அன்புக்கு தகுதியானவன் அல்ல" என்று தலையை குனிந்தான். ராஜா தன் உயிரைத் தந்ததால் அவன் உயிர் காப்பாற்றப்பட்டது. அந்த நாளுக்கு பிறகு, அருள் முற்றிலும் மாறினான். அவன் வாழ்ந்த ஒவ்வொரு நாளும், அந்த அன்பின் தியாகத்தை நினைத்து, நல்வாழ்வு வாழ்ந்தான்.

இறைமக்களே, இந்த உவமை புனித வெள்ளியின் ஆழமான உண்மையை வெளிப்படுத்துகிறது. நாம் செய்த பாவங்களுக்கு சட்டப்படி நாம் தான் தண்டிக்கப்பட

வேண்டியவர்கள். ஆனால் இயேசு கிறிஸ்து நமக்குப் பதிலாக சிலுவையில் நம் சார்பில் தண்டனையை ஏற்றுக்கொண்டார். அவர் நமக்காக உயிரைத் தந்த மெய்யான அன்பை உணர்ந்தால், நம்முடைய வாழ்க்கை மாற்றம் அடையாமல் இருக்க முடியாது.

"மெய்யாகவே அவர் நம்முடைய பாடுகளை ஏற்றுக் கொண்டு, நம்முடைய துக்கங்களைச் சுமந்தார்; நம்முடைய மீறுதல்களினிமித்தம் அவர் காயப்பட்டு, நம்முடைய அக்கிர மங்களினிமித்தம் அவர் நொறுக்கப்பட்டார்; நாமெல்லாரும் ஆடுகளைப்போல வழிதப்பித் திரிந்து, அவனவன் தன்தன் வழியிலே போனோம்; கர்த்தரோ நம்மெல்லாருடைய அக்கிரம த்தையும் அவர்மேல் விழப்பண்ணினார்." (ஏசாயா 53:4-6)

எனவே, நாம் மீட்படைய நமக்காக பலியான இறைவனை மனதார அணுகினால், பாவம், சாபம், வியாதி உள்ளிட்ட எல்லா அடிமைத்தனங்களிலிருந்தும் உறுதியாக மீட்கப்படுகிறோம். ஆகையால், இந்நாள் துக்கநாள் அல்ல, மீட்பின் நாள். மரணநாள் அல்ல, புனித நாள். அதனால் தான் அந்நாளை உலகமுழுவதும் "Good Friday" (நல்ல வெள்ளி) என்று அனுசரிக்கிறோம்.

98

நாவைக் காக்க வேண்டும்

ஒரு குறிப்பிட்ட வெளிநாட்டு போதகர், தம்முடைய பணிவும் புன்முறுவலும் காரணமாக மக்கள் மத்தியில் பெரும் மதிப்பைப் பெற்றிருந்தார். ஒருநாள், அவரை சந்திக்க வந்த ஒரு பெண்மணி, வெளிப்படையாக எதையும் மறைக்காத தன்மையுடன், “ஐயா, நீங்கள் கட்டியிருக்கும் டை கொஞ்சம் நீளமாக இருக்கிறது” என்று சொன்னாள். அந்தச் சொல்லில் ஒரு எளிமை இருந்தாலும், அதில் ஓர் அளவிலா தன்னிச்சையும் கலந்து இருந்தது.

போதகர் சிரித்தபடி, “அப்படியா? என்ன செய்ய வேண்டும்?” என்று கேட்டார். அதற்கு அவள், “அதை வெட்டிவிட வேண்டும்” என்று உடனே பதிலளித்தாள். அவர் அதை ஒரு சாதாரண நகைச்சுவை என்று எண்ணி, “சரி, வெட்டுங்கள்” என்று சொல்லிவிட்டார். ஆனால் அடுத்த நொடியில் எதிர்பாராத ஒன்று நடந்தது. அந்த பெண்மணி உண்மையிலேயே கத்தரிக்கோலை எடுத்து, டையின் நீளமான பகுதியை வெட்டி விட்டு அங்கிருந்து சென்று விட்டாள்.

சற்றுநேரம் அதிர்ச்சியில் உறைந்திருந்த போதகர், பின்னர் அவளை அழைத்து, மெதுவாகக் கூறினார்: "உன்னிடம் நான் ஒன்றைக் கூற வேண்டும். உனக்கு நாக்கு கொஞ்சம் நீளமாக இருக்கிறது." அவள் அதிர்ந்து, "அதற்கு என்ன செய்ய வேண்டும்?" என்று கேட்டாள். உடனே அவர் கத்தரிக் கோலைக் காட்டி, "அதையும் வெட்ட வேண்டும்" என்றார். அந்தச் சொல்லின் கூர்மை, கத்தரிக்கோலின் கூர்மையைவிட அதிகமாக அவள் இதயத்தைத் தட்டியது.

அந்தப் பெண்மணி பயந்து அங்கிருந்து விலகினாள். ஆனால் அவளது மனதில் ஒரு ஆழ்ந்த உண்மை பதிந்தது. நாவால் உச்சரிக்கப்படும் வார்த்தைகள், கத்தரிக்கோலைவிட ஆழமாக காயப்படுத்தக்கூடியவை. ஆகையால், மனிதன் தன் நாவைக் காக்க வேண்டும்; சொல்லும் சொற்களில் சிந்தனை இருக்க வேண்டும். அளவில்லாத வார்த்தை, அளவில்லாத காயத்தை உண்டாக்கும்; ஆனால் கட்டுப்படுத்தப்பட்ட நாவு, குணமாக்கும் சக்தியைக் கொண்டது.

இறைமக்களே, நம் வாழ்க்கையை ஆசீர்வதிக்கவோ அழிக்கவோ செய்யும் வல்லமை நமது நாவிலே இருக்கிறது. *"மரணமும் ஜீவனும் நாவின் அதிகாரத்திலிருக்கும்" (நீதி. 18:21)* என இறைவேதம் கூறுகிறது. ஆகையால், நாம் பேசும் ஒவ்வொரு வார்த்தையும் சிந்தித்துப் பேசப்படவேண்டும்.

மேலும், *"இனிய பதில் கோபத்தை அடக்குகிறது; கடினமான வார்த்தை கோபத்தை எழுப்புகிறது" (நீதி. 15:1)* என்ற வசனம் நமக்கு எச்சரிப்பு பலகையாக உள்ளது. எனவே, நம் நாவை கிருபையிலும் ஞானத்திலும் நடத்தி, தேவனுக்குப் பிரியமான வார்த்தைகளைப் பேசுவோம்.

99

மாறும் மனமும், மாறாத தேவனும்

மாலையின் மெதுவான காற்று வீசிக் கொண்டிருந்தது. கடற்கரையில் ஒரு சிறுவன் மகிழ்ச்சியாக ஓடி ஆடி விளையாடிக் கொண்டிருந்தான். அவன் சிரிப்பு அலைகளை விட சத்தமாக ஒலித்தது. மணலில் கோட்டைகள் கட்டி, அலைகளைத் தொடர்ந்து ஓடி விளையாடிய அவன் வாழ்க்கை கவலையற்றது போலத் தோன்றியது. ஆனால் ஒரு கணத்தில், ஒரு பெரிய அலை வந்து அவன் செருப்பை இழுத்துச் சென்றது.

அவன் சிரிப்பு நின்றது கண்களில் நீர் திரண்டது அவன் சுற்றிலும் யாரும் இல்லை அவனுக்கு அது ஒரு பெரிய இழப்பாகத் தோன்றியது. கோபத்திலும் வருத்தத்திலும் அவன் கைகள் நடுங்கின. அந்த வலியில் அவன் மணலில் எழுதினான் “இந்த கடல் ஒரு திருடன்!” என்று.

சில நேரம் கழித்து, ஒரு இளைஞன் அங்கே வந்தான். அவன் முகத்தில் சோகத்தின் அடையாளங்கள் ஆழமாக பதிந்திருந்தது. கடலை பார்த்தவுடன் அவன் கண்கள் நின்று விட்டது போல இருந்தது. அந்த அலைகள் அவனுக்கு ஒரு அடையாளமாக இருந்தது. ஆம், அவன் மனைவியை சுனாமியில் பறித்துக் கொண்டுபோன அதே கடல். அவன் மெதுவாக மண்டியிட்டு உட்கார்ந்தான். மணலை கையில் பிடித்தான் கண்ணீர் அவன் கன்னங்களில் வழிந்தது "ஏன்?" என்ற கேள்வி அவன் உள்ளத்தில் ஒலித்தது. அந்த உடைந்த இதயத்தில் அவன் எழுதினான் "இந்த கடல் ஒரு கொலையாளி" என்று.

சூரியன் மேலேறியபோது, ஒரு மீனவன் அங்கே வந்தான். அவன் தோளில் வலை, உடலில் சோர்வு இருந்தாலும், இதயத்தில் மகிழ்ச்சி நிரம்பி இருந்தது. இன்று அவன் கடலில் இருந்து நிறைய மீன் பிடித்திருந்தான். அவன் குடும்பம் பசியின்றி இருப்பார்கள் என்ற சாந்தி அவன் முகத்தில் தெரிந்தது. அவன் கடலை நன்றியுடன் பார்த்தான். "இந்த கடல் இல்லையென்றால், என் வாழ்க்கை எப்படி இருக்கும்?" என்று எண்ணினான். அந்த நன்றியுள்ள மனதுடன் அவன் மணலில் எழுதினான்: "இந்த கடல் ஒரு கொடையாளி!" என்று.

அதற்குப் பிறகு ஒரு முத்து தேடுபவன் வந்தான். அவன் கடலுக்குள் ஆழமாக சென்று, உயிரை பணயம் வைத்து அரிய முத்துகளை எடுத்துவந்திருந்தான். அவன் கைகளில் ஒளிரும் முத்துகள் இருந்தன; அவன் கண்களில் நிறைந்தது மகிழ்ச்சியும் பெருமையும். அவன் கடலை நோக்கி ஆழமாக பார்த்தான். "எத்தனை செல்வம் இந்த கடலில் இருக்கிறது!" என்று எண்ணினான். அந்த மகிழ்ச்சியில் அவன் மெதுவாக எழுதினான்: "இந்த கடல் ஒரு பெரிய கொடை வள்ளல்!" என்று.

மாலை நேரம் நெருங்கியது. சூரியன் மறையும் நேரம். அந்த நேரத்தில் ஒரு பெரிய அலை வந்து, மெதுவாக அவர்கள் எழுதிய அனைத்தையும் அழித்துச் சென்றது.

"திருடன், கொலையாளி, கொடையாளி, கொடைவள்ளல்" என்ற அத்தனை பட்டங்களையும் பாரபட்சமின்றி அழித்துப் போட்டது.

அன்பான இறைமக்களே, இந்த கதை நம் வாழ்க் கையின் உண்மையை வெளிப்படுத்துகிறது. ஒரே கடலை நான்கு பேர் நான்கு விதமாகப் பார்த்தார்கள். ஆனால் கடல் மாறவில்லை; அவர்கள் அனுபவங்களும் மனநிலையும் தான் மாறியது. அதைப்போல நாமும் வாழ்க்கையையும், தேவ னையும், நம் சூழ்நிலையின் அடிப்படையில் மதிப்பிடுகிறோம்.

சில நேரங்களில் நாம் இழப்புகளை சந்திக்கும் போது, “தேவன் எங்கே?” என்று கேட்கிறோம். நம்முடைய வேதனை நம்மை சந்தேகத்தில் தள்ளுகிறது. ஆனால் ஆசீர்வாதங்கள் வரும்போது, நாம் தேவனைப் புகழ்கிறோம். நம் உணர்ச்சிகள் மாறுகின்றன; ஆனால் தேவன் ஒருபோதும் மாறுவதில்லை.

ஆகையால், சூழ்நிலை சாதகமாயிருந்தாலும், பாதகமா யிருந்தாலும், தேவனுடைய நன்மையை நம்பிக்கையுடன் பற்றிக் கொள்ள வேண்டும். கண்ணீரின் நடுவிலும் விசுவாசத்துடன் நிற்க வேண்டும். ஏனெனில், நாம் புரியாத நேரத்தில் உதவி செய்யவும், நாம் காணாத வழியில் நம்மை நடத்தவும் தேவன் வல்லவராக இருக்கிறார்; காரணம் *"இயேசுகிறிஸ்து நேற்றும் இன்றும் என்றும் மாறாதவ ராயிருக்கிறார்" (எபிரெயர் 13:8)* என இறைவேதம் கூறுகிறது.

100

வெறுமையான வாழ்க்கை

Alexander the Great உலக வரலாற்றில் மிகச் சிறந்த போர்வீரர்களில் ஒருவராக அறியப்படுகிறார். பல நாடுகளை வென்று, பேரரசுகளை நிறுவி, தனது வீரத்தால் உலகத்தை அச்சுறுத்தியவர். அவரது பெயர் வெற்றியின் அடையாளமாக இன்று வரை பேசப்படுகிறது. ஆனால் அவரது வாழ்க்கையின் இறுதி தருணத்தில் அவர் கூறிய ஒரு வேண்டுகோள், அவர் அடைந்த வெற்றிகளை விட ஆழமான உண்மையை வெளிப்படுத்துகிறது.

நோய்வாய்ப்பட்டு மரண படுக்கையில் இருந்தபோது, அவர் தனது தளபதிகளை அழைத்து, "நான் இறந்த பிறகு, என் கைகளை சவப்பெட்டியின் வெளியில் தெரியும் வகையில் அடக்கம் செய்யுங்கள்" என்று கேட்டார். இந்த விசித்திரமான வேண்டுகோளை கேட்ட தளபதிகள் ஆச்சரியமடைந்தனர். காரணம் என்ன என்று கேட்டபோது, அவர் அமைதியாக பதிலளித்தார்:

"உலகையே வென்ற நான், இந்த உலகிற்கு வெறும் கைகளோடு வந்தேன்; இப்போது போகும் போதும் வெறும் கைகளோடு தான் செல்கிறேன் என்பதை மக்கள் அறிய வேண்டும்."

இந்த ஒரு வாக்கியம் மனித வாழ்க்கையின் மைய உண்மையை வெளிப்படுத்துகிறது. நாம் இந்த உலகிற்கு பிறக்கும் போது எதையும் கொண்டு வருவதில்லை. நாம் இறக்கும் போது எதையும் எடுத்துச் செல்ல முடியாது. ஆனால் அந்த இரண்டிற்கும் இடையில் கிடைக்கும் குறுகிய கால வாழ்க்கையில், மனிதன் பொருள்களுக்காக போராடுகிறான், போட்டியிடுகிறான், உறவுகளை இழக்கிறான்.

இன்றைய உலகில் மனிதன் மனிதனை மதிக்காத நிலை அதிகரித்துள்ளது. சின்ன விஷயங்களுக்காக கூட சண்டைகள், பிரிவுகள், பகைகள் உருவாகின்றன. ஆனால் இறுதியில், இந்த வாழ்க்கை நிலையற்றது என்பதை நாம் மறந்து விடுகிறோம்.

நாம் வாழும் வாழ்க்கையை சற்று சிந்தித்துப் பார்ப்போம். வாழ்க்கையின் ஒரு பகுதி தூக்கத்தில் செல்கிறது; மற்றொரு பகுதி கவலைகளிலும், ஆசைகளிலும், பதட்டங்களிலும் கழிகிறது. நம் மனதில் ஓடும் எண்ணங்களில் பல பயனற்றவை. அவை நமக்கு அமைதியை தராமல், சோர்வை மட்டுமே தருகின்றன.

இறைவேதமும் வாழ்க்கையின் நிலையற்ற தன்மையை தெளிவாக எடுத்துரைக்கிறது: *மனிதன் புல்லைப் போலவும், ஒரு மலரைப் போலவும் இருக்கிறான்; சிறிது காலம் பூத்து, பின்னர் மறைந்து போகிறான்.*

இதனால் நாம் புரிந்துகொள்ள வேண்டியது என்னவென்றால், இந்த வாழ்க்கையை அர்த்தமுள்ளதாக்க

வேண்டும். சேர்ப்பதற்காக அல்ல, பகிர்வதற்காக வாழ வேண்டும்.

நாம் மட்டும் சந்தோஷமாக இருப்பது போதாது. நம்மைச் சுற்றியுள்ளவர்களும் மகிழ்ச்சியாக இருக்க வேண்டும். சுயநலத்தை விட்டுவிட்டு, அன்பையும் கருணையையும் வளர்க்க வேண்டும். பிறருக்காக வாழும் மனநிலையே உண்மையான வாழ்வு. ஆகையால், நாம் சேர்க்க முடியாதவற்றிற்காக வாழ்க்கையை வீணாக்காமல் “அன்பு, மரியாதை, உதவி, நன்றியுணர்வு” உள்ளிட்ட பகிரக் கூடியவற்றில் முதலீடு செய்ய வேண்டும்.

வெறும் கைகளோடு வந்தோம்;
வெறும் கைகளோடு போவோம்;
அதற்குள் அன்பை விதைப்போம்!

ஆசிரியரின் பிற வெளியீடுகள்

101. சமூகத் தீமைகள்

102. பிரகாசமான வாழ்வு

103. உன்னோடு ஒருவர் - நற்செய்தி நூல்

104. சிறுவர்களிடையே நற்செய்தி ஊழியம்

105. நூறு குழு விளையாட்டுகள்

106. ஞானஸ்நானம் - விளக்கவுரை

107. இந்தியாவில் மதச்சுதந்திரம்

108. நீங்கள் தான் உப்பு

109. எழுப்புதலின் தீப்பொறிகள்

110. தாய் மொழியில் வேதாகமம்

111. மோசேயைக் காப்பாற்றிய ஆறு பெண்கள்

112. நமது வேதாகமம்

113. கிறிஸ்துமஸ் கலைக்களஞ்சியம்

www.ingramcontent.com/pod-product-compliance
Lightning Source LLC
LaVergne TN
LVHW100252210926
848480LV00003B/901
* 9 7 9 8 9 0 5 6 0 6 1 7 5 *